சர்க்கரைப் பந்தலில்...

சிவகுமார் கே

அன்பு மகன் லோகேஷுக்கு

பொருளடக்கம்

1

'ஸ்டெஃபி... வில் யூ மேரி மீ?'

'ஹவ் மச் மணி டூ யூ ஹேவ்?'

கையில் டென்னிஸ் மட்டையும், பந்துமாக அடுத்த ரவுண்டை ஆரம்பிக்க காத்திருந்த ஸ்டெஃபி க்ராஃபை நோக்கி ஒரு அநாமதேய குரல் வர... அழகாக வெட்கப்பட்டவர் அடுத்து வீசிய கேள்வி, ஒரு வைரல் வீடியோ...

'ஸ்டெஃபி... வில் யூ மேரி மீ?'

'ஹவ் மச் மணி டூ யூ ஹேவ்?'

வீடியோ திரும்பத் திரும்ப லூப்பில் ஓடிக்கொண்டிருக்க... கண்கள் மொபைலையே வெறிக்க... சித்தார்த் எங்கோ யோசனையில் இருந்தான்...

'ஹவ் மச் மணி டூ யூ ஹேவ்?'

'ஹவ் மச் மணி யூ வாண்ட்?'

'ஃபைவ்... மினிமம் ஃபைவ் க்ரோர்ஸ் இருந்தா சொல்லு... வீ'ல் கெட் மேரிட்...'

ஏன், பெண்கள் இப்படி இருக்கிறார்கள்... பணம் இல்லாமல் வாழ முடியாதா? முடியாதுதான்... அவள் மாதிரி வாழ முடியாதுதான்...

அத்தனை மேக்கப் சாமான்களுக்கும், செருப்பு, வாட்ச், தோள்-பை உட்பட்ட மேச்சிங் அக்சசரிகளுக்கும், ப்ராண்டட் உடைகளுக்கும் அவள் செலவழிக்கும் காசுக்கு...

அவள் கேட்ட ஐந்து கோடி என்பது ஐந்தாண்டு தாங்குமா? சந்தேகம்தான்.

நீ மட்டும் உத்தமனா? அவளைக் காதலிப்பது அவளுக்காகவா? அவள் பின்னாலிருக்கும் இந்த நிறுவனத்துக்காகத்தானே?

'இல்லை... அப்படி நினைத்துத்தான் அவளை துரத்த ஆரம்பித்தேன்... ஆனால், அவள் இல்லாமல் வாழமுடியாது என்ற நிலைக்குத் தள்ளப்பட்டுவிட்டேன்...'

ஆளுயரக் கண்ணாடியில் தெரிந்த தன் பிம்பத்தைப் பார்த்தான்...

'ஹாய் ராக் ஸ்டார்... கோ ஃபார் த கில்...' மீசை, தாடி இரண்டையும் சேர்த்து, மேலிருந்து கீழாக வருடினான்.

முட்டாள் பெண்ணே... இந்த நிறுவனத்தின் இன்றைய மதிப்பு உனக்குத் தெரியுமா? ஐந்து கோடி கேட்கிறாய்? உன் தந்தை ஒரு மாதத்திற்கு ஐந்து கோடி சம்பாதிக்கிறார்... நீ என்னவென்றால்... ஐந்து கோடி இருக்கிறதா என்று கேட்கிறாய்? கேலி செய்கிறாயா? ஒருவேளை உனக்கு உண்மையிலேயே உனது மதிப்பு தெரியாதா?

ஒரு வேளை, தந்தை ஒப்புக்கொள்ளவில்லை என்றால்... அவர் சமாதானமாகும் வரை பணம் வேண்டுமே என்று நினைக்கிறாளா? இல்லை... என்னை நிராகரிக்க வழி தேடுகிறாளா? அடேய் முட்டாள்... உன்னிடம் ஐந்து கோடிகூட இல்லை... என்னிடம் அது போல் பல மடங்கு இருக்கிறது என்று முகத்திலடிக்கிறாளா?

சித்தார்த் ட்ரெஸ்சிங் டேபிளில் ஓங்கிக் குத்தினான்... 'ஐ'ல் டேம் யூ ப்ளடி பிட்ச்... வெய்ட் அன் சீ... என் பிள்ளைகளுக்கு நீதான் தாய்... அவர்கள் என் போல ஒண்டுக் குடித்தனத்தில் வளர மாட்டார்கள்... ஆடம்பரமாய், ஆர்ப்பாட்டமாய் வளர்வார்கள்... ஆனால், என் பணத்தில் அல்ல... உன் பணத்தில், உன் தந்தையின் பணத்தில்.'

'டேய் சாப்பிட வாடா? எவ்ளோ நேரமா காத்திருக்கறது?' அம்மா.

'எதுக்கு காத்துகிட்டிருக்கீங்க? வெறும் இட்லிதான... அஞ்சி நிமிஷத்துல சாப்ட்டு எழுந்துக்கப் போறேன்... அதுக்கு ஒன்னாதான் சாப்பிடணுமா, ஏன் இப்படி டெய்லி டார்ச்சர் பண்றீங்க?'

'ஆறிட்டா அது ராஜ உணவா இருந்தாலும்... டேஸ்ட் இருக்காதுடா?' இது அப்பா.

'நீங்க சூடா சாப்பிடுங்கப்பா? எனக்கு எப்படியிருந்தாலும் பரவாயில்லை...'

டைனிங் டேபிளில் சேர்ந்துகொள்ள, அம்மா சூடான இட்டலிகளை எடுத்து தட்டில் வைத்தார்.

அதற்குள், அப்பா சட்டினியைத் தொட்டு நக்கிப் பார்த்தார்... அடுத்து, அவர் தட்டிலும் இட்டலி விழ... சாப்பிட ஆரம்பித்தார்.

அவர் இரண்டாவது இட்லிக்கு வருவதற்குள், சித்தார்த் சாப்பிட்டு முடித்திருந்தான்.

'அதுக்குள்ளயா?'

'என்ன அதுக்குள்ளயா? நாலு இட்லிய எவ்ளோ நேரம் சாப்பிடுவாங்க?'

'எதை சாப்பிட்டாலும், நிதானமா சாப்பிடணும்டா... வயித்துல இருக்க ஆசிட்ல மட்டும் நீ சாப்பிடறது செரிக்காது... உமிழ்நீர் கலக்கணும்... அப்பத்தான் அதுல இருக்க சத்துக்கள் உடம்புல சேரும்... இல்லன்னா வெறும் மலமாத்-

தான் வெளியேறும்...'

'வ்வ்வேக்... சாப்பிடும் போது இந்த மாதிரி பேசாதீங்க...'

'அதான் முடிச்சிட்டியே... சட்னில தொட்டு, நெருப்புக்கோழி மாதிரி லபக், லபக்-னு முழுங்கற... ஆனா பாரு சட்டினி, சாம்பார், பொடி, சக்கரை இத்தனை வெரைட்டி இருக்கு... எதையும் அனுபவிச்சி செய்டா...'

'அப்பா...'

இது வழக்கமாக நடக்கும் உரையாடல்...

'முப்பது வயசுவரைக்கும், ஆத்தா கையால சாப்பிட்டா சலிச்சித்தான் போகும்... அவனுக்கு ஒரு கல்யாணத்த பண்ணி வைங்க...' இதுவும் வழக்கமான சொல்லாடல்தான்...

என்னமோ நான் மாட்டேன்னு சொல்றமாதிரி பேசற? பொண்ண பெத்தவங்க உச்சாணி கொம்புல நிக்கறாங்க... கிட்டத்தட்ட இருபது பொண்ணுங்க இவன ரிஜெக்ட் பண்ணிடுச்சி, இதுல... ஒத்து வர்ற ஒன்னு ரெண்டு பொண்ணுங்கள, இவன் ரிஜெக்ட் பண்றான்... நேத்துகூட ஒரு ஃபோட்டோ காட்டினேன்... பதிலே காணோம்... சரி, நிதானமா சொல்லட்டும்னு... அவன் ரீடிங் டேபிள் மேல வெச்-சேன்... பிடி கொடுத்தாத்தானே?... ஏண்டா, அந்த ஃபோட்டோவப் பாத்தியா இல்லியா?'

'அப்பா, இந்த வீடு எவ்ளோ தேறும்...?'

'நா என்ன கேக்கறேன்? அவன் என்ன கேக்கறான் பாரு?'

'சொல்லேன்...'

'லேண்ட வாங்கும் போது ஏழே, எட்டோ லட்சம், வீடு ரிட்டையர் ஆனப்பறம் கட்டினதால புதுசாத்தானே இருக்கு... அப்ப இருபது ரூபா ஆச்சி... லேண்ட் வேல்யூ ஏறிடிச்சில்ல... இப்ப மொத்தமா ஒரு ரெண்டு ரூபா போவும்...'

'வேற?'

'வேறன்னா?'

'வேற ஏதாவது சொத்துபத்து?'

'ஊர்ல நெலமிருக்கு, நம்ம பங்குக்கு ஒரு நாலு ஏக்கர் தேறும்...'

'வித்தா?'

'அதெல்லாம் யாரு வாங்குவா? ஒரு காலத்துல நஞ்சைக்குத்தான் ஆலாப்ப-றப்பாங்க... இப்பல்லாம் புஞ்சைக்குத்தான் கிராக்கி... ப்ளாட்போட்டு விக்க...'

'ப்ப்ச்ச்... சரி... வித்தா எவ்ளோ தேறும்?'

'அது எதுக்கு உனக்கு?'

'சொல்லம்பா...'

'என்னடி இவன்? காலங்காத்தால...'

'கேக்கறான்ல... சொல்லுங்களேன்...'

'இவ ஒருத்தி... அதிகபட்சம் அறுபது தேறும்... அவ்ளாதான்...'

'ரொக்கம்...'

'எதுக்குன்னு சொல்லாம... நீ பாட்டுக்கு கேள்வி மேல கேள்வி கேக்கற?'

'சொல்லுங்கப்பா...'

'என்ன கணக்குப் பாத்தாலும் நம்ம நெட்ஓர்த் மூன தாண்டாதுடா மகனே... இப்ப சொல்லு... என்ன விஷயம்?'

'எனக்கே எனக்குன்னு... எனக்கு அஞ்சி கோடி வேணும்?'

'அஞ்சி கோடியா?... ... ... எதுக்கு?'

'கல்யாணம் பண்ணிக்கறதுக்கு...'

அம்மாவும், அப்பாவும் வாயடைத்துப் போய் அவனையே பார்த்தனர்.

அது கடலைப் பார்த்தது போன்ற பத்துமாடி கட்டிடம்...

அந்த மாடியின் எட்டு தளங்களையும், தளத்துக்கு நாற்பது முதல் இருநூறு பேர்வரை பகிர்ந்து கொள்ள, ஒன்பதாவது மாடி முழுக்க, சேர்மன் சேம்பர்...

ஆயிரம் சதுர அடியில் ரிசப்ஷன், ஒரு ப்ரைவேட் லவுஞ், தாக்குதல் நடத்தும் சிஎம்டி-யும், அதை அமைதியாக தாங்கிக்கொள்ளும் உயர் அதிகாரிகளும் சந்திக்கும் 'வார்-ரூம்' என்று அழைக்கப்படும் கான்ஃப்ரன்ஸ் அறை... வருடத்துக்கு நான்கு முறை உபயோகிக்க கோடிகோடியாய் செலவு செய்து நிரப்பப்பட்ட எலக்ட்ரானிக் ஆடியோ, விஷுவல், இன்னபிற சமாசாரங்கள்... அதன் ஒருபுறம், முழுக்கத் திறக்கக்கூடிய கொலப்சிபிள் பார்ட்டிஷியன்... பின்னால் நவீன பார், உணவுக்கூடம்... கீழே தெரியும் கடலை பார்த்தது போல, இரண்டாயிரம் சதுரடிக்கு 'தி ஓவல்' என்று அழைக்கப்படும், சேர்மன் அறை.

கருநீல கார்ப்பெட் விரவிய அறையில், க்ரோம் ப்ளேட்டட் ஃபர்னிச்சர்கள்... வெள்ளை நீலம் கலந்த வெர்ட்டிகல் ப்ளைன்ட்ஸ்... ஒரு பக்கம் சோஃபா செட், ஸ்டீல் கால்கள் மேல் வைக்கப்பட்ட கண்ணாடி டீபாய்... ஃபால்ஸ்சீலிங்... அமுங்கிய வெளிச்சம்... அவர் டேபிள் மேல் மட்டும் ஃபோகஸ் செய்யப்பட்ட விளக்குகள்...

பிரம்மாண்ட டேபிளின் அந்தப்பக்கம், ரோஜா நிறத்தில் தேவ்தத் அமர்ந்திருந்தார்... வெயிலைப்பார்த்தே பல ஆண்டுகள் ஆகியிருக்கும்... பளீர் வெள்ளையில் மெல்லிய ஜிப்பா... பைஜாமா...

அவர் எதிரே, ஃபீலிக்ஸ் பவ்யமாக நின்றிருந்தார்... தேவ்தத் அவரை உட்காரச் சொல்லவும் இல்லை... சொன்னால் இவர் உட்காருபவரும் இல்லை.

'நிச்சயமாய்த் தெரியுமா? மதராஸ்தானா?'

'ஆமாம்... ஆனால் அவர்களுக்கு ப்ரின்சிபலைத் தெரியாது... அவர்களுக்கு வேலை வழங்கும் நிறுவனம் எஸ்ஜிஎல்டி2 டிசிஎஃப்007 என்றுதான் கோட்வர்ட் தந்திருக்கிறார்கள்...'

‘முட்டாளே... அப்படியென்றால் எப்படி நிரூபிப்பாய்?‘

‘இல்லை ஜீ, டெஸ்ட் ரிசல்ட்கள் கிடைத்தால் போதும்... நான் ஏஜென்சியை நெருக்கி... பிரின்சிபல் பெயரை வாங்கிவிடுவேன்...‘

‘தருவானா?‘

‘என்டிஏ இருக்கிறது... நான் போர்ட் வழியே செல்வேன்...‘

‘எந்த போர்ட்?‘

‘அது கிடக்கிறது எஃப்டிஏ, எஃப்டிஐ, ஏஜஎச், சிடிசி என்று ஊர்ப்பட்டது... எல்லாவற்றிலும் எனக்கு ஆள் உண்டு...‘

‘உன் வாலை என்னிடம் நீட்டமாட்டாய் என்பதற்கு என்ன உத்தரவாதம்?‘

‘ஐயோ... நான் உங்கள் அடிமை... மேலும், தேசாபிமானி... உங்களுக்கென்று இல்லாவிட்டாலும்... நாட்டுக்காக...‘

‘அதிகம் பேசுபவனை எனக்குப் பிடிக்காது...‘

‘...‘

‘புரிந்துகொண்டாய்?‘

‘...‘

‘சரி, முயற்சி செய்...‘

‘செலவாகும்...‘

தலையை மட்டும் அசைத்தார்...

ஃபீலிக்ஸ் பின்னாலேயே நகர்ந்து வெளியேற... தனியே உட்கார்ந்து... கடிதங்களைப் பார்த்துக்கொண்டிருந்த ரிசப்ஷனிஸ்ட்... ‘கேஷவாச்சாரி... செவன்த் ஃப்ளோர்...‘ என்றாள்.

பொருத்தமான பெயர்தான் என்று நினைத்துக் கொண்டார்.

அவர்தான் தலைமை கணக்காளர்.

‘அடிப்பாவி... அப்டியேவா சொன்ன? அஞ்சு கோடியா?‘

பிரியங்கா, வாய் பிளந்து ஆச்சரியப்பட்டாள்...

நீங்கள் எப்போதும் பார்க்கலாம்... நல்ல அழகான பெண்கள், தன்னைவிட சுமாரான பெண்களோடுதான் நெருக்கமாயிருப்பார்கள்...

அது நடிகர்கள் உபயோகப்படுத்தும் டெக்னிக்தான், கூட இருப்பவர்கள் எப்போதும் காமெடியனாக இருப்பார்கள், இல்லையென்றால் அவர்களை விட நிறத்தில், உயரத்தில், அழகில் குறைந்தவர்களாகவும், வயதில் மூத்தவர்களாகவும்தான் தேர்வு செய்வார்கள்...

போலவே நிரஞ்சனா, ப்ரியங்காவுடன்தான் சுற்றுவாள்...

ஆள்தான் சுமார் என்றால் ஆடையும் சுமார்தான்... எப்போதும் ஜீன்ஸ்... லூசான லினன் சட்டை... ஒரு மோதிரம், ஒரு வாட்ச்... ஒரே ஒரு மூக்குத்தி... ஒரே ப்ளஸ் பாய்ன்ட் அடர்த்தியான கருங்கூந்தல்... ஒரு ஜூட் பையில்... மதிய

உணவும், சில சில்லரை நோட்டுக்களும் இருக்கும்...

'மினிமம் ஃபைவ் சி... பின்ன என்ன ப்ரியா? நா வந்து, ஜஸ்ட் டூ மந்த் ஆயிருக்குமா? ... அதுக்குள்ள ப்ரபோஸ் பண்ணா? அது மட்டுமில்லை ப்ரியா... ஹி ஈஸ் நாட் மை டைப் ஆஃப் கய்...'

'அதுக்காக...? பிடிக்கலைன்னா, பிடிக்கலைன்னு சொல்லிட்டு போகலாம்ல?'

'ம்ம்ஹூம்... ஒரு அடிமை சிக்கினா அவ்ளோ சீக்கிரத்துல விட்டுடக்கூடாது...'

'என்ன செய்யப் போற?'

'வெய்ட் அன் சீ...'

2

நான்கு பெரிய நகரங்களில் கிளை விரித்திருக்கும் டிஜிடல் க்ளினிகல் ரிசர்ச் பார்ட்னர்ஸ் (இண்டியா) லிட்... சுருக்கமாக டி-க்ரிப் இண்டியா... இன்னும் சுருக்கமாக டிக்ரிப்.

நிறுவனத்தின் சிஎம்டி ப்ரேம்நாத், அதன் பெங்களூரு தலைமையக அலுவலகத்தில், ஈ.டி. ஆதித்யா எதிரே, கோபமாக உட்காரந்திருந்தார்.

‘ஹூ த ஹெல் டூ யூ திங்க் யூ ஆர்?‘

‘வாட்?‘

‘சி எம் டி?‘

‘நோ ப்ரேம்...‘

‘தென்...?‘

‘தவ்சன்ட் டூ ஹன்ரட் க்ரோர்ஸ் டர்ன்ஓவர் பண்ற கம்பெனி ப்ரேம்... ஷி ஈஸ் யூர் டாட்டர் அன் நெக்ஸ்ட் சிஎம்டி... ஹர் சேஃப்ட்டி இஸ் இம்பார்ட்டன்ட் டு மீ...‘

‘நவ் யூ ஜ்யோபர்டைஸ்ட் ஹர் சேஃப்டி...‘

‘இல்லை ப்ரேம்... யாருக்கும் தெரியாது?‘

‘டூ யூ திங்க் சோ? தென் யூ ஆர் த பிக்கஸ்ட் ஃபூல் ஆஃப் த செஞ்சுரி...‘

‘ப்ரேம்!!‘

‘சீ... ஐ ஸ்டார்ட்டட் ஃப்ரம் ஸ்க்ராச்... ஓக்கே, சாரி, வீ ஸ்டார்ட்டட்...’

‘... இருவது வருஷம்... டேடா என்ட்ரி, மெடிக்கல் ட்ரான்ஸ்க்ரிப்ஷன், கேபிஓ-ன்னு அடிபட்டு... திடீர்னு கெடைச்ச சந்தர்ப்பத்த பிடிச்சிகிட்டு மேல வந்தோம்... அவ உலகம் தெரியாத பொண்ணு... அதனாலத்தான், அவ அடிப்படைலருந்து கத்துக்கிட்டு வரட்டும்னு பேசிக் போஸ்ட்ல போட்டு, சென்னை அனுப்பி வெச்சேன்... நீ என்னடான்னா... சிஎம்டி பொண்ணு சென்னை வரான்னு, தண்டோரா போட்டு சொல்லியிருக்கே...‘

‘ப்ரேம், நான் யாருக்கும் சொல்லலை. சென்னைல, அவ மேல ஒரு கண்ணு வெக்க சொல்லி... ஒரே ஒரு முக்கியமான ஆளுக்கு மெயில் அனுப்பினேன்.’

'டிட் யூ ஆஸ்க் மீ?'

'நோ நீட் ப்ரேம்... யூ ஹவ் கிவன் இனஃப் பவர்ஸ்... மோர் தேன் எவ்ரிதிங் எல்ஸ்... ஐ யம் கன்சர்ன்ட்...'

'நிறுவன சம்பந்தமான முடிவுகளுக்கு உனக்கு பூரண சுதந்திரம் உண்டு... என் தனிப்பட்ட, சொந்த விஷயங்களில் தலையிடாதே...'

'சாரி ப்ரேம்... அவள் நிறுவனத்தின் எம்ப்ளாயி... அன் ஸ்டேக் ஹோல்டர்... '

'உங்கிட்ட பேசி ஜெயிக்க முடியாது... முட்டாள்... யூ ஆர் லிவிங் அமாங் நெர்ட்ஸ்... மெயில்லாம் சுலபமா ஹாக் செய்துடுவாங்கன்னு தெரியாதா?'

'ஐ நோ ப்ரேம்... பட் தேர் ஈஸ் ய ரீசன்... அப்பறம் சொல்றேன்...'

'திஸ் ஈஸ் வாட் ஐ ஹேட்...'

'வாட்?'

'வென், திங்க்ஸ் கோ அவுட் ஆஃப் கன்ட்ரோல்... எனக்குத் தெரியாம என்னன்னமோ செய்யற...'

'அவ நல்லதுக்குத்தான் ப்ரேம்...'

'ஆதி... நம்முடைய இந்த எக்ஸ்போனென்ஷியல் க்ரோத் இந்த அஞ்சி வருஷமாத்தான்... நாமளே ஆடக்கூடாது, இந்த வெற்றிய தலைல ஏத்திக்கக்கூடாதுன்னு நெனைக்கிறவன்... இதுல, திடீர்னு ஒரு இருவத்தி ரெண்டு வயசு பொண்ணுகிட்ட போயி, யூ ஆர் ய பில்லினியர், யூ ஹேவ் ஹன்ட்ரட்ஸ் ஆஃப் க்ரோர்ஸ் அட் யூர் டிஸ்போசல்... அப்படின்னு சொல்ல சொல்றியா? ஏத்திவிடச் சொல்றியா?'

'அப்படி இல்ல...'

'தென்? இதோ பாரு ஆதி... அவளோட நெட்வர்த் அவளுக்கே தெரியாது... தெரியக்கூடாது... அதே மாதிரி, சென்னைல யாருக்கும், அவ யாருன்னு தெரியக்கூடாது... அங்க யாருக்காவது தெரிஞ்சி அவள வித்தியாசமா நடத்த ஆரம்பிச்சா... சின்ன பொறி நெருப்பு போதும், பத்திக்கும், அவ்ளதான்... நான் நெனைச்சது நடக்காது. அவளுக்கு ஈக்வல் ஆப்ர்சுனிட்டி எம்ப்ளாய்மென்ட்னா என்னன்னு தெரியணும்... எம்ப்ளாயிச மதிக்கத் தெரியணும்... வீ டிபென்ட் ஆன் ஹ்யூமன் ரிசோர்ஸ் ஆதி... நாலு கம்ப்யூட்டர் இருந்தா மட்டும் எதுவும் நடந்துடாது...'

'ஐ நோ ப்ரேம்... அதனாலத்தான், நான் நம்ம எம்ப்ளாயிஸ் யாருகிட்டையும் சொல்லலை... ஒரு ப்ரைவேட் டிடெக்டிவ் ஏஜென்சிக்கு மெய்ல் அனுப்பினேன்... அதோட அவனையே, நம்ம கம்பெனி எம்ப்ளாயியா சேத்து விட்டிருக்கேன்...'

நீ, எம்ப்ளாயி பேக்ரவுன்ட் வெரிஃபிகேஷன், டெம்ப்ரரி ஷேடோயிங் ஆன் சஸ்பீஷியன், இது மாதிரி ஏதாவது சொல்லியிருந்தா கூட பரவாயில்லை... அவ

யாருன்னு வேற ஏஜென்சிக்கு சொல்லியிருக்கே... நம்பகமான ஆளா?'

'ஹீ ஈஸ் வித் அஸ் ஃபார் ய லாங் டைம், நோ படி நோஸ்... ஓய்? டிட் யூ நோ? அதுக்குத்தான் சொல்றேன்... யூ ஒர்ரி அபவுட் த பிக் பிக்சர்...ப்ரேம். ஐல் டேக் கேர் ஆஃப்... மைனர் ட்ரபுள்ஸ்...'

'கவுன்ட் ஹர் அவுட்... உன்னோட ட்ரபிள்ஸ் லிஸ்ட்ல அவள சேக்காத...'

ப்ரேம் கோபமாக சொன்னதை கவனிக்காதது போல ஆதி, எங்கோ பார்க்க...

'ஆதி... லுக்... நோ டேக்ஸ் ஆன் ஹர்... அந்த டிடெக்டிவ வாபஸ் வாங்கு, அன் டூ இட் ஏஸ்ஏபி...' கோபமாக எழுந்து வெளியேறினார்.

ஆனால்... இருவருமே ஒரு மேஜர் ட்ரபிளில் மாட்டப் போகிறார்கள் என்பதை ஆதி அறியவில்லை.

'மித்து ஐ மிஸ் யூ...' அந்த செய்தியைப் பார்த்ததும் மித்ராவுக்கு சிரிப்பு வந்தது.

ஸ்வீட் ராஸ்கல்... கிருஷ்ணா அனுப்பியது.

'மிஸ் யூ டூ...' என்று 'ப்ரோக்கன் ஹார்ட்' சிம்பல் அனுப்பினாள்.

மித்ரா, பார்க்க ராஷ்மிகா போல இருப்பாள்... அதே வில் போன்ற உடம்பு, ஆனால் ஒரு மாற்று நிறம் கம்மி, சைஸ் அதிகம்.

எம்பிபிஎஸ் முடித்துவிட்டு அப்போல்லோவா, காவேரியா, க்ளினிக் போடலாமா? இல்லை எம்எஸ்ஸா? இல்லை அப்ராடா? என்று யோசித்துக் கொண்டிருந்தவள், ஒரு சோம்பலான நாளில், தோழியின் வற்புறுத்தலால் ஒரு கான்ஃப்ரன்சுக்கு வர சம்மதித்திருந்தாள்.

கான்ஃப்ரன்சுக்கு ரிஜிஸ்டர் செய்த தோழி கடைசி நிமிடத்தில் காலை வார, தனியாக வந்தவளை, மடக்கி இங்கே கொண்டுவந்து விட்டார்கள்.

அதற்குக் காரணம் கிருஷ்ணாதான் என்று அப்போது தெரியாது... காரணம் அவளிடம் முதல் முதலில் பேசியது சித்துதான்...

கான்ஃபரன்ஸ் துவங்குமுன் டீ, காஃபி கவுன்ட்டரில் பிஸ்கட் எடுத்து டிஷ்யூ பேப்பர் மேல் வைத்துக் கொண்டு, 'காஃபி...' என்று சொல்லிவிட்டு மித்ரா நிற்க...

சித்து, இடிப்பது போல பின்னால் வந்து நின்று 'ஹாய்...' என்று காதருகில் சொன்னான்.

'ஹாய்...'

'ஆர் யூ ய டாக்டர்?'

அவன் ஸ்டாக்கிங் செய்கிறானோ என்ற சந்தேகத்தில்... 'நான் ஹால் மாறி வந்துவிடவில்லையே? இது ஆங்காலஜி மெடிகேர் சம்மிட்தானே?' என்றாள்.

'கரெக்ட்...'

'எக்ஸ்க்யூஸ் மீ... ஆர் யூ ய டாக்டர்?' முன்னால் நின்றிருந்த வயதானவரைக் கேட்டாள்.

'நோ, ஐ யம் ய ஷெப்பர்ட்... வாட் நான்சென்ஸ் ஈஸ் திஸ்...' என்று அவர் எரிந்து விழ.

'சீ... அவரும் டாக்டர்தான்... சோ ஐயம் கரெக்ட்... டவுட் தீந்துதா?' மனதுக்குள், 'கூட வருகிறேன்' என்று சொல்லிவிட்டு கடைசி நிமிடத்தில் காலைவாரிய, தோழி தீப்தியை திட்டிக்கொண்டாள்.

'பட் ஐ'ம் நாட்... அதனால் தான் கேட்டேன்...'

'ஓ... சாப்பிட வந்திங்களா... யூ ஷுட் ஹவ் கம் அரவுண்ட் செவன்...'

'எஸ்... வி சர்வ் காக்டெய்ல் டூ...'

'வாட் டு யூ மீன்?'

'காக்டெய்ல்... டு யூ ட்ரிங்க்? ஓட்கா... பியர்... ரம்... விஸ்கி...'

அவளுக்கு சிரிப்பு வந்தது.

'ஐம் ய டீடோட்லர்... ஐ டிடின்ட் ஆஸ்க் தட்...'

'ஹா... வாட் ய வேஸ்ட்....'

'பை த வே... ஹூ ஆர் யூ?'

'சித்து... சித்தார்த் ஆனந்த்.'

'டஸின் மேட்டர்...'

அவள் காஃபியை கவர்ந்து கொண்டு ஓரம் செல்ல... தன் இரண்டு கைகளையும் பாக்கட்டில் விட்டுக் கொண்டு பின் தொடர்ந்தான்.

'டோன்ட் வேஸ்ட் யூர் டைம்... ஐ ...'

'ஹவ் ய பாய்ஃப்ரண்ட்... அதானே? இல்லைன்னாதான் ஆச்சரியம்...'

'நாட் ஒன்லி தட்... ஐ ஹாவ் மை பாய் பெஸ்ட்டீ, கேர்ள் பெஸ்ட்டி, அன் ஹாட் டீ டூ...' அவன் மேல் ஊற்றி விடுவேன் என்பது போல கப்பை வீசிக் காட்டினாள்... பின் 'சோ... கேன் யூ லீவ்? லெட் மி ஃபினிஷ் மை...' என்றாள்.

'காஃபி... காஃபி இட் ஈஸ்... பை த வே... ஐம் சித்...'

'சித்தார்த் ஆனந்த்... சொல்லிட்டீங்க.'

'யூ டிடின்ட் டெல் யூர் நேம்...'

'ஐம் ய கஸ்ட்...'

'கஸ்ட்... கார்ஜியஸ் கஸ்ட் இண்டீட்...'

'ஐ'ம் ஃப்ளாட்டர்ட்...' தோள்களை உயர்த்தி தலை சாய்த்து, கண்களை சுழற்றிக் காட்டினாள்...

'எனிவே... ஐம் ஃப்ரம் டீ-க்ரிப்... வி ஆர் ஸ்பான்சரிங் திஸ் ஈவன்ட்...'

'ஓஓஓ.... ஏதாவது ரேட்டிங் வேணுமா?'

'நாட் அட்டால்... வி ஹவ் அன் ஆஃபர்... வில் யூ பி இன்ட்ரஸ்டட் இன் ஜாய்னிங்...'

'சீ... ஐ ஆம் ய டாக்டர்...'

'வீ ஆர் ஹயரிங் டாக்டர்ஸ் ஒன்லி... அதான் டாக்டரான்னு கேட்டேன்...'

'உங்க ஆஃபர் நான் டாக்டர்ங்கறதுக்காகவா? இப்ப சொன்னீங்களே கார்ஜி-யஸ்... அதுக்காகவா?'

'வாடெவர் யூ திங்க் ஃபிட் ...'

'வாட் டூ யூ மீன்...?' குரலில் கோபம் தெரிந்திருக்கவேண்டும்...

'ஓக்கே... ஓக்கே... ஐ'ம் சாரி...' என்று இரு கைகளையும் தலைக்குமேல் தூக்கினான்... தொடர்ந்து, 'ரெஜிஸ்ட்ரேஷன் டேபிள்ள, உங்களுக்கு ஒரு கிட் குடுப்பாங்க... அதுல வெப்சைட் அட்ரஸ் இருக்கும்... அதுல கம்பெனி பத்தி எல்லா டிடெய்லும் இருக்கும்... படிச்சிட்டு, விருப்பமிருந்தா... இந்த நம்பருக்கு ஃபோன் பண்ணுங்க... நைஸ் டாக்கிங் டு யூ...'

ஒரு விசிட்டிங் கார்டை, பிஸ்கட் பிடித்திருந்த விரல்களுக்குள் செறுகி விட்டு, திரும்பிக் கூட பார்க்காமல் போய்விட்டான்...

அவள் இரண்டு நாள் கழித்து பேசி, வேலைக்கு சேர்ந்த பிறகும், ஒரு வாரம் வரை சித்து அவள் கண்ணில் படவில்லை. காரணம், அதில் இருந்தது ஹெச்.ஆர். நம்பர்.

ஒரு நாள் லன்ச் ப்ரேக்கில், நண்பர்களோடு பேசியபடி, வரிசையில் நின்றுக் கொண்டிருந்தவனை, அவளே சென்று பார்த்தாள்.

'ஹாய்...'

'வாவ்... வட் ய சர்ப்ரைஸ்... சேந்துட்டீங்களா? கங்ராட்ஸ்...'

'சாரி... அன்னிக்கு...'

'ஐயோ பரவாயில்லை... ஓய் டோன்ட் யூ ஜாய்ன் அஸ்...' ஒதுங்கி முன்னே நிற்க இடம் விட்டான்... எல்லாரும் உணவைப் பெற்றுக் கொண்டு, டேபிள் தேடி உட்கார... அவனுக்கு எதிரே அவள் அமர...

'திஸ் ஈஸ் கிருஷ்ணா... இமேஜ் அனாலிசிஸ் டிவிஷன் ஹெட்... கிருஷ்ணா, திஸ் ஈஸ்... மித்ரா... ந்யூ ஜாய்னி...' என்று அறிமுகப்படுத்தினான்.

அந்தக் கிருஷ்ணா, ரிம்லஸ் கண்ணாடி அணிந்து, ரோஸ் கன்னங்களிலும், கூரான மூக்கின் கீழேயும், பச்சை நிறம் தெரியும்படி மழுங்க ஷேவ் செய்த முகத்-துடன், ரோஸ் உதடுகளுடன் நீட்டாக தேய்க்கப்பட்ட வேன் ஹூசைன் சட்டையை இன்செய்து, லெதர் பெல்ட்டும், ரேமன்ட் பேண்ட்டுமாக, பளபளவென்று பாலிஷ் செய்யப்பட்ட ஷூவோடு, நைன்டீஸ் கிட் நாகரிகத்தில் இருந்தான்... அப்படியே சித்தார்த்துக்கு நேர் எதிர்... அவன் ரக்கர்ட் லுக்... ஒழுங்கற்ற தாடி, மீசை, ஜீன்ஸ், சுருட்டிவிட்ட முழுக்கை காட்டன் சட்டை...

கிருஷ் இருகரம் கூப்பி வணங்கி, நாசூக்காக தலையசைத்து, 'ஹாய்...' என்றான், அவளும் பதிலுக்கு சிரித்துவிட்டு... கவுண்ட்டரை அணுகினாள்...

பின் கிருஷ்ணா, சித்தார்த், மித்ரா, பின் அறிமுகப்படுத்தப்படாத ஒரு நான்காவது டீம்மேட் என நால்வரும் டேபிள் தேடிப்பிடித்து, தட்டை வைத்துவிட்டு அமர்ந்தார்கள்.

மித்ராவுக்கு எதிரே உட்கார்ந்த கிருஷ், அவளைப் பார்த்து 'ஆர் யூ ய ஸ்கார்பியோ?' என்றான்.

'வ்வாட்? எப்படி தெரியும்?'

'சொன்னா கோவிச்சிப்பீங்க...'

'சொல்லாதிங்க...' என்று கோபமாக சொன்னாள்.

அதன்பின், பேசாமல் சாப்பிட்டுவிட்டு கிளம்பினாலும்... அவளுக்கு ஆச்சரியமாகவே இருந்தது. அதே சிந்தனையாகவும் இருந்தது.

எப்படிக் கண்டுபிடித்தான்?

ஒரு பக்கம், அவன் தோற்றத்துக்கு பொருந்தாத அதிரடியான துவக்கம் என்றும் தோன்றியது. இல்லை, ஒரு வேளை, நெர்ட்டோ? பேசத்தெரியாதோ? என்றும் குழம்பினாள்.

கார் டிஎல்எஃப் காம்ப்ளக்சுக்குள் நுழைய, மொபைலை மறுபடி எடுத்து 'மித்து மை டார்லிங்... ஐம் வெய்ட்டிங்...' என்ற மெசேஜைப் பார்த்துவிட்டு... உள்ளே வைத்தாள்... கார் வளைந்து வளைந்து உள்ளே சென்றது.

லாபியிலேயே நிற்பான் என்று தோன்ற, லேசான புன்னகை வந்தது...

ஃபீலிக்ஸ் புன்னகைத்தார்...

ஒரு பசித்த மிருகம் கண்ணில் பட்டுவிட்டது...

இனி, அதை எப்படி அடிமைகொள்வது, எப்படி பழக்குவது என்று யோசிக்க வேண்டும்...

ஆனால், ஃபாஸ்ட் ட்ராக்கில்.

முதலில் இந்த நிறுவனத்தை கண்டுபிடித்ததும், இங்கேதான் வேலை நடக்கிறது ஊர்ஜிதப்படுத்திக் கொண்டதும், நேரே மும்பை சென்று, தேவ்தத்தை சந்தித்து, அவரிடம் வாக்கு கொடுத்துவிட்டு இங்கே வந்தவர், மூன்று நாட்களாக பல திசைகளிலும் வலை வீசிக்கொண்டுதான் இருக்கிறார்... ஆனால், இதுவரை உள்ளிருந்து ஒரு அடிமையும் சிக்கவில்லை... அதற்கான அறிகுறியே தெரியவில்லை... ஆனால் அவர் பொறுமைக்கும், முயற்சிக்கும் இன்று பலன் கிடைத்துவிட்டது... ஆனாலும், இப்படி ஒரு இரை மாட்டும் என்று கனவிலும் நினைக்கவில்லை...

அவர், மதிய உணவுக்காக, அந்த சைவ உணவகத்தில் அமர்ந்திருந்தார்.

அவருக்கு நேர்பின்னால், டி-க்ரிப் அடையாள அட்டை அணிந்த மூவர் வந்து அமர்ந்தனர்... இரண்டு பெண்கள், ஒருத்தி மிகவும் நேர்த்தியாக இருந்தாள்.

கழுத்துப்பட்டை மாட்டாத குறையாக, ஒரு பையன் அவளைப் பின்தொடர்ந்து வந்து கொண்டிருந்தான்...

என்ன சாப்பிடுவது என்ற யோசனையை அந்த அழகியே தீர்த்து வைத்தாள்...

பட்டர்-நான், மலாய் கோஃப்தா அன் ஹனிமூன் டிலைட் லேட்டர் என்று ஆர்ட்ர் செய்தாள்... கூட வந்தவள், மசாலா தோசை என்று கேட்க, பையன் ஒரு சாம்பார் சாதம் என்றான்.

அவர், சாம்பார் சாதம் தவிர்த்து மற்றதை ஆர்டர் செய்தார்...

'நிஞ்சு... நேத்து மறுபடி கணக்குப் போட்டுப் பாத்தேன்... அன்னிக்கு சொன்ன மாதிரி டூ பாய்ன்ட் ஃபைவ் இல்ல... வி ஹவ் த்ரீ பாய்ன்ட் ஃபைவ் க்ரோர்ஸ்...' அந்தப் பையன் சொன்னான்.

'யூ'ர் ஸ்டில் ஷார்ட் டியர்...' அழகியின் பதில்.

'எப்படி நிஞ்சு? சீ... நீ என்ன... மாசத்துக்கு அஞ்சு லட்சம் செலவு செய்-வியா? வீ கேன் ரன் மினிமம் டென் இயர்ஸ்... அதுக்குள்ள நான் அடுத்த பத்து வருஷத்துக்கானதை சம்பாதிச்சிடுவேன்...'

'அப்பறம்?'

'அப்பறம், அடுத்த பத்து வருஷத்துக்கானது, அதுவுமில்லாம, நம்ம தேவைகள் கொறைஞ்சிடும் நிஞ்சு... பிள்ளைங்கள் சம்பாதிக்க ஆரம்பிப்பாங்க... வீ கேன் எஞ்சாய் ரிட்டையர்ட் லைஃப்...'

'நீ முட்டாளா சித்து? வீ ஆர் இன் ஹெல்த் கேர் இண்டஸ்ட்ரி... உனக்கே தெரிஞ்சிருக்க வேணாம்? ஆக்சுவலா... வீ வில் நீட் மோர் மணி... வென் வீ ஆர் ஓல்ட்... வயசானப்பறம்தான் மெடிக்கல் செலவு ஹிமாலயாஸ் மாதிரி வளந்து நிக்கும்...'

'பட்... ஐ மேட் எவ்ரி கால்குலேஷன்ஸ்... வீடு, ஊர் நெலம், ஹேன்ட் கேஷ்... எல்லாத்தையும்... நீயும் நானும் இனிவரும் காலங்கள்ல சம்பாதிக்கப் போறது.. சேமிக்கப் போறத பத்தி யோசிக்கவேயில்லை... இட் ஈஸ் மோர் தேன் இனஃப் நிஞ்சு...'

'யூ லவ் மீ ஆர் நாட்?'

'ஏன் இப்படி கேக்கறே?'

'ஏன்னா... எனக்கு லவ் தெரியலை... இது வரைக்கும் நீ ரொமான்ட்டிக்கா ஏதாவது பேசியிருக்கியா? எப்பப் பாத்தாலும் பணம்... பணம்...'

'ஐ லவ் யூ சின்சியர்லி நிஞ்சு... பட், யூ ஸ்டார்ட்ட் இட்... '

'எஸ். இட் வாஸ் மீ... நாந்தான் கேட்டேன்... அதுக்காக? எப்பப் பாத்தாலும் அதைப்பத்தியே பேசுவியா? இட்ஸ் யூர் ஹெட்டேக்... யூ ஒர்ரீ அபவுட் இட்... பட் டோன்ட் பீ ய போர் வித் டிடெய்ல்ஸ்... பீ ரொமான்ட்டிக் சித்து...'

சித்து விழித்தான்...

'கோல் டிஸ்ப்ளேஸ்மென்ட்... நீ என்ன லவ் பண்றேன்னு சொன்னே... ஐ செட் வீ நீட் மணி... சீ வாட் ஹேப்பன்ட்? யூ'ர் மேக்கிங் மி யூர் ஃபைனான்சியல் கன்சல்டன்ட்... வேர் டிட் யூர் லவ் கான்?'

'ஐ லவ் யூ நிஞ்சு...'

'தென் ஷோ இட் டு மி... ஷோவர் மி வித் யூர் லவ்... பீ ரொமான்டிக்...'

சித்துவுக்கு நிஜமாகவே புரியவில்லை... என்ன செய்யச் சொல்கிறாள்? இதோ இந்த லன்ச் பில் கூட அவன்தான் தரப்போகிறான்... இது வரை எத்தனை பரிசுகள்... சாக்லெட்கள்... இதற்கு மேல் என்ன?

நிச்சயமாகவே அவன் குழம்பிப்போய்... அவளைப் பார்க்க...

'சீ பேபி... என்ன பாத்ததும் உன் கண்ணுல பல்பு எரியணும்... உள்ள அப்படியே பரபரன்னு பொங்கணும்... காது சூடாயி... அப்படியே ஜொரம் வர்றா மாதிரி ஆகணும்... எனக்கு அந்த ஹீட் தெரியணும்... உன் பக்கத்துல வந்ததும், எனக்கும் குப்புன்னு பத்திக்கணும்... பட் என்ன பாத்ததும் உன் கண்ல ஒரு ஓர்ரி தெரியுது, பயம் தெரியுது... வேர் ஈஸ் ரொமான்ஸ்... சித்து...?'

'ஐ ஆம் ரொமான்டிக்... வேணும்னா நீலாவ கேட்டுப்பாரு... ஹௌ ரொமாண்டிக் யூ ஆர் சித்துன்னு பூரிச்சி போவா... நீதான் இப்படி பேசறே...'

'வி ஆர் டன் சித்து... குட் பை...' சட்டென்று எழுந்தாள்.

அதற்குள், பட்டர்-நான், மலாய் கோஃப்தா இரண்டையும் சாப்பிட்டிருந்தாள்... ஹனிமூன் டிலைட் ஐஸ்க்ரீம் மட்டும் இன்னும் வரவில்லை...

கூட வந்த சுமாரான பெண்ணை 'கம் ப்ரியா...' என்று இழுத்துக்கொண்டு விடுவிடுவென்று நடந்தாள்.

வெய்ட்டர் ஐஸ்க்ரீமோடு வந்து நிற்க... சித்தார்த் பல்லைக் கடித்தான்.

ஃபீலிக்ஸ் சிரித்தார்.

எதிரே உட்கார்ந்திருந்த பாலா அவர்களை, ரகசியமாக, மொபைல் கேமராவில் படம் பிடித்தார். அது உடனே ஆதித்யாவுக்குப் போனது.

3

3

'ஹனி, யூ லுக் ஃபேபுலஸ்...'

'உனக்கு வேற வேலையே இல்லையா கிருஷ்?'

'இருக்கே... அது பிழைப்புக்கு எய்ட் பை செவன் ...'

'அப்போ இது?'

'எது?'

'எப்ப பாத்தாலும் என்ன ஃப்ளாட்டர் பண்றது...'

'அது பிழைத்திருப்பதற்கு... ஃபார்ட்டி எய்ட் பை செவன்... '

'அது என்ன ஃபார்ட்டி எய்ட் ...'

'உன்னோட ட்வென்ட்டி ஃபோர்! நீ என்பதும் நான்தானே?'

பட்டென்று அடித்தாள்.... முகம் வெட்கத்தில் சிவந்தது... சிரிப்பை அடக்க முடியாமல், 'இனஃப்... போயி வேலைய பாரு...'

'ம்ம்...தப்பு, வா வேலைய பாக்கலாம்...'

'இப்படில்லாம் பேசறதுக்கு எங்க கத்துகிட்டே...?'

'கத்துக்கறதா? உன்னைப் பாத்ததும்... தானா ஊறுறேன்... அவ்ளோதான்...'

இருவரும் வேறுவேறு டிபார்ட்மென்ட்தான்... இருந்தும் அவள் இருக்கும் வரிசையைப் பார்த்தவாறு தன் இருக்கையை மாற்றிக் கொண்டான்... நிறுவனத்தை துவங்கியதிலிருந்து இருப்பவன்... அதனால் சலுகைகள் அதிகம்...

முதல் நாள், அவனை சந்தித்துவிட்டு வீட்டுக்குப் போன பின்பும், அவன் எப்படி சரியாக சொன்னான் என்பதிலேயே கவனம் முழுவதும் இருந்தது...

அவள் பத்து வயதிலிருந்து பையன்களை பார்த்து வருகிறாள்... ஆயிரம் வகையான ப்ரபோசல்களை சந்தித்திருக்கிறாள்... ரோஸ், டைரி மில்க், 5 ஸ்டார், கிரீட்டிங் கார்ட்கள், ரத்தக்கடிதங்கள், ஆங்கில, தமிழ்க் கவிதைகள், ஏன் அவளுக்குப் புரியாத தெலுங்கு, ஹிந்தியில் கூட, புகழுரைகள், தற்கொலை மிரட்டல்கள், ஆசிட் மிரட்டல்கள், தூதுப் புறாக்கள், நண்பர்கள் சிபாரிசு, பெற்றோரோடு வந்து பெண் கேட்டல் என பல காதல் கோரிக்கைகளைத் தாண்டித்தான்

வந்திருக்கிறாள்...

அவள் அழகி என்று அவளுக்குத் தெரியும், பொய் சொல்லும் கண்ணாடிகள் கூட அதை மறுத்ததில்லை... எதிரே பார்க்கும் கண்கள் அனைத்திலும் அவள் தன் அழகை உணர்ந்திருக்கிறாள்...

ஆனாலும், இது ப்ரபோசலா என்று கூடதெரியவில்லை... ஆனால் எப்படி? பெயர் கூட ஜாதகப்படி வைக்கவில்லை... அப்பாவுக்கு அதில் நம்பிக்கை-யில்லை...

மூன்று நாள் தவித்து, நான்காம் நாள், நேராய்ப்போய் அவனிடம் கேட்டாள்...

'வேண்டாம்,... விட்டுடுங்களேன்... அப்பறம் திட்டுவீங்க...'

'பரவாயில்லை... சொல்லுங்கள்...'

அவன் எட்டி அவள் காலைப் பார்த்தான்...

'ம்ம்ம்?' என்று கேள்வி கேட்டாள்...

'இல்லை, ஹை-ஹீல்ஸ்சா? ப்ளாட்ஃபார்மா? நார்மலான்னு பாத்தேன்...'

'ப்ப்ச்ச்... டோன்ட் ஃப்ளிர்ட் அரவுன்ட்... அவுட் வித் இட் கிருஷ்? ஹவ் டூ யூ நோ...?'

'இங்க வேணா? நெறைய பேர் இருக்காங்க...'

'தே ஆர் நாட் லிசனிங்... ஆல் ஆர் பிசி வித் தெர் ஒர்க்... டெல் மி கிருஷ்?'

'சாயந்திரமா, லிஃப்ட்ல தனியா வெச்சி சொல்றேன்...'

'ப்ச்ச்.. நான் தனியால்லாம் லிஃப்ட்ல உங்க கூட வரமாட்டேன்...'

'அட... பைக் ரைடா கூப்பிட்டேன்? ஸ்பீட் ப்ரேக்கர் இருக்கும், பாடியும், பாடியும் டச்சாகும்னு சொல்ல... லிஃப்ட்தானே?'

'வேண்டாம்... காஸிப் ஆகும்...'

'அது சரி... இங்க இருக்கறவங்களுக்கு இதானா வேலை?'

'தெரியுதில்ல... நோ படி கேர்ஸ்... இப்ப சொல்லுங்க?'

'ஐயோ... லிஃப்ட்ல போறத பத்திதான் சொன்னேன்... ஒரு அழகான வாலி-பன், ஒரு சுமாரான பெண்கிட்ட அடிவாங்கினா... நிச்சயமா சீனாயிடும்...'

அவளுக்கு சட்டென்று சிரிப்பு வந்தது... சிரமப்பட்டு அடக்கிக் கொண்-டாள்...

'ப்ச்ச்... ரொம்பத்தான் பண்ணிக்காதீங்க... சொல்லுங்க...'

'அதான் சொல்றேனே மித்ரா? கோவப்படுவீங்கன்னு... இட் வில் பீ ய பிக் எம்ப்ராஸ்மென்ட் ஃபார் மி...'

'மை காட்...' அவள் சட்டென்று எழுந்தாள்... 'நீங்க சொல்லவே வேணாம்...' கிளம்பிவிட்டாள்...

அவள் எப்படி, எப்படியோ யோசித்துப்பார்த்தாள், ஒருவேளை ரெஸ்யூமைப் பார்த்திருக்கலாம், அதில் டேட் ஆஃப் பர்த் இருக்கிறது••• ஆங்கில மாதங்க-ளின்படி அவளுக்கு ஸ்கார்ப்பியோ வரலாம், ஆனால், அதில் கோபம் வர என்ன இருக்கிறது? சொல்லிவிட்டுப்போகலாமே?

இல்லை, வேறு ஏதோ இருக்கிறது••• சம்திங் ஷேடி.

கிருஷ்-ன் குரல் அவள் சிந்தனையைக் கலைத்தது•••

'பாயியோன்••• பெஹனோன்••• அவுர் மித்ரா••• ஐ ஹாவ் என் அனொன்ஸ்-மென்ட் டு மேக்•••' கிருஷ் சப்தமாக சொல்ல•••

'கிருஷ் ஜீ••• அது மித்ரா இல்ல••• மித்ரோன்•••' யாரோ குரல் கொடுத்தார்-கள்.

'அது மித்ராதான்••• உனக்குத் தெரியலைன்னா யாரு தப்பு?' ஃப்ளோரிலிருந்து இன்னொரு குரல் வந்தது.

வீ வோன்ட் அக்ரி••• மாத்தி சொல்லு••• நாட் மித்ரா.. மித்ரோ••• ஓ போடு••• ' என்று யாரோ கூவ••• 'ஆமா••• ஓ போடு••• ஓ போடு•••' என்று கூட்டமாக கூக்குரலிட்டனர்•••

மித்ராவுக்கு கன்னம் சிவந்தது••• முட்டாள் இவனால், மானம் போகிறது••• குனிந்த தலை நிமிராமல் இருந்தாள்••• உள்ளே சிரிப்பு பொங்கியது.

கிருஷ்ணா••• 'ஓக்கே••• ஓக்கே•••' என்று விட்டு•••

'பாயியோ•••பெஹனோ••• மித்ரோன்••• அவுர் மித்ரா•••'

மறுபடி 'ஓஓஓ•••' என்று ஒரு கூச்சல்•••

'ராஸ்கல்••• லுக்ஸ் கேன் பீ டிசீவிங்••• ஒழுங்குமூர்த்தி மாதிரி ஒரு ட்ரஸ், அப்பாவி மாதிரி ஒரு முகம். ஆனா••• இத்த வெச்சிகிட்டு, இது பன்ற அலம்பல் இருக்கே!!' மித்ராவுக்கு மறுபடி சிரிப்பு வந்தது.

ஒரு வழியாய் கூக்குரல் அடங்க••• கிருஷ் சொன்னான்••• 'இட்ஸ் பார்ட்டி டைம் கய்ஸ்••• வீ ஆர் செலிப்ரேட்டிங் அவர் ஆன்யூவல் டே••• இன் சோளா க்ராண்ட்••• கமிங் மன்த் எண்ட்••• வித் பூஸ்...'

கிருஷ் அப்படித்தான், நோட்டீஸ் போர்டில் வருவதற்குள் அவன் அறிவித்து விடுவான்•••எப்படித்தான் அவனுக்கு எல்லாம் தெரிகிறதோ?

வீகே என்கிற வெங்கடகிருஷ்ணன் ஃப்ளோருக்குள் நுழைந்தார்••• அந்த பன்-னிரெண்டாயிரம் சதுரடி ஃப்ளோரும் அமைதியானது?

'கய்ஸ்••• கய்ஸ்••• யூ ஆர் ஆல் டாக்டர்ஸ்••• ஐ டிடின்ட் எக்ஸ்பெக்ட் திஸ் ஃப்ரம் யூ••• ஸ்கூல் ஸ்டூடன்ச விட மோசமா பிஹேவ் பண்றீங்க•••'

'•••'

'நான் நெறய ஆர்கனைசேஷன்ஸ்ல வேலை செஞ்சிருக்கேன்••• ஒழுக்கமே-யில்லாத கூட்டத்த இங்கதான் பாக்கறேன்••• ஆறு ஃப்ளோர்ல••• இங்கதான்

சத்தம் அதிகமா இருக்கு... மத்த கம்பெனிக்காரங்கல்லாம் நம்மள பத்தி என்ன நெனைப்பாங்க?'

'...'

'தட்ஸ்...பெட்டர்... இந்த அமைதி எப்பவும் இருக்கணும்... அப்பத்தான் டீசன்ட் பீப்பிள் ஒர்க் பண்ற எடம் மாதிரி இருக்கும்... இப்படி இருந்தாத்தான்... மத்த ஆக்குபன்ட்ஸ்க்கு நம்ம மேல ஒரு நல்ல அபிப்பிராயம் இருக்கும்...?'

'இப்படி இருந்தா சிமெட்ரின்னு நெனைப்பாங்க சார்?'

'ஹூ ஈஸ் தட்?' ஐ சே... ஹூ ஈஸ் தட்...'

பதில் வராததால், தலையை இடம், வலம் ஆட்டிவிட்டு, 'எனிவே... ஐ ஹேவ் என் அன்னௌன்ஸ்மென்ட் டு மேக்...' டிவி டெலிஷாப்பிங் சேனலில் கத்துவது போல, சற்று ட்ரமாட்டிக்காக... உச்ச ஸ்தாயியில் கத்தினார்...

'லேடிஸ் அன் ஜென்டில்மென்... வீ ஆர் கோயிங் டு செலிப்ரேட் அவர் ஆன்யூவல் டே...'

ஹால் அமைதியாய் இருந்தது...

'இன் சோளா க்ராண்ட்...'

அதே அமைதி...

'இட்ஸ் ய காக்டெய்ல் பார்ட்டி கய்ஸ்...'

அமைதி.

'கய்ஸ்... ஆர் யூ நாட் எக்சைட்டட்...?'

அதே அமைதி.

விகேவுக்கு சப்பென்று ஆனது... எவ்வளவு பெரிய விஷயத்தை சொல்கி-றேன்... எருமை மாட்டின் மீது மழை பெய்தது போல இருக்கிறார்களே?

'சேர்மன் ஈஸ் ஜாய்னிங் அஸ்...'

ம்ஹூம்... எந்த ரீயாக்ஷனும் இல்லை...

'சரி... வேலையைப் பாருங்கள்... யூ ஆல் வில் கெட் மெய்ல்...' அவர் வெளியேற...

சலீம் 'அமைதி... அமைதி... அமைதியோ அமைதி...' என்று மிமிக்ரி செய்ய...

'ஹோ...' என்ற இரைச்சல் கேட்டது...

விகே சட்டென்று கதவைத் திறந்து எட்டிப்பார்க்க... ஹால் மறுபடி அமைதி-யானது.

விகே முகம் சிவக்க சட்டென்று திரும்பி நடந்தார்.

நேற்று மாலையிலிருந்தே சித்தார்த் சற்று சீரியசாகவே முகத்தை வைத்திருந்-தான்... நிரஞ்சனா அவனிடம் நடந்துகொண்ட முறை மட்டுமல்ல... அதன் பிறகு நடந்த சம்பவமும் அதற்குக் காரணம்...

பிரியங்கா வெளியேறியதும், சித்தார்த் கோபமாக தன் டெபிட் கார்ட்டை எடுக்க, பின்னாலிருந்து 'யங்மேன், யூ டிடின்ட் ஃபினிஷ் யூர் லன்ச்... அன் ஐஸ்க்ரீம் ஈஸ் மெல்ட்டிங் டூ...' என்று குரல் கேட்டது.

திரும்பியவனைப் பார்த்து, மொட்டைத் தலையுடன், ஒரு முட்டைக் கண்ணன் சற்று மேலே கையுயர்த்தி ஆட்டிக் காட்டினான்.

'தேங்க் யூ சார்... பசியில்லை...'

அதற்குள், எழுந்து வந்து நிரஞ்சனா உட்கார்ந்திருந்த இடத்தில் அமர்ந்தார்.

'லவ் ப்ராப்ளம்..?'

இருந்த எரிச்சலில்... 'நீ யார்யா இதைக் கேட்க? சாப்டத்தானே வந்த... சாப்ட்டுட்டியா? போய்க்கிட்டே இரு... அடுத்தவங்க விஷயத்துல மூக்க நொழைக்காத...' என்று கேட்டிருப்பான்...

ஆனால் அவர் தோற்றம் அதை செய்யவிடவில்லை...

'நான் அநாகரீகமாத்தான் நடந்துக்கறேன்... தெரியுது... பட் யூ லுக் லைக் மை சன்... அதான்...'

'இந்த ஃபாதர் ஃபிகர்களே இப்படித்தான்... சம்மன் இல்லாம ஆஜர் ஆவாங்க.' என்று மனதுக்குள் நினைத்துக்கொண்டான்.

'இல்ல...'

'ஐ நோ யூ ஃபீல் சால்ட்டி... பட்... அதெல்லாம் ஒரு பக்கம் இருக்கட்டும்... மொதல்ல சாப்பிடு...'

அதற்குள் அவர் ஆர்டர் செய்திருந்த மசால் தோசை வர... விரலாலேயே இங்கே கொண்டு வரச் சொன்னார்...

அவன் அமைதியாக சாப்பிட ஆரம்பித்தான்...

அவர் இரண்டு விள்ளள்களுக்கு நடுவே சொன்னார்... 'இக்நோர் ஹர்...'

'பட்...'

'ஐ நோ... ஐ நோ... யூ லவ் ஹர்... ஆனா... ஸ்டாப் ஸ்டான்னிங் ஹர்... கெஞ்சினா மிஞ்சுவாங்க... சோ... கொஞ்சம் சுத்தல்ல விடு... ஜஸ்ட் ஆக்ட் லைக் யூ இக்னோர் ஹர்...'

கேப் கெடைச்சா எவனாவது பூந்துடுவான்... என்று நினைத்து 'புரியலை...' என்றான்.

'யங்மேன்... நீ அவளை லவ் பண்றேன்னு சொல்லிட்டியா...?'

'செவரல் அக்கேஷன்ஸ்...'

'ம்ம்ம்ம்.... நவ் இக்னோர் ஹர்...' மறுபடி சொன்னார்...

முட்டாள் கிழவா... அவள் நெட்வர்த் தெரியாமல் உளறுகிறாய்... அவளை நான் அடைந்தே தீரவேண்டும்... என்று மனதுக்குள் நினைத்தவன்...

'நீங்க சொல்ற தியரி தப்பு சார்... என் ஃப்ரெண்ட், அவரு லவ் பண்ற லேடி பின்னாலேயே சுத்தறாரு... ஹீ நெவர் ஸ்டாப்ஸ் ஸ்டான்னிங் ஹர்... யாரப்பத்-தியும் கவலைப்படறதேயில்லை... ஒரே லவ்... ஹீ ஷோவர்ஸ் ஹர் வித் லவ்... எங்களுக்கெல்லாம் ஓவரா வழியறாரோன்னு தோணும்...'

'அது ரெண்டு பேரும் லவ்வ கன்ஃபார்ம் செஞ்சதுக்கு அப்பறமாயிருக்கும்... எக்சாக்ட்டா சொன்னா... லவ்க்கு அப்பறம்... செக்சுக்கு முன்னாடி... யோசிச்-சிப் பாரு... ஆரம்பத்துல அவரு அப்படி இருந்திருக்க மாட்டாரு....'

யோசித்தான்... ஆம் அவர் சொன்னது சரிதான்... கிருஷ்தான் அவளை கான்ஃப்ரன்சில் முதலில் பார்த்தவன், அவன்தான், அவளை வேலைக்கு அழைக்-கச் சொல்லி சித்துவை அவளிடம் அனுப்பி பல்பு வாங்க வைத்தவன்... ஆனால், அவள் வேலைக்கு சேர்ந்த ஒரு வாரம் வரை அவளைக் கண்டுகொள்ளவே-யில்லை...

பின், அவனே வந்து, அவளை அறிமுகப்படுத்தச் சொல்லி, கேண்டீனில் அதற்கான வாய்ப்பையும் உருவாக்கித் தந்து, உடனே, அவளைக் கோபப்படுத்தியும் அனுப்பிவிட்டான்...

பின், திடீரென்று வழிசல் ஆரம்பித்துவிட்டது... சித்துவுக்கே ஆச்சரியமாக இருந்தது... நடுவில் என்ன மேஜிக் நடந்தது என்று தெரியவில்லை... அவளும் கிருஷ் மேல் பைத்தியமாய் மாறிவிட்டாள்...

சித்தார்த் மேலே பேசத் தயங்கினான்...

'ஐ திங்க்... யூர் டேம் லைக்ஸ் ஷோ ஆஃப்... ஹவ் மச் மணி டூ யூ ஹேவ்...?'

சித்தார்த்துக்கு சட்டென்று கோபம் வந்தது.

'என்ன சார் நீங்களும் அதே கேள்விய கேக்கறீங்க?'

'சோ? ஷீ அல்ரெடி ஆஸ்க்ட். இனி அவளிடம் பணம் பற்றி பேசாதே... ஷோ ஹர்...'

'புரியலை...'

'வாட் டூ யூ ட்ரைவ்...'

'பைக்...'

'ரைடிங் ய பைக்...?' தலையை இடம் வலம் அசைத்தார்... பின் 'பை ய கார்... நாட் ஸ்மால் கார்... ஆர் செடான்... கோ ஃபார்... லக்சரி...'

பந்தா காட்டினால் காதலிப்பாளா? இந்தக் கிழவன் தப்பாய் சொல்கிறான்...

'எங்கப்பா விட மாட்டார்...'

'தென்... அவள் பொறாமையைத் தூண்டு...'

'எப்படி?'

நோட் மை நம்பர்... எய்ட்...' என்று ஆரம்பிக்க...

அவன் அவசரஅவசரமாக ஃபோனை எடுத்தான்...

எண்ணை டைப் செய்து, ஒரு மிஸ்ட் கால் கொடுத்தான்... 'நேம் பங்கஜ்... இஃப் யூ லைக் டு டாக்... கால் மீ... இஃப் யூ திங்க்... ஐ யம் இன்ட்ரூடிங்... ஃபர்கெட் இட்...'

அவன் பில்லையும் கவர்ந்துக்கொண்டு, எழுந்து சென்றுவிட்டார்.

ஃபீலிக்சுக்கு நேரம் இல்லை... அதனாலேயே அதிரடியாக புகுந்திருக்கிறார்...

சித்தார்த் சாப்பிட்டுவிட்டு கிளம்பியவன், வேலை பரபரப்பில் அவரைப் பற்றி சுத்தமாக மறந்தே போனான்.

மாலை பைக்கை எடுக்கும் போது, நிரஞ்சனா தனது காரை எடுத்துக் கொண்டு அவனைத் தாண்டிப் போக... அவனுக்கு மதியம் சந்தித்த முட்டைக்கண்ணன் நினைவு வந்தது.

4

4

சித்து, வீட்டுக்குப் போகும் வழியில் பைக்கை மெக்கானிக் ஷெட்டில் விட்டான், இரண்டு நாளைக்கு ஓலா தயவில்தான் எங்கும் செல்ல வேண்டும்... அவனுடைய மெக்கானிக் எப்போதும் பிசியானவர்... நினைத்தபடியெல்லாம் விடமுடியாது, அவன் சொன்ன நேரத்தில் விட்டுவிட வேண்டும்... அவராக அழைத்துத்தான், 'வண்டி ரெடி...' என்பார். இடையில் என்ன கெஞ்சினாலும் கிடைக்காது... ஆனால், புதுவண்டி போல சரிசெய்து தருவார்... அந்த அற்புத வேலைக்காக காத்திருக்கத்தான் வேண்டும்.

வண்டி ஓட்டவேண்டிய அவசியம் இல்லாததால், ஓலாவில் வீடு திரும்பும் போது, அவன் சிந்தனை மறுபடி, மதியம் சந்தித்த முட்டைக்கண்ணன்பால் திரும்பியது. அப்போதிருந்து, அவன் வீடு சேர்ந்த பிறகும், குளியல் அறையில் இருந்தபோதும், உடைமாற்றும் போதும், அம்மாவுடன் சீரியல் பார்த்துக்கொண்டிருந்த போதும்... அவரைப் பற்றியே யோசித்துக் கொண்டிருந்தான்.

தன் சொந்த விஷயத்தைப் பற்றி எப்படி மூன்றாம் மனிதனிடம் பேசுவது என்று குழம்பி... ஆமாம், இதைப் பற்றி அம்மா அப்பாவிடம் பேசமுடியாது... நண்பர்களிடம் பேசமுடியும்... ஆனால், முன்பின் தெரியாத இவரிடம் எப்படி? நண்பர்கள் தான் காதலுக்கு உதவுவார்கள்... ஆனால் இவர் நண்பரில்லையே? இவர் எப்படி உதவுவார்? சந்தித்து முழுதாய் ஒருநாள்கூட ஆகாத நபரிடம் அந்தரங்கமா? என்று மறுபடி குழம்பி... கடைசியில்... ஹிட்ச் வில் ஸ்மித்தும், மோகியா சந்தானமும் இடைச்செருகலாக சிந்தையில் வந்து அவனை, பேசத் தூண்டினார்கள்...

ஓக்கே இந்த மொட்டை மனிதரை டாக்டர் என்று வைத்துக் கொள்வோம்... லவ் டாக்டர்... சரியான ஆலோசனையை வழங்குகிறாரா என்று பார்ப்போம், என யோசித்தான்... மொபைலில் கால் ஹிஸ்டரியை ஸ்க்ரோல் செய்து, அவர் எண்ணைத் தேடினான்.

அவர், சொன்னதற்காக அவர் எதிரே எண்ணை சேவ் செய்வதாக நடித்தானே தவிர... ஒரு மிஸ்ட் கால் கொடுத்ததோடு சரி, பெயரை சேமிக்கவில்லை. ட்ரு-

காலரில் பிரைவேட் நம்பர் என்றுவந்தது.

'ஏதோ பெயர் சொன்னாரே?' நினைவுக்கு வரவில்லை, சரி, லவ் டாக்டர்' என்றே இருக்கட்டும், என அதே பெயரில் சேமித்தான்.

வழக்கம் போல, அப்பாவின் திட்டுக்களைப் புறந்தள்ளி, அவசர அவசரமாக சாப்பிட்டுவிட்டு... மொபைலோடு மொட்டை மாடிக்கு வந்தான்...

புதுப் பழக்கம்...

இருண்ட வானில், கண்ணுக்கு எட்டும் தூரம் வெளிச்சம் புகைபோல தெரிந்-தது... மேலே தூரத்தில் கால்பந்து அளவுக்கு நிலா தெரிந்தது... நகரத்தின் விளக்குகளின் ஒளியில் நட்சத்திரங்கள் மறைந்து போகின்றன... ஒரு முறை, அப்பாவோடு கிராமத்தில் தங்க நேர்ந்தபோது... முழு இருளில், கொத்துக் கொத்-தாக நட்சத்திரங்களை பார்த்திருந்தான். முதல்முறையாக, வெளியே பிற ஆண்-களோடு கயிற்றுக் கட்டிலில் படுத்து, உறக்கத்தின் நடுவே திடுக்கிட்டு எழுந்த-போது... அப்படியே கைநீட்டி பறித்து விடலாம் போல நெருக்கத்தில் அத்தனை நட்சத்திரங்களைப் பார்த்து, பயந்து கண்மூடிக் கொண்டான்...

சட்டென்று, மொட்டைமாடிக்கு வந்த வேலை நினைவுக்கு வர, லவ்டாக்டர் என்னைத் தேர்ந்தெடுத்து அழுத்திவிட்டு... காத்திருந்தான்.

'யங் மேன்... சோ... யூ டிசைடட் டு யூஸ் மை விஸ்டம்...'

'இல்ல சார்... அவ பொறாமைய தூண்டுன்னு சொன்னீங்களே? எப்படி?'

'நத்திங் கம்ஸ் ஃப்ரீ மை பாய்...'

'புரியலை சார்...'

'அவ முன்னாடி வேற பொண்ணோட சுத்து... அந்தப் பொண்ணு, உன் மேல பைத்தியமா இருக்கணும்... அதப் பாத்து... நாம இவன மிஸ் பண்ணக் கூடா-துன்னு உன் டேம்க்கு தோனணும்...'

'இம்பாசிபிள் சார்... அஃப் கோர்ஸ், ஐ ஹாவ் சம் கேர்ள் ஃப்ரெண்ட்ஸ்... பட்... அவங்கள்ளாம் நீங்க சொல்றா மாதிரி நடிக்க வரமாட்டாங்களே...'

'அதுக்குத்தான்... நத்திங் கம்ஸ் ஃப்ரீன்னேன்...''

'மறுபடியும் புரியலை...'

'அதுக்குன்னு ப்ரொஃபஷனல்ஸ் இருக்காங்க...'

'யூ மீன்...'

'சேச்சே... நீ நெனைக்கற மாதிரி இல்லை...'

'அப்ப ஆக்ட்ரஸ் மாதிரியா?'

'சார்ட் ஆஃப்... சம் அட்வென்சரஸ் விமென்... ஃப்ரம் டீசன்ட் ஃபேமி-லிஸ்... அவுட் அஃப் யூர் ரீச்... பிக் லீக்... பட் வில் டூ இட் ஃபார் மணி... இஃப் ஐ இன்சிஸ்ட்...'

'சார்...'

'நான் ஒரு அட்ரஸ் தரேன்... நாளைக்கு வா... புரியற மாதிரி சொல்றேன்...'

மறுநாள் காலை ஆஃபீஸ் வந்தவன், அப்போதே பாடத்தை ஆரம்பித்து விட்டான், நிரஞ்சனாவை நிமிர்ந்து கூட பார்க்கவில்லை... அவனுக்கு லவ் டாக்டரிடம் இரவு உரையாடியது நினைவுக்கு வந்தது... வேலை எப்போது முடியும், மாலை எப்போது வரும் என்று காத்திருந்தான்...

நிரஞ்சனா கவலையானாள்? அடிமை விழித்துக் கொண்டானா?

உணவு இடைவேளையில்...

நிரஞ்சனாவும், ப்ரியங்காவும் தனி இடம் பார்த்து உட்கார...

'என்ன நிரஞ்சனா, இன்னைக்கு கேண்டீன் வந்துட்ட? லன்ச்சுக்கு யாரும் சிக்கலையா?'

'ப்ப்ச்ச்... சலிம் வரேன்னான்... ஆனா அவனுக்கு கால் முடியலை...'

'சலீமா?'

'ஆமா... க்ளையன்ட் ரிலேஷன்ல இருக்கான்... எங்கிட்ட ஏதோ முக்கியமா பேசணும்னான்... ஏய், நீ என்னை கலாய்க்கலல்ல?'

'ஓய் ஷூட் ஐ...?'

'லன்ச்சுக்கு யாரும் மாட்டலியான்னியே?'

'ச்சும்மா கேட்டேன்... ஆமா, நேத்து ஏன் சித்துவ அப்படி சுத்தல்ல விட்ட? எனக்கே பாவமா இருந்தது...'

'சிம்பிள்... ஐ டோன்ட் லவ் ஹிம், அதான். ஐ ஹாவ் ய பென்ச்மார்க் ப்ரியா... இப்படி, இப்படி இருக்க பையனத்தான் லவ் பண்ணணும், கல்யாணம் பண்ணணும்னு எனக்குன்னு ஒரு எக்ஸ்பெக்டேஷன் இருக்கு... இவன் சும்மா, சும்மா வந்து டிஸ்டர்ப் பண்றான்...'

'அதுக்குன்னு இப்படியா வெச்சு செய்யறது? நாசூக்கா ஐ'ம் நாட் இன்ட்ரஸ்டட்-னு சொல்லிட்டா போதாதா?'

'யூ டோன்ட் அண்டர்ஸ்டான்ட் ப்ரியா, அதெல்லாம், ஆரம்பத்திலேயே சொல்லியாச்சு... என்னவிட ஓப்பனா யாரும் சொல்லியிருக்க முடியாது... அவன் விடறா மாதிரி தெரியலை. அதான்...'

'புரியலை...'

'இல்லப் ப்ரியா... ஒரு சில பாய்ஸ் சொன்னவுடனே, இல்ல, இன்ட்ரஸ்ட் இல்லன்னு ஒரு சின்ன ஹின்ட் கெடச்சதுமே விலகிடுவாங்க... வேற சிலர் இருக்காங்க, இந்த டைப் பாய்ஸ் கொஞ்சம் டேஞ்சரஸ்... அக்ரசிவாயிடுவாங்க, அப்பறம் என்ன வேணா செய்வாங்க... லவ், லவ்-னு ஒரேயடியா தொங்குவாங்க. நாம லவ் இல்லன்னு சொன்னா அப்படியே எதிரியாயிடுவாங்க, பழிவாங்கத் துடிப்பாங்க, அதனால படிப்படியா கழட்டிவிடணும், இல்லன்னா, அவங்களே தெறிச்சி ஓடறா

மாதிரி செய்யணும்••• சித்து கம்ஸ் இன் தட் கேட்டகிரி•••'

அதற்குள், மித்ரா அவர்களைக் கடக்க, கிருஷ், அவள் பின்னாலேயே போனான்.

'ஆமா, கேக்கணும்னு••• அது என்ன அவங்களுக்குள்ள அப்படி ஒரு லவ்?'

'ப்பச்ச்••• அவ முந்திகிட்டா••• ஐ வாஸ் வெய்ட்டிங் ஃபார் ஹிம் டு ப்ர-போஸ்••• இன்ட்ரஸ்டிங் கய்•••'

'அவங்கிட்ட ஃபைவ் க்ரோர்ஸ் இருக்கா?'

'நோ••• அவன் ஃபர்ஸ்ட் ஜெனரேஷன் டாக்டர், எம்.எஸ் முடிச்சிட்டான்••• அவங்கப்பா வீட்ட அடமானம் வெச்சித்தான் படிக்க வெச்சிருக்கார்••• மன்த்லி த்ரீ லாக்ஸ் சேலரில பாதி லோன்க்கு போகுது•••'

'அப்ப•••'

'இட்ஸ் நான் அபவுட் மணி••• ஹி ஈஸ் ரொமான்டிக்•••'

'ஐ டோன்ட் கெட் இட்•••'

'என்ன?...'

தயங்கினாள்••• பின்

'இல்ல••• ரெண்டுபேரும் டாக்டர்ஸ்தானே••• அஞ்சி வருஷத்துல எத்தனை பாடிய பாத்திருப்பாங்க, எத்தனை நோயாளிங்கள, ரத்தமும், சதையுமா ••• இன்-சைட் அவுட் அப்பட்டமா தெரியும்••• தே நோ அபவுட் பாடி கம்ப்ளீட்லி?'

'ம்ம்••• சுத்திசுத்தி வராம கேளு•••'

'அப்பறம் எப்படி லவ் வருது••• அவ எக்ஸ்டர்னல் ப்யூட்டி எப்படி அவனை ஈர்க்குது•••'

'பயாலஜி வேற••• கெமிஸ்ட்ரி வேற மேடம்••• ஏன் ரெண்டையும் போட்டு கொழப்பிக்கிறீங்க?'

'அ•••'

'காதல், காமம்லாம் ஹார்மோன்ஸ் செய்யற வேலை••• லஸ்ட் ஹை-கீ ல இருக்கும் போது••• அழுக்கு, நாத்தம், எச்சில் இப்படி எதுவும் தெரியாது••• இந்த பாடி வெறும் ரத்தமும், சதையும்னு மூளைக்குத் தெரியாது?'

'புரியலை•••'

'இந்த பூமில இருக்க உயிரினம் எல்லாத்துக்கும் ஒரு பர்ப்பஸ்தான்••• இனவி-ருத்தி••• அது வைரசா இருந்தாலும், மீன், பறவை, மிருகம், மரம், செடி, கொடி, அழகானது, அழகில்லாதது எல்லாத்துக்கும்••• அதுக்காகத்தான் சாப்பிட-றது, வளர்றது, சண்டபிடிக்கறது, ஒப்பனை செய்யதுக்கறது, வீரத்த காட்டறது எல்-லாமே••• நடுவுல வந்த நாகரிகம், படிப்பு இதெல்லாம் அதை மாத்திடுமா, என்ன?'

'இல்ல, நீயும், நானும் அவங்க அளவுக்கு உடம்பை தெரிஞ்சிக்காதவங்க••• அவங்களுக்கு தெரியும், அப்பறம் எப்படி? ப்ச்ச்.. எனக்கு சரியா கேக்கத் தெரி-

யலை ...'

'நீ என்ன கேக்கவரேன்னு எனக்குப் புரியுது... பட், லவ் ஈஸ் நாட் ஒன்லி அபவுட் செக்ஸ்... இட் ஈஸ் பார்ட் ஆப் லவ்... ஆமா, நீ இதத்தான் கேக்க வந்தியா? நான் என்னைப் பத்தி எதையோ கேக்க வந்தேன்னு நெனைச்சேன்...'

'இதையும்தான்... உங்களப் பத்தி கேக்கறதுன்னா?'

'சித்துகிட்ட மணி பத்தி பேசற?ஆனா கிருஷ் கிட்ட காசு இல்லனாலும் க்ரஷ் இருக்குன்ற? எதுக்கு இந்த டபுள் ஸ்டாண்டர்ட்னு கேக்க வந்தியோன்னு... ரீசன் சிம்பிள்... இட்ஸ் ...'

அதற்குள், சலீம் வந்து, 'ஹாய்க்கா... கேன் ஐ ஜாய்ன் வித் யூ?' என்றான்.

'நோ அக்கா பிசினஸ்... கால் மி நிரஞ்சனா...'

'நிரஞ்சனாக்கா... நான் மெலினாவ லைன்ல எடுக்கட்டுமா?'

'நாந்தான் லிஸ்ட் குடுத்தனடா? அதையெல்லாம் வாங்கிக் குடுக்கறதுதானே?'

'நான் சொன்னா கேக்கமாட்டங்கறாக்கா...'

'சரி... கூப்பிடு...'

சலீம், மெலினாவைக் காதலிக்கிறான், அவள் ஏதோ வங்கியில் வேலை செய்கிறாள்... அவளுக்கு முகமெல்லாம் பரு வருகிறது... அதை எப்படி சரிசெய்வது என்று சலீம், நிரஞ்சனாவிடம் கேட்டதற்கு, அவள் ஒரு பட்டியலை நீட்ட... மெலினாவிடம் நேரடியாக சொல்ல பயம்... அவன் அவளிடம் சொல்லவேயில்லை... அதனால்தான் இப்போது நிரஞ்சனாவையே சொல்லச்சொல்லி கெஞ்சிக்கொண்டிருக்கிறான்...

'மெலினா... நான் நிரஞ்சனா... சலீம் கலீக். என்ன? அவன், ஆயில், க்ரீம்னு கண்ட கண்ட ஐட்டம்லாம் வாங்கிக்கொடுத்து டார்ச்சர் பண்றானா? ஓ, இன்னம் இல்லையா? ஸ்டுப்பிட்... அவனவன் முகப்பரு பத்தி கவிதை எழுதறான்... இவனுக்கு அது பிடிக்கலையாமா? எதுக்கு இவன லவ் பண்ற? பேசாம நீ ஆள மாத்திடு...'

சலீம்... சட்டென்று அவளிடமிருந்து மொபைலைப் பறித்தான்... 'என்னக்கா நீங்க...?' என்றுவிட்டு, மொபைலில்... 'பாப்பா... நான் அப்பறம் கூப்பிடறேன்...' என்று தொடர்பைத் துண்டித்தான்...

'நானே எவ்ளோ கஷ்டப்பட்டு கரெக்ட் பண்ணிருக்கேன்... கெடுத்துடுவீங்க போலருக்கே...'

'ஏண்டா... உன் லவ் என்ன அவ்ளோ வீக்கா... யாரோ ஒரு மூணாவது மனுஷி ஏதாவது சொன்னா... அவ விட்டுட்டுப் போயிடுவாளா?'

'ரொம்ப சென்சிடிவ்க்கா... நான் உங்க கிட்ட வந்து அவ லுக்ஸ் பத்தி கொறை சொன்னதா நெனச்சிக்குவா... நான் அவளுக்கு உதவி செய்யறதா தெரியாது... போங்கக்கா...' என்று கிளம்ப எழுந்தான்.

சித்தார்த் தூர இருந்தே அங்கு நடப்பதை பார்த்துக் கொண்டிருப்பதை கவனித்த நிரஞ்சனா... அவன் கையைப்பிடித்து இழுத்து தனக்கு அருகே உட்-காரவைத்தாள்... 'இருடா... நானே அவளுக்கு கால் பண்ணிப் பேசறேன்...' என்றாள்.

சலீம் அமர, ஓரக்கண்ணால், சித்தார்த்தின் மொபைல் அடிப்பதையும், அவன் முகம் பிரகாசமாவதையும், பின் பதற்றத்துடன் அந்த அழைப்பை ஏற்பதையும், மேலும் பதற்றமாவதையம் கவனித்தாள்... சலீம் மீதான அவள் கவனம் கலைந்-தது...

ஆனால், சித்தார்த் அவளை கவனிக்கும் மனநிலையில் இல்லை...

5

5

'... வண்ணச்சோலை, வானம், பூமி யாவும் இன்பம் இங்கு... இந்தக் கோலம் நாளும் காண நானும் நீயும் பங்கு...' என்று டீவியில் பாடல் தொடர...

'கண்ணில் ஆடும் மாங்கனி.. கையில் ஆடுமோ...' எம்ஜியார் கூடவே ஆனந்தன் பாடிக் கொண்டிருந்தார்...

அதே நேரம் மல்லிகா கையில் காஃபி டம்ளரோடு வர... சட்டென்று கை நீட்டினார்... அவர் கைபோகும் இடத்தைக் கண்டு சட்டென்று ஒதுங்கி... 'காலங்காத்தால என்ன வேலை இது ?' என்று, அந்த காஃபி டம்ளராலேயே அவர் புறங்கையில் சூடுவைக்கப் போனாள்...

'க்ராதகி...' என்று திட்டிவிட்டு காஃபியை வாங்கியபடி... 'நானே தரும் நாளும் வரும்...' அதானே உன் லைனு... சூடு வெக்கற?' என்று ஆனந்தன் கோபமாக உறுமினார்...

'ம்ம்... முப்பது வயசுல ஒரு புள்ள இருக்கு... இப்ப நான் டூயட் பாடாதது ஒன்னுதான் கொறை... அவன் முன்னாடி இப்படி தத்தக்கா, பித்தக்கான்னு ஔறிக்கிட்டிருக்காதீங்க?'

'அவன் என்ன, சின்ன பப்பாவா? இல்ல, அவன் பாக்காததா? அந்தக்காலம் மாதிரி... வெடுக்கு வெடுக்குன்னு இழுத்து மூடறதெல்லாம் இப்ப இல்ல தெரியுமா? பய தினமும் விதவிதமா பாத்துகிட்டுத்தான் இருக்கான்... இருந்தாலும் கல்யாண ஆசை வரமாட்டேங்குதே? அதான் ஒதைக்குது...'

'எல்லாரும் உங்கள மாதிரியா? வேலை செய்யற எடத்துல குறுகுறுன்னு பாத்துகிட்டே இருக்க? எம் புள்ள யோக்கியன்...'

'அப்ப? நா, உங்கப்பால்லாம் யோக்கியமில்லையா?...'

'இப்ப எதுக்கு எங்கப்பாவ இழுக்கறீங்க?... வெட்டிப் பேச்சு போதும்... அவன் பைக் எங்கன்னு கேட்டிங்களா?'

'பைக் சர்வீஸ்ல இருக்கு... ராத்திரி மொட்டைமாடியில யார் கூடவோ ரொம்ப நேரம் பேசிகிட்டிருந்தான், காலைல சாப்பிடலை... பரபரப்பா இருக்கான்...'

'என்ன பிரச்சினைன்னு கேக்க வேண்டியதுதானே? கொஞ்சமாவது அக்கறை இருக்கா? பாட்டு பாடிகிட்டு இருக்கீங்க?'

'கேட்டா சொல்லவா போறான்? கல்யாணத்துக்கு மட்டும் மூச்சுக்கு முன்னூறு தடவை முப்பது வயசாச்சுங்கறல்ல? ஏதாவது சின்னப் பிரச்சினையா இருக்கும்... பெரிசா இருந்தா அவனே சொல்லியிருப்பான்... விடு...'

'உங்க போக்கே பிடிபடலை... எல்லாத்தையும் தெரிஞ்சி வெச்சிகிட்டு பேசாமலே இருந்தா... உங்களுக்கு அவன் மேல அக்கறை இல்லைன்னு நெனைச்சிக்கப் போறான்...'

எம்ஜீஆர் அடுத்து... 'ஆஆஆ... என்று ஆரம்பிக்க... ஆனந்தன் எட்டிப் பார்த்தார்... அவர் காதுகள் கூர்மையடைவதை ஏறக்குறைய கண்ணால் கண்டுவிட்டாற் போல் மல்லிகா அவரை முறைக்க... 'பாடும் போது நான் தென்றல் காற்று... பருவ மங்கையோ... தென்னங்கீற்று...' என்று ஆனந்தன் சேர்ந்துக் கொள்ள... மல்லிகா அவரை முறைத்து விட்டு, 'இந்த டீவிக்காரங்களுக்கும் சலிக்காது... உங்களுக்கும் சலிக்காது... எத்தனை வாட்டி பாப்பீங்க...' கப்பை சேகரித்துக் கெண்டு, சமையலறைக்குள் சென்றாள்...

ஆனந்தன், 'யார் அந்த லவ் டாக்டர்?' என்று யோசிக்க ஆரம்பித்தார்... சித்தார்த் வந்த வரவைப் பார்த்தே, மகன் ஏதோ குழப்பத்திலிருக்கிறான் என்பதை யூகித்துக் கொண்டார்... காலை அவன் குளியலறைக்குள் நுழைந்ததுமே... அவன் அறைக்குள் சென்று... மொபைலை ஆராய்ந்து பார்த்துவிட்டார்...

மகன் கேட்ட ஐந்து கோடிக்கும், இந்த டாக்டருக்கும் ஏதாவது தொடர்புண்டா?

எழுந்து சட்டை அணிந்து கொண்டு... 'கொஞ்சம் வெளிய போயிட்டு வரேன்...' என்று கிளம்பினார்...

'எங்கன்னு சொல்லிட்டுப் போங்களேன்...' என்ற வாக்கியம் முடிந்த போது அவர் வெளியே கேட்டை மூடி மேலே கொக்கி போட்டுக் கொண்டிருந்தார்... 'என்ன ஒரு மனுஷ ஜென்மமாவே மதிக்கறதில்லை...' என்று மல்லிகா முணுமுணுத்தபடி வேலையைத் தொடர்ந்தாள்.

ப்ரேம்நாத் முகம் சிவக்க உட்கார்ந்திருந்தார்... அவர் டேபிளில், கம்ப்யூட்டரில் இருந்து கலர் ப்ரின்ட் எடுத்த சில ஃபோட்டோக்கள் இருந்தன... விரல்கள் டேபிள் மேல் தாளம் போட்டன... கோபத்தில்.

ஒரு ஃபோட்டோவில் சித்தார்த், நிரஞ்சனா, ப்ரியங்கா மூவரும் ரெஸ்டாரண்ட்டில் சாப்பிட்டுக் கொண்டிருக்கிறார்கள். அடுத்த படத்தில், ஒரு முட்டைக் கண்ணன் இவர்கள் மூவரையும் உற்றுப்பார்க்கும் தோற்றம்.

ஆதித்யா கதவைத் திறந்து உள்ளே நுழைந்தார்.

'வாடா தண்டம்... நீ என்ன பண்ணி வெச்சிருக்க பாரு.' ஃபோட்டோக்களை அவர்பால் தள்ளியபடி ப்ரேம்நாத் கோபமாக சொன்னார்.

ஆதித்யா... நிதானமாக அந்த ஃபோட்டோக்களைப் பார்த்தார்... 'ஐ திங்க் ஷீ லைக்ஸ் சென்னை... சந்தோஷமா இருக்கான்னு நெனைக்கறேன்...'

'போயி ஒரு மாசமிருக்குமா? அதான் கேண்ட்டீன்ல நம்ம சாப்பாடு இருக்குல்ல? வெளியே போயி சாப்பிடணுமா? இப்ப பாரு...'

'ஸ்கூல் வரைக்கும் வீட்டுச் சாப்பாடு, காலேஜ்ல ஹாஸ்டல் சாப்பாடு, இப்பவும் கேண்டீன்னா? சலிப்பா இருக்காது... சம்பாதிக்கறால்ல? வாய்க்கு ருசியா சாப்பிடட்டுமே?'

'புல்ஷிட்... ஹூ ஈஃ தட் கய்?'

'ஈசி... ஈசி... ப்ரேம்... நீ என்ன சினிமா அப்பா மாதிரி கோபப்படறே? பையனும், பொண்ணும் ஒன்னா லன்ச் சாப்பிடக் கூடாதா? அதுல என்ன தப்பு? நான் விசாரிக்கிறேன்... பட், நீ கவலைப்பட ஒன்னுமிருக்காது, ஷீ ஈஸ் ய ஜெம்.'

'எனக்குத் தெரியும்... நத்திங் ராங் வித் ஹர்.'

'பின்ன எதுக்கு கோபப்படறே?'

'முட்டாள்... எல்லா படத்தையும் பாரு? நான் கேட்டது பின்னால முட்டக் கண்ணோட ஒருத்தன் அவளையே பாத்துகிட்டிருக்கானே? அவன்... யாரவன்?'

'திஸ்... திஸ் ஈஸ் ய மேட்டர் ஆஃப் கன்சர்ன்... ஐ'ல் செக்.'

'கிழிச்ச... இதுக்குத்தான் நான் ரகசியமா வெச்சிக்கன்னேன்.'

'அது சரி... உனக்கெப்படி இந்த ஃபோட்டோ கெடைச்சிது?'

'உன்னாலதான்... நீ தண்டோரா போடாத கொறையா, சிஎம்டியோட மக... சென்னை ப்ரான்ச்ல வேலைக்கு வரான்னு சொல்லிட்டே... அதான், ஐ மேட் மை ஓன் அரேஞ்மென்ட்ஸ்...'

'அன்... வாட் சார்ட் ஆஃப் அரேஞ்மென்ட் ஈஸ் தட்?'

'இப்ப வேண்டாம்... அப்பறம் அதையும் தண்டோரா போட்டுடுவே...'

'டோன்ட் யூ ட்ரஸ்ட் மீ...'

'முட்டாள் மாதிரி பேசாத ஆதி... உன்ன நம்பாமலா கூட வெச்சிகிட்டிருக்கேன்... நீ கொஞ்சம் ஆர்வக் கோளாறு... அதான் சில விஷயங்களை சொல்றதில்லை... போ... மொதல்ல அந்த முட்டக்கண்ணன் யாருன்னு கண்டுபிடி... அவனை ஏற்கனவே அங்க பாத்திருக்காங்களாம்...'

'ஏன்? அதையும் நீயே கண்டுபிடியேன்?...'

'ஐ கேன் ட்ரஸ்ட் யூ தட் மச்...' முட்டைக்கண்ணனை பார்த்தவுடனே, தகுந்த ஏற்பாடுகளை செய்துவிட்டார்... இருந்தாலும் சொல்லவில்லை... நண்பன் என்ன செய்கிறான் பார்க்கலாம் என்று நினைத்தார்.

ஆதித்யா தலையாட்டியபடியே வெளியேறினார்... அப்போதுதான், என்னது ஏற்கனவே பாத்திருக்காங்களா? என்று உறைக்க... மறுபடி உள்ளே செல்லாமா என்று யோசித்தவர்... வேண்டாம் என்று தனக்குள் தலையசைத்துக் கொண்டு

மேலே நடந்தார்...

கேமராவின் பார்வையிலிருந்து மறைந்ததும், மொபைலை எடுத்து பாலாவை அழைத்தார், 'பாலா... நீ ஏதாவது டபுள் கேம் ஆடறியா?'

'ஓய்... எதுக்கு கேக்கறே?'

'நீ எதுக்கு ப்ரேம்க்கு, அவன் டாட்டர், சித்தார்த் கூட இருக்க ஃபோட்டோல்லாம் அனுப்பி வெச்சே?'

'ஓ... அவன் பேரு சித்தார்த்தா?... நான் வந்தே பத்து நாள்தான் ஆகுது, அதான் தெரியலை, ஆனா, நா எந்த ஃபோட்டோவும் அனுப்பலையே...'

'பீ கேர்ஃபுல்... தேர் ஈஸ் ய மோல்... ப்ரேம் அங்க யாரையோ டெப்யூட் பண்ணியிருக்கான்... ஜாக்கிரதை, மாட்டிக்கப் போற...'

'ச்சான்சே இல்ல ஆதி... ஐ வில் நாட் பி சீன்... இங்க யாருக்கும் என்னைத் தெரியாது...'

'அப்படியே, ப்ரேமோட ஆளு யாருன்னு கண்டுபிடி...?'

'என்ன ஆதி? எப்டி கண்டுபிடிக்கறது? என்னை இதுவரைக்கும் யாராவது கண்டுபிடிச்சாங்களா? அது மாதிரிதானே... அதுவுமில்லாம... கண்டுபிடிச்சி என்ன செய்யறது? வீ ஆர் ஒர்க்கிங் ஃபார் த சேம் காஸ்...'

'முட்டாள்...' என்று மனதில் நினைத்துக்கொண்டு... 'வாடெவர்... ஐ டோன்ட் வான்ட் டு லூஸ் கன்ட்ரோல்...'

இதைத்தானே ப்ரேமும் வேறு வார்த்தையில் சொன்னான் என்று நினைத்தார். ச்ச்சே... சிந்தனையில் கூட இன்ஃபுளூயன்ஸ் செய்கிறான்... ட்டூ லாங் பட்டி... ட்டூ லாங் டு ஸ்டிக் டு...

'ஓக்கே... ஐ'ல் ட்ரை...'

'நீ ட்ரைல்லாம் ஒன்னும் பண்ணவேண்டாம்... ஸ்டிக் டு யூர் ஜாப்... ஆனா கண்ணு, காத தொறந்து வெச்சிக்க... ஏன்னா... நீ அவ பின்னாடியே இருக்க வரைக்கும், அவன் ஆளையும் கண்டுபிடிக்கறது ஈசி... ஏன்னா? அவனோ, அவளோ... யாராயிருந்தாலும் அவங்களும் அவள க்ளோசா வாட்ச் பண்ணுவாங்கதானே?'

'டன்...'

'அப்படியே... நீ கோட்ட விட்ட ஒரு விஷயத்த சொல்றேன்... ஒரு முட்டக்கண்ணன் புதுசா மொளைச்சிருக்கான்... அவனையும் யாருன்னு கண்டுபிடி... ஃபோட்டோ அனுப்பறேன்... முட்டாள்...நீ செஞ்சிருக்க வேண்டிய வேலை இது... பட்... ப்ரேம் ஈஸ் அஹெட் ஆஃப் அஸ்... ஐ டோன்ட் வான்ட் டு கட் ய சாரி ஃபிகர்...'

அந்தப்பக்கம் எந்த பதிலும் இல்லாததால்... அழைப்பை துண்டித்தார்.

சித்தார்த்துக்கு மதியம் அந்த லவ் டாக்டர் அழைப்பு விடுத்திருந்தார்... நல்ல வேளையாக இரவு, அவர் எண்ணை மொபைலில் சேமித்திருந்ததால், தடுமாறாமல் பேச முடிந்தது... 'யங் மேன்... ஈவினிங் செவன் ஓ'க்ளாக், ஐடிசி க்ராண்ட் வந்துடு... ரூம் நம்பர் மெசேஜ்ல அனுப்பறேன்...'

தொடர்பு துண்டிக்கப்பட்டதும் அறை எண் வந்தது...

அவன் அப்போதுதான் நிரஞ்சனா, சலீமோடு குழைவதை பார்த்துக் கொண்டிருந்தான்... இவன் ஏன் அப்படி வழிகிறான்?... அழைப்பு வந்ததும் அனைத்தையும் மறந்தான்... மாலை, வழக்கமாக நிஞ்சுவோடு சிறிதுநேரம் பேசிவிட்டுத்தான் செல்வான்... இன்று அதற்கெல்லாம் நேரமில்லை.

ஓலா-விலிருந்து இறங்கி ரிசப்ஷன் நெருங்கும் போது, அவனை ஒரு பெண் மிக அருகாமையில் கடந்து போனாள்... அவள் கடந்தபின்னும், அவள் வாசமும், நேர்த்தியான பின்னழகும் அவன் புலன்களை விட்டு அகலவில்லை...'வாவ்... வாட் ய கேர்ள்...' என்று நினைத்தபடி... அவளை கண்ணால் தொடர்ந்தான்...

முக்கால் கை வைத்த, பெரிய காலர் உள்ள, சாக்லெட் நிற சாட்டின் சட்டை ஒன்றும், இலைகள் பழுக்கும் பல்வேறு நிறங்களில் கலவையாக பெரிய, பெரிய பூக்கள் போட்ட, பழுப்பு ஜியார்ஜெட் லேயர்ட் ஸ்கர்ட்டும் அணிந்திருந்தாள்... ஒரு ஒழுங்கு முறையற்ற வடிவம்... ஹேண்ட்கர்ச்சீஃப் ஸ்கர்ட் என்று நிரஞ்சனா சொல்வாள்...

நிரஞ்சனா? சட்டென்று தலையை உலுக்கிக் கொண்டான்...

ரிசப்ஷனில் வழி விசாரித்துக் கொண்டு, நெடுக நடந்து, வழி தவறி சுற்றி, பின் பக்கவாட்டிலிருந்த கதவையும் தாண்டி... கிழக்கு பார்த்த ஒரு லிஃப்ட் பேயில் நின்றான்.

அந்த அறையின், கதவைத் தட்டிவிட்டு, 'கம் இன்...' என்ற லவ் டாக்டரின் அடர்ந்த குரலில் அனுமதி பெற்று உள்ளே நுழைந்த சித்தார்த்தின் நேர் எதிரே, அந்த பங்கஜ்... சினிமாவில் வருவது போல... சாட்டின் பாத்-ரோப் அணிந்து சோஃபாவில் சரிந்திருந்தார்...

'கம் யங் மேன்... டேக் யூர் சீட்...' அவர் சாடை காட்ட... எதிரே சோஃபாவில் அமிழ்ந்தான்.

சட்டென்று, பக்கவாட்டிலிருந்த பாத்ரூம் கதவைத் திறந்து, அவள் வெளியே வந்தாள். ரிசப்ஷனில் பார்த்த பெண்.

சித்து திறந்த வாய் மூடாமல் அவளையே பார்த்தான்...

பங்கஜ், 'மீட் தனுஜா... மிஸ் இன்டியாவுக்கு தயாராகிகிட்டிருக்கா...'

சித்து தயங்கி, 'ஹாய்...' என்றது பெண்குரல் போல இருந்தது.

நல்ல வேளையாக இருவரும் சிரிக்கவில்லை...

'டாலி... மீட் சித்தார்த்... மை ந்யூ ஃப்ரெண்ட்... சாஃப்ட்வேர் எஞ்சினீயர்.'

அவள் இரு விரல்களை மட்டும் தூக்கினாள்••• நேராக ஃப்ரிட்ஜை அணுகி, திரும்பிப் பார்க்க•••

'பியர்?' என்று பங்கஜ் அவனைக் கேட்டார்•••

'இல்லை••• வேண்டாம்•••'

'நான் டீடோட்லர் என்று பொய் சொல்லப் போகிறாயா?'

'இல்லை••• நான் வழக்கமாக என் அப்பாவோடுதான் டின்னர் சாப்பிடு-வேன்••• வாசம் வந்தால் கண்டுபிடித்து விடுவார்••• திட்டுவார்•••'

'சரி••• டீ, க்ரீன் டீ, ப்ளாக் டீ, காஃபி இது போல ஏதாவது?...'

'ஓக்கே••• க்ரீன் டீ•••'

அவள் இரண்டு பியர் டின்களை எடுத்துக் கொண்டு நடந்து சென்று, பேன்ட்ரி கேபினெட் மேல் வைத்துவிட்டு, கெட்டிலில் தண்ணீர் ஊற்றி••• ஸ்விட்சை ஆன் செய்துவிட்டு, ஒரு கண்ணாடி கப்பில் க்ரீன் டீ பவுச்சை போட்டுவிட்டு••• காத்தி-ருந்து, நிமிடத்தில் கொதித்திருந்த நீரை ஊற்றி, அதை ஒரு கையிலும், மற்றொரு கையில் இரண்டு பியர் கேன்களுமாக நேராக நடந்து வந்து பங்கஜிடம் ஒரு பியர்-கேனை தந்துவிட்டு, கப்பை அவனிடம் நீட்டினாள், அவன் நடுங்கும் கரங்களால், அவள் விரல் மேல் விரல் படாமல், அதை வாங்கிக் கொண்டான்.

அவள் சாவதானமாக, எதிரே உட்கார்ந்து கால்மேல் கால் போட்டாள்••• வழவழவென்று ரோஸ்நிற தொடை தெரிய••• 'ப்ஸ்ஸ்க்•••' என்ற சப்தம் அவன் கவனத்தை கலைக்க, நிமிர்ந்தான், அவள் நாசூக்காக ஒற்றை விரலால், பியர் கேனை திறந்திருந்தாள்••• எப்படி நுரை வெளியேறாமல் இருக்கிறது? என்று யோசித்தான்•••

பங்கஜ், சட்டென்று 'டாலி••• சித்து நீட்ஸ் யூர் ஹெல்ப்•••' என்றார்.

சித்துவுக்கு உடல் நடுங்கியது•••

6

6

ப்ரியங்கா... அதே ரெஸ்டாரெண்ட்டின் கடைசிக்கு முந்தைய டேபிளில் தனியாக உட்கார்ந்திருந்தாள்...

அவர்கள் வேலை செய்யும் டிஎல்எஃப் காம்பவுன்ட்டைச் சுற்றி பல ரெஸ்டாரண்டுகள் உள்ளன, பிரியாணி, பார்பிக்யூ, ஆந்திர மெஸ்கள், செட்டிநாடு ஓட்டல்கள்... ஏன், பின் பக்கமாக சென்றால் கையேந்தி பவன்களில் கூட, கூட்டம் அலைமோதும்...

இருந்தாலும், இந்த ரெஸ்டாரெண்ட் அவர்களின் ஃபேவரைட்டாக மாறியதற்கு பல காரணங்கள் உண்டு... முக்கியமாக இன்ட்டீரியர்... பிறகு, அதன் மல்ட்டி கசின் உணவுகள்... என்ன கேட்டாலும், நிமிடங்களில் கிடைக்கும்...

உணவு இடைவேளை துவங்குவதற்கு முன்பாகவே, நிரஞ்சனாவும், சலீமும் எங்கோ கிளம்பி சென்றனர்... முன்பே பேசியிருந்தபடி ப்ரியங்கா தனியாக வந்து அமர்ந்திருந்தாள்.

நால்வர் அமரும் டேபிளில் அமர்ந்து, எதுவும் ஆர்டர் செய்யாமலிருக்கும் அவளை, வெய்ட்டர் எரிச்சலோடு பார்த்தான்... அது உச்சபட்ச வியாபாரம் நடக்கும் நேரம். இதில், இவள் ஒரு முழு டேபிளை ஆக்கிரமித்து உட்கார்ந்து கொண்டு... யாரையும் உட்காரவிடாமல் தவிர்ப்பது... அவனை எரிச்சலடைய வைத்தது...

அவன், கடைசியாக, ஆர்டர் கொடு, அல்லது எழுந்து நடையைக் கட்டு... என்கிற தொனியில், 'யூர் ஆர்டர் மேம்...' என்று கேட்க...

ப்ரியங்கா தயங்கி வாசலைப் பார்த்தாள்...

பின்... 'ஒரு பிஸிபேளா...' என்றாள்...

நல்ல வேளையாக, அது வருவதற்குள்... சலீமும், நிரஞ்சனாவும் வந்து சேர்ந்தனர். சலீம் கையில் ஒரு பேப்பர் பேக் இருந்தது. உள்ளே, அத்தனையும் மேக்கப் சாமான்கள். வேளச்சேரி ஹெல்த் அன் க்ளோ வரை சென்று விட்டு வருகிறார்கள்.

சலீம் உற்சாகமாக இருந்தான், இன்று அவனது வங்கிக் கணக்கில் கணிசமாக குறையப் போகிறது என்பது தெரிந்தால் அத்தனை உற்சாகமாக இருக்க வாய்ப்பில்லை...

வந்த உடனே நிரஞ்சனா வெய்ட்டரைத் தேடினாள், பகாசுரப் பசியிலிருந்தாள்...

சர்வர் சாம்பார் சாதத்துடன் வர...

'ஆர்டர் பண்ணிட்டியா?'

'இல்லன்னா கழுத்தப்புடிச்சி தள்ளிட்டிருப்பாங்க... எவ்ளோ நேரம் டேபிள பாதுகாக்கறது...'

'சாரி ப்ரியா... ட்ராஃபிக் அதிகமாயிடுச்சி...'

வெய்ட்டரிடம் அவளும் சாம்பார் சாதமும், கோபி மஞ்சூரியனும் மட்டும் ஆர்டர் செய்தாள்... சலீம் சற்று விழித்துவிட்டு... ஒரு வெஜிடபிள் பிரியாணி ஆர்டர் செய்தான்...

சலீமின் பர்ஸ் தப்பித்தது என்று ப்ரியங்கா நினைத்தாள்...

காலையிலிருந்து சித்தார்த் அவளைக் கண்டுகொள்ளவில்லை என்பதால் நிரஞ்சனா வருத்தத்திலிருந்தாள்... அதனால் அவளுக்கு சாப்பிடவே 'மூட்' இல்லை என்பதே உண்மை... ஒருவேளை தான் அவனை உண்மையிலேயே காதலிக்கிறோமோ? என்று கூட தோன்றியது... உடனே அது ஈகோ என்று புரிந்தது... இருந்தாலும் 'மூட்' போனது போனதுதான்? பின்னாலேயே சுற்றிக் கொண்டிருந்தவன் ஒரு இரவில் இப்படி மாற முடியுமா? அது எப்படி மாறப்போகும்? ஒரு வேளை, தான் அதிகப்படியாக நடந்துகொண்டோமோ? எப்படியோ... அவன் வேண்டாம் என்று முடிவு செய்ததுதானே? இப்போது ஏன் மருகவேண்டும்...

சித்தார்த் அவள் பின்னால் நாய்க்குட்டி போல அலைந்த சம்பவங்கள் அவள் கண்முன் வந்து போயின...

'எதுக்கு என் பின்னாடியே இது வரைக்கும் வந்த... நான் ரிலேடிவ் வீட்ல இருக்கேன்... யாராவது பாத்து, டாடிகிட்ட சொல்லிட்டா பெரிய பிரச்சினையாயிடும்...'

'நான் என்ன செய்யறது... நான் என் கனவைப் பின்தொடர்ந்து வந்தேன்... அது என்னை இங்கே கொண்டு வந்து விட்டது...'

'அ...'

'நீதான் என் கனவு...என் நினைவு... எல்லாமே நீதான்... என்னுள்ளே நீ நிறைந்திருக்கிறாய்...' கூகிள் செய்து கற்றுக்கொண்ட வாக்கியம்...

'சித்தார்த்... உளறினது போதும்... தேரிஸ் ய லிமிட் ஃபார் எவ்ரி திங்... லீவ் நவ்...'

இன்னொரு நாள்...

'எதுக்கு என் முன்னாடி வந்து இப்படி நிக்கறே...'

'...'

'சித்தார்த்... ஃபைவ் மினிட்ஸ்... ஒன்னு ஏதாவது பேசு... இல்லன்னா போய் வேலையப் பாரு... இப்படி ஸ்டாட்சு சொன்னா மாதிரி நிக்காத...'

'இல்லை நிஞ்சு... உன்னைப் பத்தி ஒரு செமத்தியான கவிதை... உன்ன பாத்ததும் மறந்துட்டேன்.... ச்ச்சே... நான் எழுதி வெச்சிருக்கணும்...'

'என்னது நிஞ்சுவா?'

'எஸ்... லவ் ஆஃப் மை லைஃப்...'

'சித்து... யூ'ர் ஸ்டாக்கிங் மீ... நீ இன்னொரு முறை இப்படி செஞ்ச... ஐ'ல் கம்ப்ளெய்ன்...'

'சித்து...? யூ கால்ட் மீ சித்து...!! தேங்க்யூ... தேங்க் யூ நிஞ்சு... தேங்க்யூ...'

'தேங்க் யூ...' சித்தார்த் குரல் நிஜமாகவே கேட்க... நிரஞ்சனா நிமிர்ந்து பார்த்தாள்...

சித்தார்த்... அவர்களுக்கு மூன்று டேபிள்களுக்கு முன் வந்து உட்கார்ந்தான், அவனுக்கு நகர்ந்து இடம் விட்டவரிடம்தான் நன்றி சொன்னான்...

நிரஞ்சனா அவனை எட்டிப்பார்த்தாள், அவன், அவள் இருப்பதையே அறியாதவன் போல, பேரரை அழைத்து, சிக்கன் செட்டிநாடும், பரோட்டாவும் ஆர்டர் செய்தான்.

நிரஞ்சனா தவித்தாள்... உணவில் கவனம் செல்லவில்லை...

சில நிமிடங்கள் தவிப்பிலேயே சென்றிருக்கும்... அவன் டேபிளில் உட்கார்ந்திருந்த மற்றவர்கள் எழ, அவன் எழுந்து நின்று வழிவிட்டு, மறுபடி உட்கார்ந்து சாப்பிட ஆரம்பித்தான்...

சட்டென்று, முழு ரெஸ்டாரென்ட்டும் பின்-ட்ராப் அமைதிக்கு செல்ல... மொத்த பேரும் வாசலை நோக்கினர்...

பாட்டில் க்ரீன் ஜியார்ஜெட் பலாசோ ஸ்லீவ்லெஸ் சூட் அணிந்த ஒருபெண் மேச்சிங் நிறத்தில் தடிமனான கண்ணாடி வளையல்களோடும்... கன்னாபின்னா-வென்ற வடிவங்களிலிருந்த பெரியபெரிய ஜேட் கற்கள் கோர்த்த மாலையோடும் உள்ளே நுழைந்து டேபிள் தேடினாள்... அதே ஜேட்-பச்சை ஃபைபர் ஃப்ரேம் போட்ட பெரிய வட்ட கூலர்ஸ் அணிந்திருந்தாள்...

சட்டென்று, தீர்மானித்து... நிரஞ்சனா டேபிள் நோக்கி வர, சித்தார்த் எதிரே உட்கார்ந்திருந்த முட்டைக்கண்ணன் தன் காலை, சட்டென்று வெளியே வைக்க, அதில் தடுக்கி, விழப்போனவளை, சித்தார்த் சட்டென்று எழுந்து பிடித்தான்...

கிட்டத்தட்ட இருபது முறை இதை ஒத்திகை பார்த்திருந்தனர்... லவ் டாக்டரின் அறையில்...

'ஐ யம் சாரி...'

'புல்ஷிட்... ஓய் டோன்ட் யூ சிட் ப்ராப்பர்லி...' என்று திட்டிவிட்டு... தன் ஆடைகளை முன்னும் பின்னும் திரும்பித் திரும்பி பார்த்துக் கொண்டாள்...

'ஐ'ம் ரியல்லி சாரி... ஐ டிடின்ட் நோட்டிஸ்...' என்றபடி அந்த முட்டைக்-கண்ணன் திரும்பிப் போய்விட்டான்...

அவள் உடலை வளைத்து வளைத்து திரும்புகையில், அவள் வனப்பான உடலின் வளைவுகள் நடத்திய நளின கண்ணாமூச்சி ஆட்டத்தை மொத்த ஹோட்டலும் வைத்த கண் வாங்காமல் பார்க்க...

நல்ல வேளை எதுவும் ஒட்டவில்லை என்று நினைத்தது போல சித்தார்த், என்றுவிட்டு... 'ஓய் டோன்ட் யூ ...' என்று எதிர் சீட்டை காட்டினான்.

அவள் ஒரு வினாடி சிந்தித்தாள்... சட்டென்று தோளைக் குலுக்கினாள்... இரண்டடி பின்னால் வைத்து... அவன் எதிரே அமர்ந்தாள்.

அதன்பிறகு, பேரர் அவர்களை நெருங்க, அவள் சன்னமாக எதையோ ஆர்-டர் செய்தாள்...

அப்போதைக்கு சித்தார்த்... ஓட்டலில் இருந்தவர்களின் பொது எதிரியா-னான்...

'சித்து நீட்ஸ் யூர் ஹெல்ப்...' என்று பங்கஜ் சொன்னதும், சித்து வெலவெ-லத்துத்தான் போனான்...

டாலி இருவரையும் மாற்றிமாற்றிப் பார்க்க...

'சித்து ஈஸ், இன்சேன்லி இன் லவ் வித் ய கர்ள்... பட் ஷி நெக்லெக்ட்ஸ் ஹிம்...'

'ஃபார் தட்?'

'எனக்கு என்னமோ அந்தப் பெண் இவனை காதலிப்பது போலத்தான் தெரி-கிறது... ஆனால் அவளுக்கே அதை மறுத்துக் கொள்கிறாள்... அதனால் நான் ஒரு உபாயம் சொன்னேன்...'

'என்ன?'

'அவளுக்குள் பொறாமையைத் தூண்டும்படி நடக்கச் சொன்னேன்... அவளை விட அழகான பெண், சித்துவிடம் மையல் கொண்டால்... அவளால் அதைத் தாங்க முடியாதுதானே?'

'ஆமாம்...'

'நீ தான் அந்தப் பெண்? உன்னை விட அழகான பெண்ணுக்கு நான் எங்கே போவேன்?'

சித்துவைப் பார்த்து ரகசியமாக கண்ணடித்தார்...

'வாட் டூ யூ திங்க் ஆஃப் மீ... ய ஹூக்கர்?'

'கமான் டாலி... ஐ நோ, யூ லைக் ஆக்டிங்...'

'அது ஸ்டேஜ்...'

'லைஃப் ஈஸ் ய ஸ்டேஜ்... அக்சப்ட் இட் டாலி... இட் வில் பி ஃபன்...'

'ந்ந்நோ வே...'

'ஃபார் மீ?...'

'ஹவ் லாங் யூ நோ மீ? நீங்கள் படம் தயாரிக்கப் போவதாக சொன்னதால் உங்களை சந்திக்க வந்தேன்... நம் பழக்கம் ஒரு மூன்று வாரமிருக்குமா? தினமும் கதை டிஸ்கஷன் என்று என்னை வரச்சொல்கிறீர்கள்... இத்தனை நாட்கள், டைரக்டர் என்று சொல்லிக்கொண்டு யாராரோ வந்தார்கள், இப்போது இவர்...'

'நீ சும்மா செய்யவேண்டாம்... பணம் வாங்கிக் கொள்...'

'யூ ஆர் இன்சல்ட்டிங் மீ...'

'சரி... இது உன் நடிப்புக்கான டெஸ்டிங் என்று வைத்துக்கொள்... நீ இதில் ஜெயித்தால் நீதான் கதாநாயகி... தோற்றால் ... '

'என்ன மிரட்டுகிறீர்களா? எனக்கு வேறு வாய்ப்புகள் கிடைக்கும்... என்ன ஒன்று? நான் உங்களுடன் செலவழித்த இத்தனை நாள் உழைப்பு வீணாய்ப் போகும்... அவ்வளவுதானே?'

'இல்லை... அந்த செகன்ட் ஹீரோயின் நீதான்...'

அவள் சற்றுநேரம் முறைத்தாள்... பின் மேலும் சில நிமிடங்கள் வாக்கு வாதத்துக்குப் பிறகு... ஒரு நாளைக்கு ஐம்பதாயிரம்... எல்லை மீறக்கூடாது... இங்கே தொடக்கூடாது, அங்கே தொடக்கூடாது, என்று சில கண்டிஷன்களுடன் நடிக்க ஒப்புக் கொண்டாள்...

பின் ஒரு இரண்டு மணிநேரம், பங்கஜ் டைரக்க்ஷனில், ஒத்திகை நடந்தது... இரவு பன்னிரெண்டு மணிக்குத்தான் வீட்டுக்குப் போனான்...

இதோ, சொன்னபடி, சித்து மிஸ்ட் கால் கொடுத்ததும் வந்துவிட்டாள்...

நிரஞ்சனா... முகம் சிவந்து... உறுமியபடி அமர்ந்திருந்தாள்... சலீம் கண்களில் பயம் தெரிந்தது, ஆனால் அவள் கோபத்தின் காரணம் தெரியவில்லை...

நிரஞ்சனா, அதன் பிறகு தொடர்ந்து நான்கு டிஷ்கள் ஆர்டர் செய்து, சலீமை பீதியுறச் செய்தாள்... விலையாலும், அவள் சாப்பிட்ட வேகத்தாலும்...

காரணம்,

சித்தார்த்தும், அந்த பச்சை மோகினியும், அப்படி விழுந்து, விழுந்து சிரித்தபடி பேசிக் கொண்டிருந்தனர்... பின், இருவரும் மொபைல் எண்ணை பரிமாறிக் கொண்டனர்... சித்தார்த், அவள் பில்லையும் சேர்த்து செட்டில் செய்தான்... இருவரும் பேசியபடி வெளியேறினர்...

அன்று மாலை,

சித்தார்த், சாலையைக் கடந்து... டிஎல்எஃப் எதிரே சென்று நின்றிருக்க, காரில் வெளியே வந்த நிரஞ்சனா, வேண்டுமென்றே சாலையைக் கடக்காமல்,

நேரே சென்று யூ-டர்ன் அடித்து சித்தார்த் நின்றிருந்த கடைக்கு அருகே, செல்ஃ-போனில் யாருக்கோ அவசரமாக செய்தி அனுப்புவதுபோல, காரை நிறுத்தி••• உறுமவிட்டுக்கொண்டிருக்க•••

அவள் காரைத் தாண்டி சித்து அருகே சென்று நின்ற காரின் முன் கதவைத் திறந்து அவன் ஏற, மின்னல் வெட்டியது போன்ற ஒரு மைக்ரோ நொடியில், ட்ரைவர் சீட்டிலிருந்த அந்த பச்சை மோகினியின் பளீரென்ற கை சித்து பக்கமிருந்த டாஷ்போர்டை நெருங்கி விலகியது தெரிந்தது••• கார் உடன் வேகமெடுத்துப் பறந்தது•••

நிரஞ்சனா, எந்த விபத்துமில்லாமல் வீடு வந்து சேர்ந்தது••• கடவுள் புண்ணியத்தில்.

7

7

மித்ரா மிகுந்த குழப்பத்திலிருந்தாள்...

இது ஐந்தாவது கேஸ் என்று தோன்றியது...

சஜஸ்டிவ் ஈ10.10. ஸ்டாப் மெடிகேஷன்... ட்ரீட் அண்டர் சூபர்வைவஷன்... என்று கமெண்ட் போட்டுவிட்டு அடுத்து, அடுத்து என்று ஃபைல்களை செக் செய்ய மறுபடி அதே பிரச்சினை இன்றைக்கு மட்டுமே ஏழு...

ஏன் இப்படி?

இதுவரை எத்தனை வந்தது என்று மொத்தமாக எண்ணிப் பார்க்கலாமா? என்று யோசித்து... கம்ப்யூட்டரில் செக் செய்ய... அவளுக்கு ஆதரைசேஷன் மறுக்கப்பட்டிருந்தது...

எழுந்து நேராக டீம் லீடரிடம் போனாள்... அவரும் டாக்டர்தான்...

'சந்தோஷ்... ஒரு பிரச்சினை... எஸ்ஜிஎல்டி2 டிசிஎஃப்007 பேஷண்ட்ஸ-தான் நான் டயக்னோஸ் பண்றேன்... அது என்ன டேப்ளட் தெரியுமா?'

'அதெல்லாம் சிஎம்டிக்கே தெரியாது? ஏன்?'

'நெறைய பேஷண்ட்ஸ்க்கு... டிகேஏ சிம்ப்டம் காட்டுது.... உடனடியா அட்-மினிஸ்ட்ரேஷன் நிறுத்தி... டயக்னோஸ் பண்ணனும்...'

'நீ உன் சஜஷன்ஸ் அப்டேட் பண்ணிட்டல்ல?'

'அது ஒரு வாரத்துக்கு முன்னாடியே பண்ணிட்டேன்... ஆனா அட்மினிஸ்ட்-ரேஷன் நிறுத்தலை... தே ஆர் ரீச்சிங் நெக்ஸ்ட் ஸ்டேஜ்...'

யூ மீன் கீடோ அசிடோசிஸ் கோமா?'

'ஆமா...'

'என்ன செய்யணுங்கற?'

'அட்மினிஸ்ட்ரேஷன ஸ்டாப் பண்ணனும்... உடனடியா ட்ரீட் பண்ண-ணும்...'

'ரெகமன்டேஷன் குடுத்துட்டியா?'

'அதான் ஒரு வாரத்துக்கு முன்னாடியே குடுத்துட்டேன்னு சொன்னேனே?'

'சரி... நான் பாத்துக்கறேன்...'

'இன்னொரு விஷயம்...'

'சொல்லு...'

'இதே மாதிரி ஒரு ட்ரக்... இதே மாதிரி கேசஸ்... நான் சேந்த புதுசுல பாத்-திருக்கேன்... அப்ப என்ன ஸ்டேஜ்னு தெரியாது... இப்ப என்ன ஸ்டேஜ்னும் தெரியலை... நாலாவது ஸ்டேஜ்-னா எனக்கு பயம்மாருக்கு... மார்ட்டாலிட்டி ரேட் கண்டுபிடிக்க முடியாது... ஏன்னா? நம்ம கிட்ட எல்லா பேஷண்ட்ஸ் ரெக்-கார்ட்டும் வராது...'

அவன் எழுந்து ஃப்ளோர் மேனேஜரை நோக்கி சென்றான்... அடுத்த இரண்டு மணிநேரம் அலுவலகம் தீப்பற்றியது போல இருந்தது... ஃப்ளோர் மேனேஜர், டிவிஷன் ஹெட் அறைக்குப் போனார், பின் இருவரும் ஃப்ளோர் மேனேஜர் அறைக்குள் நுழைந்து காரசாரமாக விவாதித்தனர்... அது மௌனப்படம் போல வெளியே தெரிந்தது...

மித்ராதான், அதை ஆரம்பித்து வைத்தாள் என்பது, நிறையபேருக்குத் தெரிந்து விட்டதால், என்ன பிரச்சினை என்பதே தெரியாமல், ஆளாளுக்கு கூடிப் பேசி-னர்... ஜாடையாக அவள் இருக்கையின் இந்தப்பக்கமும், அந்தப்பக்கமும் நடந்-தனர்...

கடைசியாக சீ ஈ ஓ, ஃப்ளோர் மேனேஜர் அறைக்கு வந்து உட்கார்ந்தார்...

உடனே மித்ரா அந்த அறைக்கு அழைக்கப்பட்டாள்...

அவள் உள்ளே நுழைந்ததும் சீஈஓ சீறினார்... 'இங்கே ப்ரொக்ரஸ் பார்ப்ப-தற்கும், டேடா கம்பைல் செய்வதற்கும் உனக்கு அதிகாரம் கிடையாது... எப்படி இதை கண்டுபிடித்தாய்?'

அவளுக்கு இரண்டு நாட்களின் பேஷண்ட் டேட்டாதான் தரப்படும்... நேற்-றைக்கும், இன்றைக்குமான வித்தியாசத்தை கண்டுபிடித்து சொல்வது மட்டுமே அவள் வேலை...

பேஷண்ட்டின் பதினைந்து நாள் டேட்டாவை நினைவு வைத்திருந்தால்தான், க்ளுகோஸ் அளவை நினைவு வைத்திருக்க முடியும், நினைவு வைத்திருந்தால்-தான், மருந்தை எடுத்துக் கொண்ட பிறகும், ரத்தத்தில் சர்க்கரை அளவு உயர்-வதையோ, மாறாமல் இருப்பதையோ உணரமுடியும், அப்படி உணர்ந்தால்தான் நோயாளியிடம் சில கேள்விகளை கேட்க பரிந்துரைக்க முடியும், அப்படி பரிந்து-ரைக்கப்பட்ட கேள்விகளுக்கு, சாதகமாக பதில் வந்தால், உடனே யூரின், ப்ளட் டெஸ்ட் பரிந்துரைக்க முடியும், டெஸ்ட்டில் அசிட்டிக் கீடோன் கண்டுபிடிக்கப்படு-வது ரெக்கார்ட் செய்யப்பட வேண்டும், அதற்கு குறிப்பு எழுதவேண்டும், அதற்கு சரியான பதில் வந்தால்தான் மித்ரா வந்த முடிவுக்கு வரமுடியும்... அதனால் கேட்கிறார் என்பது புரிந்தது...

அவள் பதற்றமடையவில்லை... இத்ற்கு ஏன் இத்தனை கோபம் என்றுதான் ஆச்சரியப்பட்டாள்...

'ஃபேன்சி நம்பர் இம்தியாஸ்... சின்ன வயசுலருந்தே, கார், பஸ் டிக்கட் இப்படி ஃபேன்சி நம்பர்ங்கள, எக்ஸ்ட்ரா இன்ட்ரஸ்ட்டோட பாப்பேன், அதே போலத்-தான், பேஷண்ட்டின் எண் ஃபேன்சி நம்பராக இருந்தால், அது என் நினைவில் இருக்கும்... அப்படி இரண்டு எண்களை நினைவில் வைத்திருந்ததால் அவர்க-ளின் நீண்டநாள் மெடிக்கல் ஹிஸ்டரி தெரிந்தது... அதில் அவர்களுக்கு டிகேஜ சிம்ப்டம் தெரிந்தது... அதனால் மேலும் சில பேஷண்ட்களை ஆராய்ந்தேன்...

'எத்தனை சதவீதம்...'

'சுமாராய் பதினைந்து சதவீதம்... துல்லியமாய்த் தெரியாது...'

'எங்காவது குறிப்பு இருக்கிறாதா?'

'இல்லை...'

'பின் எப்படி சொல்கிறாய்...'

'நினைவில் வைத்துத்தான்...'

'இதைப்பற்றி யாரிடமாவது பேசினாயா?'

'இல்லை...'

'நாட் ஈவன் கிருஷ்ணா?'

அவள் காயப்பட்டதுபோல பார்த்தாள்...

'வாட்...? எவ்ரிபடி நோ...'

'நாட் ஈவன் கிருஷ்ணா.'

'உனக்கும், சந்தோஷுக்கும் தவிர யாருக்கும் தெரியாது... அப்படித்தானே?'

'இப்போது உங்களுக்கும்...'

நாங்கள் யாரிடமும் இதைப்பற்றி பேசப்போவதில்லை... நீயும்...'

'பேசமாட்டேன்...'

'மீறி பேசினால்... சிறைக்குக்கூட போகவேண்டியிருக்கும்... என்டிஏ சைன் செய்திருக்கிறாய்... நினைவில் வைத்துக்கொள்.'

'வெளியேவா? நிறுவனத்துக்குள்ளே கூடவா?'

'உன் சக ஊழியர்கள், நண்பர்கள், யாரிடமும் பேசக்கூடாது... எதுவாக இருந்தாலும் உனக்கு மேலே இருப்பவர்களிடம் சொல்... நாங்கள் பார்த்துக் கொள்கிறோம்...'

சரி...

'இனிமேல்... இப்படி தொடர்வதை விட்டுவிடு... அன்றன்றைய வேலையை மட்டும் பார்... நீ புத்திசாலி என்பது தெரியும்...'

'பேஷண்ட்ஸ்... பாவம் இம்தியாஸ்...'

'அதை மேலிருப்பவர்கள் பார்த்துக் கொள்வார்கள்...'

அவள், தன் க்யூபிக்கிளுக்கு வந்த போது... கிருஷ்ணா அங்கில்லை... அவன் டேபிளை மாற்றிவிட்டார்கள்...

கத்திப்பாரா பாலம், ஜிஎஸ்டி ரோட்டில் மீனம்பாக்கம் பக்கம் சரிந்து இறங்கும் இடத்தில், சற்று உள்ளடங்கினாற்போலிருக்கும், சங்கீதா ஹோட்டல், ஒரு நான்கு பேர் அமரக்கூடிய டேபிளில், ஒரு பக்கம் ஆனந்தன், எதிரே, வீகே என்கிற வெங்கடகிருஷ்ணன்.

'நீ நல்லா பாத்தியா?'

'பாத்தேண்டா... பொண்ணு சினிமா நடிகை மாதிரி இருக்கா... கிட்டதட்ட அந்தக்கால ரீனா ராய் மாதிரி...'

'அப்ப அன்னிக்கு என் பையன் வேற ஒரு பொண்ணு பின்னால சுத்தறான்ன?'

'ஆமா... அவ எங்க ஆஃபீசுலயே வேலை செய்யறா, புதுசா வந்தவ... அவளும் அழகாத்தான் இருப்பா... ரெண்டு பேரும்தான் ஒன்னா சுத்துவாங்க, கூட ஒரு வாலு வேற... ப்ரியங்கான்னு... மூணு பேரும் போகாத சினிமால்ல, சாப்பிடாத ஓட்டலில்ல... '

'இப்ப இவன் வேற பொண்ணோட சுத்தறாங்கற? அவ என்னானா?'

'தெரியலைடா... திடீர்னு என்னமோ ஆயிடுச்சி.... பிரிஞ்சிட்டாங்க...'

'ஓக்கே... இப்ப புரியுது...?'

'என்ன?'

'இல்ல... கல்யாணம் பண்ணிக்கணும்னா அஞ்சு கோடி வேணும்னு கேட்-டான்... அப்ப சாதாரணமா எடுத்துகிட்டேன்... இப்ப புரியுது...'

'என்ன புரியிது?'

'பய ஏதோ எட்டாத பழத்துக்கு கொட்டாவி விடறான்...'

'இல்லடா... அந்தப் பொண்ணு இவங்கிட்ட சகஜமா பழகறா... வெல்த்தி கேர்ள்... பணத்தப் பத்தி கவலைப் படற ஆளாத் தெரியலை...'

'மும்தாஜ் ஆசைப்பட்டான்னா தாஜ்மகால் கட்டினான்... அவங்க சாதாரணமா இருந்தாக் கூட, பசங்க தூக்கி வெச்சிக்கறாங்கல்ல? நல்ல பணக்கார வீட்டுப் பொண்ணு... நம்ம வீட்டுக்கு வந்தா அதே அந்தஸ்த்தோட, இல்லன்னா இப்ப இருக்கறதவிட நல்லா பாத்துக்கணும்னு முயற்சி பண்ணுவாங்கல்ல?... அப்படித்-தான் இவனும் நெனைக்கிறான் போலருக்கு...'

'பாத்துடா... தாம்தூம்னு இருக்கறத அழிச்சிடப் போறான்...'

'தேங்க்ஸ்டா... நான் பாத்துக்கறேன்... நீ என் ஃப்ரெண்டுங்கற 'ஹோதால அவங்கிட்ட எப்பவும் பேசிடாத... தள்ளியே இரு...'

'நீ வேற... ஏண்டா இந்த வேலைக்கு வந்தோம்-னு, நானே தினம் தினம் என்னைத் திட்டிக்கறேன்... எல்லாம் சின்னப்பசங்க... எடுத்ததுமே ஃபைவ் டிஜிட், சிக்ஸ் டிஜிட் சேலரி... எவனுக்கும் மட்டு மரியாதை தெரியறதில்ல...'

'யாரும் எதுக்கு நம்மள மதிக்கணும்? உன் தட்டுல விழற சாப்பாட்டுக்கு நீ ஒழைச்சிதான ஆகணும்? விடு...'

'சேச்சே... விடறா மாதிரியில்லை. சும்மா, நான் இதெல்லாம் உங்கிட்டத்தான பகிர்ந்துக்க முடியும்? அதனால சொன்னேன். நான் யாரிட்டையும் பேசறதில்லைன்னு சொல்றதுக்காக இதைச் சொன்னேன்...'

அதன் பிறகு இருவரும், மைசூர் போண்டாவும், காஃபியும், கூடவே சிறிது பழங்கதையும், சிறிது வெட்டி அரட்டையும் முடித்துவிட்டு, அவரவர் வீட்டுக்குப் போனார்கள்.

அவர்கள் பேசிக் கொண்டிருந்த நேரம் டாலியும், சித்துவும் காரில் சென்று கொண்டிருந்தார்கள்...

'ஆக்சுவல்லி... வாட் டூ யூ டூ ...' கார் ஓட்டியபடி டாலி கேட்டாள்.

'ம்ம்...'

'என்ன வேலை செய்யறன்னு கேட்டேன்...'

'நானா? நான் ஃப்ளோர் லாஜிஸ்டிக்ஸ் பாத்துக்கறேன்... அதாவது எங்க கம்பெனில இருநூறு டாக்டர்ஸ், பாரா மெடிக்ஸ், நர்சஸ் இருக்காங்க... அவங்களுக்கு தினமும் வேலை கொடுக்க வேண்டியது என் வேலை...'

'நீ டாக்டரா? பங்கஜ் சாஃப்ட்வேர் எஞ்சினீயர்னு சொன்னாரே?'

'பயோ டெக்னாலஜி படிச்சிருக்கேன்... பட் அது என் வேலையில்லை...'

'புரியலை...'

'கொஞ்சம் போரடிக்கும் பரவாயில்லையா?...'

'இரண்டு கைகளாலும் தெருவைக் காட்டினாள்... முன்னால் நீண்ட வரிசையில் வண்டிகள் நின்றிருந்தன... 'வி ஹாவ் இனஃப் டைம் டு கில்... அன்... நான் ஓட்டவும் முடியாது, ஓடவும் முடியாது...' என்றாள்.

அப்போதுதான் அவள் ஏன் பேச ஆரம்பித்தாள் என்று புரிந்தது... காரணம்... அவன் நிரஞ்சனாவைப் பற்றி நினைத்துக் கொண்டிருந்தான், அதனால் ட்ராஃபிக்கை கவனிக்கவில்லை, வழக்கமாக, அவர்கள் பேசிக் கொள்வதும் இல்லை...

'நம்ம உடம்பு எதால் ஆனது தெரியுமா?'

அவள் கேள்வியாக பார்க்க...

'ஆன்மீகவாதிகள் பஞ்சபூதங்களால் ஆனது என்று சொல்வார்கள், ராமகிருஷ்ணர் நம்மை சர்க்கரை பொம்மைகள் என்கிறார்... டாக்டர்களிடம் கேட்டால் நம் உடல் ரத்தம், சதை, எலும்பு, கொழுப்பு, மலம், சளி, மூத்திரம்... என்பார்கள்...'

'யக்...'

'சாரி... நம் உடல் செல்களால் ஆனது... எந்திரன் படத்தில் பல ரோபோக்கள் சேர்ந்து பல உருவங்கள் படைக்கும் இல்லையா அதுமாதிரி... டூ பாய்ன்ட் ஓ

வில் பல செல்ஃபோன்கள் சேர்ந்து வில்லன் உடல் உருவாகுமே அது மாதிரி... ஆனால் இவை கண்ணுக்கு தெரியாத செல்கள்...'

'இதெல்லாம் நான் படிச்சிருக்கேன்... மொக்க போடாத...'

'ஆனால், நாங்கள் நம் உடல் டேட்டாவால் ஆனது என்போம்... ப்ரோட்டீன், ஃபேட், ப்ளாஸ்மா எல்லாத்தையும் உடைச்சா... நம்ம உடம்போட பில்டிங் ப்ளாக்ஸ் செல்கள், செல்களை உடைத்து உடைத்து பார்த்தால், நியூக்ளியஸ், க்ரோமேசோம், ஜீன், டீஎன்ஏ, ஆர்என்ஏ அப்டின்னு சின்னதாயிகிட்டே போகும்... இந்த ஆர்என்ஏவும், டீஎன்ஏவும் ஏராள டேட்டா உள்ள ஸ்ட்ரக்சர்ஸ்தான்... நாம சாப்பிடற உணவு, காத்து, வெய்யில் எல்லாத்தோட உதவியோடவும் புது செல்ல உருவாக்கி, டேட்டாவ ரிப்ளிகேட் பண்றது... இதுவே நிறைய குழப்பமான ஜார்கன்ஸ் இல்லாம சொல்றேன்...'

'வ்வாட்.?'

'நம்ம பாடி கன்டெய்ன்ஸ் டேட்டா... உதாரணமா, நாம சாப்பிடனும்னா, சாலிட்ஃபுட்-னு எதையாவது கையில எடுத்ததுமே, தொண்டைக்கு சிக்னல் போயிடும், பாரு சாலிட் வரப்போகுது, லங்க்ஸ்க்கு போகக்கூடாது, அது உங்கள தாண்டற வரைக்கும், எல்லாரும் கிட்டவாங்க... டைட்டா, க்ளோசா நில்லுங்க...ன்னு மூச்சுக்குழாய் கிட்ட இருக்க செல்களுக்கு ஆணை போயிடும்... உணவு வாய்க்குள்ள வந்ததும், அலை, அலையா, செல்கள், கிட்டவந்து விலகி, கிட்டவந்து விலகி, அதவாங்கி பாஸ் பண்ணும், மூச்சுக்குழல், உணவுக்குழல் ஜங்ஷன் வந்ததும், உணவுக் குழல் மூடிக்கும், உணவு ஜங்ஷனைத் தாண்டினதும், மூச்சுக்குழல் கிட்ட இருக்க செல்கள் விலகி காத்து போக, வர வழி விடும், மறுபடி உணவுக்குழல் செல்கள் கிட்டவந்து விலகி, கிட்டவந்து விலகி, இரைப்பை வரைக்கும் கொண்டுபோயிடும்.... எத்தனை செல்கள் கிட்ட வரணும்... எவ்ளோ தூரம் வரணும், ரொம்ப நெருக்கமா வந்து தொண்டையிலேயே நிறுத்தக் கூடாது... எல்லாமே ஆணைத்தொடர்கள், இது எல்லாம் கம்ப்யூட்டர் மாதிரி எலக்ட்ரானிக் பல்ஸ்-ஆ மூளை செய்தி அனுப்பணும்... அதை அண்டர்ஸ்டாண்ட் பண்ணிக்க செல்களுக்குள்ள டேடா ஸ்ட்ரக்சர் இருக்கும் அப்பத்தான் அது சரியா நடக்கும்...

'அமேசிங்...'

'அதே போல உணவு செரிச்சதும், கழிவா வெளிய போகணும்னா, ஃபிஷர்ல இருக்க செல்கள் விலகி வழி விடணும், கழிவுகள் போய் சேருற இடம் பெருங்குடல்னா, அது தானா கீழவிழாம பாதுகாக்கறது, ஃபிஷர்... உணவுக்குழாய்ல காத்து அடச்சிகிட்டிருந்தா... அந்த காத்து மட்டும் வெளிய போக வழிவிடணும், ஆனா கழிவு, அதுக்கான இடம், பொருள், ஏவல் வரும்வரைக்கும் ஃபிஷர்ல இருக்க செல்கள் இறுக்கமா, நெருக்கமா இருக்கணும்... எவ்வளவுதான் அவசரம் இருந்தாலும், நாம ப்ரைவசி தேடி, சரியான இடத்தை தேர்ந்தேடுத்து, உடைகளை

தளர்த்தி... எஸ், நான் இப்ப ரெடின்னு செல்ற வரைக்கும்... அவசரத்தை உடல் காட்டுமே தவிர... ரிலீஸ் பண்றதில்லை... இந்த சிக்னல்ஸ் தவறும்போது நாம அறியாம போயிடுவோம்... அது டேட்டா எர்ரர்... அதசரிசெய்ய மாத்திரை வடிவில வேற செல்கள், சிஸ்டம் எர்லி ஸ்டேஜ்ல பக் இருக்கும், அதாவது குழந்தைகள் இடம் பொருள் தெரியாம போகும், அதுக்கான சிக்னல்ஸ் பழக்கத்துல வரும், அப்பறமா வியாதியாலேயோ, முதுமையாலோ இது ஏற்படும்...'

'இவ்ளோ நேரம் நீ அடிச்ச லெக்சருக்கும், நீ செய்யற வேலைக்கும் என்ன சம்பந்தம்...'

'வரேன்...'

அதற்குள், ட்ராஃபிக் சற்று நகர டாலி காரைக் கிளப்பினாள்... மறுபடி ட்ராஃபிக் நிற்க... அவளும் நிறுத்தினாள்...

'நம்ம பாடியோட பில்டிங் ப்ளாக்ஸ் செல்ஸ்-னு உனக்குப் புரியறதுக்காக சொன்னேன், சரி, காலைல என்ன சாப்ட்ட...'

'சாலட்... அன் ஜூஸ், மதியம், யூ நோ... ஃபுல்கா அன் டால்...'

'என்னை கேட்டா, இட்லி சாப்பிட்டேன், சோறு சாப்ட்டேன்னு சொல்லுவேன்... ஆனா நீ, நான், ஏன் எல்லாரும் சாப்பிடறது டேட்டா... உணவு வயத்துக்குள்ள போனதும்... ரிபோஃப்ளோவின், ரெடினால், தையமின், பயோடின், ஃபோலிக் ஆசிட், அஸ்கார்பிக், டோகேஃப்ரால்னு தனித்தனி டேட்டா ஸ்ட்ரக்சர்ஸ்ஸா பிரியுது... ப்ரோட்டினா, கொழுப்பா, வாட்டரா, ஷுகரா பிரியுது, ப்ரோட்டின் மசில் கூட போய் சேந்துக்குது, ஃபேட் அதுபாட்டுக்கு மூவ்மென்ட் இல்லாத மசில் பக்கத்துல போயி டெபாசிட் ஆகுது, மத்த கெமிக்கல்லாம் எங்க டெஃபிசியன்சி இருக்கோ அங்க போய் சேந்துக்குது... எக்ஸ்ட்ராவா இருக்கறது கழிவா வெளியேறிடுது... பட் இந்த கெமிக்கல்களும் மறுபடி, எச்டூஓ-ன்னா தண்ணிங்கற மாதிரி, சி.எச்.என்.ஓ. சி.எச்.என்.எஸ்-னு கெமிக்கல் காம்போசிஷன்தான், சோ, அதுவும் டேட்டாதான்...'

இந்த பேசிஸ்ல திங்க் பண்றவங்களும், ட்ரெடிஷனலா திங்க் பன்ற டாக்டர்ஸ்-ஸும் சேந்து வேலை செய்யற இடம்தான், டிஜிடல் டையக்னாசிஸ், அதனால, நான் டாக்டர் இல்லன்னாலும், இந்த கம்பெனில ஒரு தவிர்க்க முடியாத ஆள்...
'

'அதுதான் என்ன செய்யறேன்னேன்?'

'நாங்க மெடிக்கல் ரிசர்ச் அசோசியேட்ஸ்... மருந்து கம்பெனிங்க எல்லாம் ரிசர்ச்சுக்குன்னு நெறைய செலவு செய்வாங்க... புது கண்டுடிபிடிப்பா, புது காம்பினேஷனா ட்ரக்ஸ் அறிமுகப்படுத்தறதுக்கு முன்னால, ஸ்டேஜ்-பை-ஸ்டேஜ், நெறைய டெஸ்ட் ப்ராசஸ் போகும்... அந்த டெஸ்ட் ரிசல்ட்-அ அனலைஸ் பண்ணி ரிப்போர்ட் அனுப்பறது எங்க வேலை...'

'ம்ம்ஹூம் ... சுத்தமா புரியலை...'

'இப்ப அமெரிக்காவுல ஒரு பார்மா கம்பெனின்னு வெச்சிக்கங்க... அவங்க கேன்சருக்கு மருந்து கண்டுபிடிக்கறாங்கன்னு வெய்ங்க... இன்விடரோ, அதாவது லெபாரட்ரில, லைவ் பாடிலி ஸ்ட்ரக்சர்சஸ வெளிய எடுத்து டெஸ்ட் பண்றது, பயாப்சி மாதிரி, அப்பறம் ஆர்ட்டிஃபீஷியல் சிந்தசைஸ்ட் காம்போசிஷன்ல செக் பண்றது, அதுக்கப்பறம் லைவ்வா எலி, கொரங்கு, பன்றின்னு தாண்டி, அது கடைசி கட்டத்துல நிஜ பேஷண்ட்களுக்கு கொடுத்து செக் பண்ணணும் இல்லையா? புது மருந்த அவங்க உடம்புமேல உபயோகப்படுத்த சம்மதிக்கற நோயாளிகள, சேம்ப்ளிங் தியரிப்படி, தேர்ந்தெடுத்து, அவங்க மருந்த கொடுப்பாங்க... தினமும் அவங்களோட ப்ளட், யூரின், ஸ்டூல் சம்பிள் டெஸ்ட் ரிப்போர்ட், டெம்ப்ரேச்சர், வெய்ட், எக்ஸ்ரே, ஸ்கேன் ரிப்போர்ட், நான் சொல்றது உதாரணம்தான், எல்லாத்தையும் ஆன்லைன்ல அனுப்புவாங்க, அத இங்க இருக்க டாக்டர்ஸ் அனலைஸ் பண்ணி, மருந்தால இம்ப்ரூவ்மென்ட் இருக்கா, இல்லையா? ஏதாச்சும் சைட் எஃபக்ட் இருக்கா? இருந்தா அது என்ன? அப்படின்னு டயக்னோஸ் பண்ணுவாங்க... இந்த ரிப்போர்ட் தான் ரொம்ப முக்கியம், இந்த ரிப்போர்ட்ஸ் எஃப்டிஏ மாதிரி கன்ட்ரோலிங் பாடிக்கு போகும், இந்த ரிப்போர்ட்டோட ரிசல்ட் எதிர்பாக்கற பேராமீட்டர்ல இருந்தாதான், எஃப்டிஏ அந்த மருந்த அங்கீகரிக்கும், அதுக்கப்புறம் அவங்க சூப்பர்விஷன்லயும் மருந்து அட்மினிஸ்டர் பண்ணி, அவங்க திருப்தியானா, மார்க்கெட்டுக்கு வரும், அதுக்கப்புறம், ஆஃப்டர் சேல்ஸ் சர்வீஸ் மாதிரி, அந்த மருந்த சின்னசின்ன பேட்ச்ல தயாரிச்சி, அந்த பேஷண்டையும் செக் பண்ணபிறகுதான், மாஸ் ப்ரெடக்ஷன்க்கு அப்ரூவல் கெடைக்கும்... அந்த அனுமதி வாங்கிதான் மருந்த சந்தைப் படுத்துவாங்க, இல்லைன்னா, மறுபடி ஆராய்ச்சி கூடத்துக்கே போகும்... இதே போல, பேஷண்ட்கள பாக்கற மருத்துவமனைகளுக்கும், இங்கயிருந்தே டாக்டர்ஸ், டயக்னைஸ் பண்ணி, மருந்து கொடுக்கற ப்ராக்டீசும் எங்ககிட்ட இருக்கு...'

'இதுல உன் வேலை என்ன?'

அந்த இருநூறு மெடிக்கல், பாராமெடிக்கல் எம்ப்ளாயிஸ்க்கும் தினசரி ஜாப் அலாட் பன்றது நான்தான்... பேஷண்ட், டேப்ளட் எல்லாத்துக்கும் கோட் இருக்கும் அதை வச்சி, சரியா ஜாப் அலாகேட் செய்வேன்...'

'இத மட்டும் சொன்னா போறாதா, எதுக்கு இவ்ளோ போரடிச்ச, நீ செய்யற வேலைக்கும், இவ்ளோ லெங்க்த்தா பேசினதுக்கும் சம்பந்தமே இல்லை...'

'மொதல்ல அதைத்தான் சொன்னேன், மறுபடி நீ டாக்டரா, இஞ்சினீயரான்னு சந்தேகமா கேக்கவே, உனக்கு பேசிக் புரியணும்னு விளக்கமா சொன்னேன்...'

'எல்லார்கிட்டையும் இப்படித்தான் விளக்குவியா?'

'இல்ல... ஐ ப்ளாபர் ய லாட் வித் மை மதர்... நான் அதிகமா பேசற பெண், எங்கம்மாதான்... காலேஜ் படிக்கறப்ப, வேலைக்கு சேந்த புதுசுல... படிச்ச, பாத்த விஷயங்கள் எல்லாமே எனக்கு புதுசா இருந்துது... தெனமும், மணிக்கணக்குல அவங்ககிட்ட இந்த மாதிரி பேசிகிட்டே இருப்பேன்... ஆஆன்னு வாயப்பொளந்-துகிட்டு கேட்டுகிட்டு இருப்பாங்க... அதுக்கப்புறம் நான் அதிகம் பேசற பொண்ணு நீதான்...'

'இன்ட்ரஸ்ட்டிங்...!! அப்ப அந்த நிரஞ்சனா?'

'பாத்ததுமே புடிச்சிடுச்சி... இவள மிஸ் பண்ணக்கூடாதுன்னு தோணிடிச்சா... பதட்டம், தயக்கம் எல்லாம் தானா வந்துடுச்சி... மீறி... நாலஞ்சுவாட்டி போய் நின்னு லவ் பண்றேன்னு சொன்னேன்... பட்... இன்னமும் அக்சப்ட் பண்ணல...'

'காலேஜ் லைஃப்ல கூடவா?'

'ஐயய்யோ... நிமிந்து கூட பாக்கமாட்டேன்...'

'பாத்தா அப்படி தெரியலையே...'

'இது வலிஞ்சி நானா உருவாக்கிகிட்ட இமேஜ்... வேலைக்கு வந்து நாலு காசு வந்தப்பறம்... கொஞ்சம் தைரியம் வந்து... கொஞ்சம் போல்ட்டா ட்ரை பண்-ணியிருக்கேன்... அதெல்லாம் ஜஸ்ட்.... மேலோட்டமான எபிசோட்ஸ்... லவ் வரைக்கும் போனதில்ல... உங்களுக்குத் தெரியுமா? இது வரைக்கும், நான் இப்படி தனியா எந்த பொண்ணு கூடவும் ட்ராவல் பண்ணதில்ல... இது எனக்கு மட்டும் நடக்குதா? இல்லை, காமனா அப்படித்தானான்னு தெரியலை, நான் ஒரு பொண்-ணுகிட்ட அப்ரோச் பண்ணி... சினிமாவுக்கு போகலாமா? லன்ச்க்கு போலாமா? அப்டின்னா... அஃப்கோர்ஸ்னுவாளுங்க... அப்பறம் பாத்தா, கூட ஒரு கும்பலே வரும், மினிமம் ஒரு பொண்ணாவது வந்துடுவா... ஏன்... நிரஞ்சனாவே, தனியா வந்ததில்ல... கூடவே ப்ரியங்கா வருவா... அவ எதிரிலேயே... நான் எத்தனை அவமானப்பட்டுருக்கேன் தெரியுமா?'

'சோ...சேட்...'

அதன் பிறகு, நீண்ட மௌனம்... ட்ராஃபிக் நகர்வதாக தெரியவில்லை... டாலியே ஆரம்பித்தாள்...

'அது சரி, நீ டாக்டர்களுக்கு இந்த ரிப்போர்ட்டெல்லாம் அனுப்புவ... அவங்க, வியாதியோட நெலைமைய கண்டுபிடிப்பாங்க... அந்த ஃபைன்டிங்ஸ் என்னாகும்? அப்ப பேஷண்ட்? அவங்க ட்ரீட்மென்ட் நெலமை?'

'டாக்டர்ஸ், அனலைஸ் பண்ணி, அவங்க ரெகமன்டேஷன் அப்லோட் பண்ணி எனக்கு அனுப்புவாங்க... நான் கொலேட் பண்ணி மறுபடி ஹெட் ஆஃபிசுக்கு அனுப்புவேன்... அங்க, மறுபடி அனலைஸ் பண்ணுவாங்க, அங்க ஒரு ரிப்போர்ட் எழுதுவாங்க, அப்பறமா அது, எங்க ப்ரின்சிபலுக்கு போகும், அங்கருந்து க்ளை-

யன்ட்டுக்குப் போகும்... அவங்க அதுக்கேத்த மாதிரி பேஷண்ட்டுக்கு ட்ரீட்-மெண்ட் கொறைக்கறது, கூட்டறது, நிறுத்தறது, மாத்தறதுன்னு அது வேற ப்ரா-சஸ்...'

'க்ளையன்ட், க்ளையன்ட்னியே, அங்க டாக்டர்ஸ் இருக்க மாட்டாங்களா?'

'க்ளையன்ட் என்ட்லயும், டாக்டர்ஸ்தான் அட்மினிஸ்டர் பண்ணுவாங்க... பட் ஒரு எக்ஸ்டர்னல் ஏஜென்சி அதை கராபுரேட் பண்ணணும்...'

யாரு அந்த க்ளையன்ட்?'

'சரியாப் போச்சி... மாத்திரை பேரு, க்ளையண்ட் பேரு, பேஷண்ட் பேரு, எதுவுமே எனக்கு தெரியாது, டயக்னாஸ் பண்ற டாக்டருக்கும் தெரியாது... அது வேற டிபார்ட்மெண்ட் வேலை.... எங்களுடைய ட்ராக் அந்த பேஷண்ட் கோட் மட்டும்தான்... அது மட்டும்தான் மொத்த பேருக்கும் காமனா தெரிஞ்ச விஷ-யம்... மத்தபடி, ஒவ்வொரு ஸ்டேஜ்லயும் வேலை செய்யறவங்களுக்கு, கொஞ்சம், கொஞ்சம்தான் தெரியும்...'

'ஓ...' அதற்குள் ட்ராஃபிக் க்ளியராக... அவள் கிண்டி நோக்கி பறந்தாள்...

8

8

இன்றோடு சித்தார்த்தும், டாலியும் நான்கு நாட்களாக சேர்ந்து லன்ச் சாப்பிடுகிறார்கள்... அவள்தான் அவனை கிண்டி வரை கொண்டு விடுகிறாள்... அங்கிருந்து கால் டாக்சியில் வீடு செல்கிறான்... காலையும் அப்படியே, அவனை கிண்டியில் பிக்கப் செய்து, டிஎல்எஃபில் ட்ராப் செய்துவிட்டு மறைகிறாள்... எங்கே செல்கிறாள் என்பது புதிர்.

இப்போதும், காரில்தான் கிண்டி சென்றுகொண்டிருக்கிறார்கள், இவர்கள் இப்படி ஒன்றாக சுற்றுவது, நன்றாக வேலை செய்கிறது என்பதை சித்தார்த் கண்கூடாக கண்டுகொண்டான்...

நிஞ்சு அந்தளவுக்கு நிலைகுலைந்து போயிருந்தாள்...

இன்னும் நான்கு நாட்கள்...

அவளே வந்து என் காலில் விழப் போகிறாள்... என்னை ஏற்றுக் கொள்ளுங்கள் என்று அழப்போகிறாள்...

லவ் டாக்டர் கூறியது சரிதான்... பொறாமை, காதலில் நன்றாக வேலை செய்கிறது... அதுவும், போட்டி, நிரஞ்சனாவை விட அழகான, டாலி போன்ற ஒரு அல்ட்ராமாடர்ன், ஹைக்ளாஸ் பெண்ணிடமிருந்து உருவாகும் போது அது இரட்டிப்பாகிறது...

என் தோழிகளாக இருக்கும், சராசரி பெண்களில் ஒருத்தி, அவள் அழகியாகவே இருந்தாலும், இது போல் என்னோடு உரசினால், இந்தளவுக்கு இம்பாக்ட் இருந்திருக்குமா? என்று சித்து யோசித்தான்... அவன் மனக்கண் முன் வரிசையாய் நிறுத்தி யோசித்தான்... ச்சான்சே இல்லை... என்று தோன்றியது...

லவ் டாக்டர், லவ் டாக்டர்தான்!!

ஆனால், சித்து டாலியுடனான நெருக்கத்தை 'எஞ்சாய்' செய்தான் என்றாலும், நிஞ்சுவை இப்படி வாட்டுகிறோமே என்று ஒரு பக்கமும், ஒரு நாளைக்கு ஐம்பதாயிரம் மேல் செலவாகிறதே என்று ஒரு பக்கமும், அவனுக்கு பெரும் கவலையாக இருந்தது...

சேமிப்பு கணிசமாக கரைந்து கொண்டிருந்தது...

பரவாயில்லை... பின்னால் மொத்தமாக வசூலித்துக் கொள்ளலாம்... இந்தக் கம்பெனியே நம் கைக்கு வரப்போகிறது... என்று குதூகலமாக இருந்தது...

கூடவே, கரும்புத் தின்ன கூலியாக... டாலியின் அண்மை வேறு...

நானெல்லாம் கனவுகளில் கூட இது போன்ற பெண்களுடன் பழகமுடியாது என்று நினைத்துக் கொண்டான்... அவளை ஒரு டெமி-காட் ஸ்டேட்டசில் வைத்து, ஒருவித தாழ்வு மனப்பான்மையுடனே அவளுடன் பழகினான்...

அவள் அசைவுகள் அத்தனை நளினமானதாக, அத்தனை... அத்தனை... சரியாக சொல்லவரவில்லை... அத்தனை ரிஃபைன்ட்டாக இருந்தது...

அவளது அளவான மூக்கு, பெரிய கண்கள், அடர்ந்த கரிய இமைகள், துல்லியமான பற்கள், சற்றே தூக்கிய மேலுதடு, தளிர் போன்ற கீழுதடு... அவள் அங்கங்களை நேர்த்தியாக, மறைத்தும், மறையாமலும் காட்டும் தேர்ந்தெடுத்த உடைகள், உபயோகிக்கும் நறுமணப் பொருட்கள், சாப்பிடும் நறுவிசு, உட்காரும் நகாசு... நடையின் நளினம்... பேசும் நாசூக்கு, அவள் குரல், மாடுலேஷன், வார்த்தைகளுக்கு இடையே விடும் இடைவெளி... சொல்லிக் கொண்டே போகலாம்... சித்தார்த் அத்தனையையும் அணுஅணுவாக ரசித்தான்...

டாலி, விரல் சொடுக்கி அவன் சிந்தனையைக் கலைத்தாள், ஏதோ சைகை செய்தாள்... அவன் புரியாமல் திகைக்க...

'ப்ச்ச்...' என்று சலித்துக் கொண்டு... அவன் மீது சரிந்து... கார் கதவின் பொத்தானை அழுத்திவிட்டாள்...

அவள் வலது மார்பு முழுவதும்... அவன் மார்பில் அழுந்தியது...

'நேத்து ராத்திரியிலிருந்து வேலை செய்யலை...' என்று சாதாரணமாக சொல்லிவிட்டு... காரைக் கிளப்பினாள்...

மதியமும் இப்படித்தான், இன்று வழக்கத்துக்கு மாறாக, அவன் மீது சிலமுறை உரசினாள், சாப்பிட்டு முடித்து, வெளியேறும் போது, அவனோடு கைகளைக் கோர்த்துக் கொண்டாள்... வேண்டுமென்றே செய்கிறாளா? இயல்பாக நடக்கிறதா? சித்துவுக்கு குழப்பமாக இருந்தது...

கிண்டியை நெருங்குமுன்பாக, சிமெட்ரி அருகில், 'ஒரு சின்ன வேலை... முடிச்சிட்டு போகலாம்...' என்று காரைத்திருப்பி... டிஃபன்ஸ் காலனிக்குள் விட்டாள்... கார் வளைந்து, வளைந்து சென்று ஒரு பெரிய பங்களாவை நெருங்கியது...

பங்களாவின் முன் நின்று ... ஹாரனை அழுத்த... கதவு தானாக திறந்தது...

'முட்டாள்... தூங்கிட்டியா?' என்று கேட்டுவிட்டு... சர்ரக்கென்று காரை உள்ளே செலுத்தி... போர்டிகோவில் நிறுத்தி இறங்கினாள்...

கதவருகே பயோமெட்ரிக் லாக் இருந்தது... திறந்து உள்ளே சென்றாள்...

'உக்காரு... வந்துடறேன்...' என்று அவனிடம் சோஃபாவைக் காட்டிவிட்டு, உள்ளேயே வளைந்து வளைந்து சென்ற படி வழியே மேலே சென்றவள்... ஐந்து நிமிடங்கள் கழித்து...

மேலிருந்தே அழைத்தாள்... கூந்தலை ஒரு மாதிரி தூக்கி, கொண்டை போட்டிருந்தாள்... பங்கஜ் போல ஒரு ரோப் அணிந்திருந்தாள்... ஆனால் டர்க்கிஷ்.

அவன் மெல்ல, படியேறி அவளை நெருங்கினான்.

'சித்து... யூ சீம்ஸ் டு பீ ய நைஸ் கய்... பெண்களை ஒழுங்காக நடத்துகிறாய்...'

'என்ன சொல்கிறீர்கள்?'

'நான், முதல் நாள் நீ என்னை வெறிக்க வெறிக்க பார்த்த போது, உன்னையும் மற்றவர்கள் போலத்தான் நினைத்தேன்... பிறகு, நாம் ரிகர்சல் பார்த்த போதும் சரி, இந்த நான்கு நாட்களாக பழகும்போதும் சரி... நீ என்னை கள்ளப் பார்வை பார்த்ததில்லை, தீண்ட நினைத்ததில்லை... காசுதான் கொடுக்கிறோமே என்று உரிமை எடுத்துக் கொள்ளவில்லை... யூ ஆர் ய ரியல் ஜென்டில்மேன்...'

இது என்ன புதுக்கதையாக இருக்கிறதே? பச்சையாய் புளுகுகிறாளே? என்று சித்து நினைத்தான்... கிடைத்த சந்தர்ப்பங்களில் எல்லாம் அவன் அவளை ஆசைஆசையாய் ரசித்துக் கொண்டுதான் இருந்தான், தீண்டும் சந்தர்ப்பத்துக்காகத்தான் காத்திருந்தான்... ஆனால், அவனுக்கு சில்லரைத் தொடுதல்களில் மயக்கமில்லை... அவளை முழுமையாக ஆள நினைத்தான்... அதற்கு சரியான சந்தர்ப்பம் அமையாததால் பொறுமை காத்தான். 'அட... நாம் நன்றாகத்தான் நடிக்கிறோம் போல...' என்று தன்னைத்தானே பாராட்டிக் கொண்டான்... 'ஒருவேளை, அழகிருக்கும் பெண்களுக்கு புத்தியிருக்காது என்பார்களே, அதுபோல இவள் நம்மைக் கண்டு பிடிக்கவில்லயா?'

'என்ன பேச்சே காணோம்?'

'என்ன பதில் சொல்வது என்று தெரியவில்லை...?'

'புரிகிறது... நீ நிரஞ்சனாவை அத்தனை ஆழமாக காதலிக்கிறாய்... அதனால்தான் என்னைப் போன்ற பெண் அருகில் இருந்தும் ஆவல் வருவதில்லை... கொடுத்து வைத்தவள்...'

சித்தார்த் அசடு வழிந்தான்... தலை குனிந்தான்...

அவள் மட்டும் கிடைத்துவிட்டால்... உன்னைப் போல பத்து பேரை... பத்துபேர் என்ன... தினம் ஒருத்தியை விலைக்கு வாங்குவேன்... என்று நினைத்தான்... சிரிப்பு வந்தது...

'அட வெட்கப்படுகிறாயா? ஆண்கள் வெட்கப் படுவார்களா?' சிரித்தாள்...

அவன் அவளைப் பார்த்து சிரித்தான்.

‘உனக்கு ஒன்று தெரியுமா? முதல் நாள் நானும், பங்கஜூம் சொன்னது பொய்... நீ தினம் கொடுப்பதை, பத்துநாள் சேர்த்து மொத்தமாக கொடுத்தால்... நான் மொத்தமாக கிடைப்பேன்... ஒரு நாளைக்கு மட்டும்...‘

‘எனக்கு அதில் விருப்பமில்லை...‘ என்றான்.

‘ஏன்...?‘

‘ஐ நீட் ய கேர்ல்‘ஸ் சோல்... நாட் பாடி... நீ சொல்வது வியாபாரம்... நான் எதிர்பார்ப்பது வேறு... உனக்குப் புரியாது... எனக்கு இயல்பாக நடக்கவேண்டும்...’

‘வாவ்... நான் உன்னைப் போன்ற ஆளைத்தான் தேடிக் கொண்டிருக்கிறேன்...‘

‘புரியவில்லை...‘

‘நான் ஒரு பிகினி ஆல்பம் தயாரிக்க வேண்டும்... பிரத்தியேகமான ஒரு நபருக்கு... ஆனால் ஃபோட்டோகிராபரை நியமிக்க விருப்பமில்லை... நீதான் எடுக்க வேண்டும்... உன்னைப் போல சலனப்படாத ஒருவனால்தான் அதை சரியாக செய்ய முடியும்...‘

‘நிறைய சலனப்படாத ஃபோட்டோகிராஃபர்கள் இருக்கிறார்கள்... இல்லையென்றால் எங்களுக்கு யூட்யூபிலும், இன்ஸ்டாவிலும், மற்ற ஆன்லைன் தளங்களிலும் ஏராள ஃபோட்டோக்கள், வீடியோக்கள் கிடைக்காது...‘

‘உனக்குத்தான் புரியவில்லை... யூ ஆர் சோ இன்னசன்ட்... எனிவே, ஐ டோன்ட் வான்ட்டு எக்ஸ்போஸ் டு ய அன்நோன் பர்சன்...‘

சித்துவுக்கு உள்ளே சூடானது... ‘சரி, என்ன செய்ய வேண்டும்?‘

அவள், சித்துவை பக்கத்து அறைக்கு அழைத்துச் சென்றாள்... அது ஒரு ஸ்டூடியோ... ஒரு சுவர் முழுவதும் நீல நிற பெயின்ட் அடித்திருந்தது... இன்னொரு சுவரில் பச்சை நிறம்... ஏற்கனவே, அந்த பச்சை சுவற்றை நோக்கி விளக்குள் அமைக்கப்பட்டிருந்தன...

அதன் பிறகு, அவள் ஒரு கேமராவை அவனிடம் நீட்டினாள்... அதில் இரண்டு ஒயர்கள் இருந்தன... அந்த ஒயர்கள் வேறு ஒரு கனெக்ட்டர் மூலம் நான்காக மாறின... ஒளி அமைப்பைப் பற்றி அவனுக்கு சுருக்கமாக சொன்னாள்...

ஒரு முறை அழுத்திப் பார்க்க அறை பளீரென்றது...

அவன், சரியென்று தலையசைத்ததும்...

சட்டென்று ரோபை கழற்றி வீசி எறிய... சித்தார்த் தன்னிச்சையாக கேமரா பட்டனை அழுத்தினான்... அறை பளீரென்று ஒளிர்ந்து அவன் கண்ணை கூசவைத்தது... அவன் கண்கள் தெளிவாக தெரிந்த போது... அவள் டூபீஸ் நீச்சலுடையில் இருந்தாள்...

சித்தார்த் சிரமப்பட்டு தன்னை அடக்கிக் கொண்டு , அவள் திரும்பித் திரும்பி நிற்க, படபடவென்று க்ளிக் செய்ய ஆரம்பித்தான், அவள் ஏற்கனவே கேமரா தொடந்து ஷாட்கள் எடுக்கும்படி செட் செய்திருந்தாள்... அதனால் ஒவ்வொரு முறையும் நான்கைந்து ஸ்னாப்கள் எடுக்க... அறை மின்னிமின்னி கண்கணை இருளடைய வைத்தது...

அடுத்து விளக்குகளை மாற்றி அமைக்க வேண்டும்...

அவன் தடுமாற...

அவள் நெருங்கி வந்து, கனெக்டரில் கைவைத்து, சட்டென்று 'விலுக்... விலுக்...' என்று இழுத்துக் கொண்டாள், 'ஆ...ஆ...ஆ...ஆ' என்று அலறி-னாள்...

சித்தார்த் சட்டென்று பாய்ந்து அவளைத் தள்ள, அவள் அவனை இறுக்கப் பிடிக்க, இருவரும் தரையில் விழுந்து உருண்டனர்...

பின்னால் 'யூ பிட்ச்...' என்று ஒரு குரல் உறுமியது.

சித்தார்த் திடுக்கிட்டு திரும்பினான்...

ஒரு ஐம்பது வயது மதிக்கத்தக்க மனிதர்... இரு கைகளையும் இடுப்பில் ஊன்றி, அவர்களை வெறித்துப் பார்த்தபடி நின்றிருந்தார்...

'மாதவ்!!' டாலி ஆச்சரியப்பட்டாள்..

'என்ன நடக்கிறது இங்கே?' அந்த மாதவ் உறுமினார்...

'ஃபோட்டோஷூட் மாதவ்... உனக்காக பிரத்தியேகமாக ஒரு பிறந்த நாள் பரிசு தருவதாக சொன்னேனே... அதை தயார் செய்து கொண்டிருக்கிறேன்...'

'என்னடி? நாடகமாடுகிறாய்?... நான் என்ன முட்டாளா?'

'ஏன் அப்படி பேசுகிறீர்கள் மாதவ்?'

அந்த மாதவ் சட்டென்று உணர்ச்சி வசப்பட்டார்...

'நாயே... எவ்வளவு பணம்... நீ இம்ப்ளான்ட் வைத்துக்கொள்ள என் பணம், காஸ்மெடிக் சர்ஜரிக்கு என் பணம், க்ளுட்டோப்ளாஸ்டிக்கு என் பணம், சரசமாட மட்டும் வாலிபனாகக் கேட்கிறதோ?'

'மாதவ்... நீ தப்பாக பேசுகிறாய்... சித்து ஈஸ் ய நைஸ் கை... அவன் ஒரு நொடி கூட என்னிடம் தப்பாக நடந்ததில்லை...'

'ஓ... சித்து?... சித்தூஊ? என்ன செல்லமாக கூப்பிடுகிறாய்?... எத்தனை நாளாக நடக்கிறது? இந்த உங்கள் சரசம்... இன்று இடம் கிடைக்காமல்... என் வீட்டுக்கே அழைத்து வந்துவிட்டாயா?'

'இல்லை... பொறுமையாக கேளுங்கள் மாதவ்... உங்களுக்காகத்தான்...'

'இனி என்ன பொறுமை? எனக்காகவா? என்னிடம் சரசமாட, அவனிடம் ஒத்-திகையா? பாவி... என்னவெல்லாம் சொல்லி என்னை மயக்கினாய்... வேசி... உன்னைக் கொல்கிறேன் பார்...'

அந்த மாதவ் சுற்றிலும் பார்த்தார், கேமரா ஸ்டான்ட். அதைத் தூக்கிக் கொண்டு டாலி மேல் பாய, சித்தார்த் சட்டென்று அவரைப் பாய்ந்து பிடித்தான்... துள்ளினார்.

'பாஸ்டர்ட்... விடுடா என்னை...' அவர் வயதுக்கு மிகவும் திடமாக இருந்-தார்.

சட்டென்று அவரைத் தள்ளி விட்டான்... அவர் தடுமாறி, கேமரா ஸ்டாண்ட்-டையே ஊன்றி நின்றார்.

'வார்த்தையை அளந்து பேசுங்கள் சார்... எனக்கும் கோபம் வரும்...'

'என்னடா அளந்து பேசுவது? நான் இதுவும் பேசுவேன், இதற்கு மேலும் பேசு-வேன்... மாற்றானுக்கு சொந்தமான பெண் பின்னால் நாய் போல நாக்கை தொங்-கப் போட்டுக்கொண்டு சுற்றுகிறாய்... உன்னிடம் அளந்து பேசவேண்டுமோ?'

ஸ்டாண்டை அவன் மேல் வீசுவது போல ஓங்கினார்... சித்து பாய்ந்து, ஸ்டாண்ட்டைப் பற்றி இழுத்தான்... சட்டென்று கையோடு வந்தது...

'மாதவ்... நான் ஒன்றும் உங்கள் சொத்து இல்லை... தாலி கட்டிய கணவனைப் போல பொங்குகிறீர்கள்?'

'ஓ... கதை அப்படி போகிறதோ? வேசியே, அப்படியென்றால், மரியாதையாக என் பணத்தை எடுத்து வை...'

'பணமா? அதெல்லாம், நீ இது நாள் வரை என்னைத் தடவியதற்கு சரியாகப் போய்விட்டது... பணமெல்லாம் கிடையாது...'

அவள் பேசியபடி வேகவேகமாக தன் பாத்ரோபைத் தேடி அணிந்தாள்...

சித்து 'தேமே' என்று நின்றான்...

'உன்னிடம் இப்படி பேசினால் பதில் வராது... இரு துப்பாக்கியைக் கொண்டு வருகிறேன்...'

அந்த மாதவ் வேகவேகமாக வெளியேறி, கதவை இழுத்து, தாளிடப் போனார்.

டாலி 'சித்து... பிடி... பிடி... அவரைப் பிடி... துப்பாக்கியை எடுத்துவிட்டால் பிரச்சினை... நாம் எது சொன்னாலும் கேட்கின்ற நிலைமையில் அவர் இல்லை... ' என்று கத்தினாள்.

சித்து தடதடவென்று ஓடி, கதவிடுக்கில் கால் நுழைத்து... அவர் தாளிட முடியாதபடி செய்தான்.

கிழவன் பலமாக இருந்தான்...

கதவின் பிடியைப் பற்றி அவன் பலமாய் இழுக்க... சித்து கதவிடுக்கில் கால்-வைத்து... இரு கைகளால் இழுக்க...

பலப்பரீட்சையில், சித்து வெற்றி பெற... கதவு தடால் என்று உள்பக்கமாய் திறந்து கொள்ள... சித்துவின் இன்னொரு காலில் முட்டி, முகத்தின் மேல் அறைந்து, கதவு நிற்க, சித்து நிலை தடுமாறினான்... கீழே விழுந்தான்...

கிழவன் சட்டென்று படியை நோக்கி ஓடினான்...

'பிடி... பிடி...' என்று டாலி கத்த...

சித்து நான்கு கால்களில் தவழ்ந்து வேகமாக சென்று... கிழவன் மிது பாய... தூரம் போதாமல், சித்து மாதவ்வின் கால்மேல் விழ, சட்டென்று கால் மடங்கி... கிழவன் அந்த அந்த முழு படியிலும் உருண்டு, உருண்டு, உருண்டு ...

கீழே போனவன்... படுத்தது படுத்தபடி கிடந்தான்.

சித்து முதல் மாடியில் இரண்டு படியில் பாதியும் நடையில் பாதியுமாக கவிழ்ந்து படுத்தபடி... கிழவன் உருள்வதை பார்த்தபடியிருந்தவன்... கிழவன் அசையாததைப் பார்த்து, அவனும் அசைவின்றி போனான்...

டாலி... கிடுகிடு வென்று ஓடிவந்து படியிறங்கினாள்... அவனால், கிழ-வனைப் பார்க்க முடியவில்லை, மூச்சு வாங்க நின்றாள், மறுபடி இறங்கினாள்... மறுபடி கிழவன் தெரிந்த போது, அவனைச்சுற்றி ரத்தம் தெரிந்தது...

டாலி கிழவனை நெருங்கி... மூக்கில் கை வைத்துப் பார்த்தாள்.

மூச்சில்லை... காதுகளிலும், மூக்கிலும் ரத்தம் வழிந்தது.

'என்ன சித்து? இப்படி பண்ணிட்டீங்க... அவர பிடிக்கத்தானே சொன்னேன்... இப்படி கொன்னுட்டீங்களே?' என்றாள்.

சித்து உறைந்து போக...

அடுத்த இருபது நிமிடத்தில், பங்கஜ், அந்த வீட்டுக்குள் நுழைந்தார்...

கிழவன் கீழே படுத்துக் கிடக்க... சித்து மேல் படியில் இரு தொடைகளில் கையூன்றி... கிழவனையே பார்த்தபடி உட்கார்ந்திருந்தான்.

டாலி... கிழவன் அருகிலேயே.... கால் மடக்கி அமர்ந்திருந்தாள்... கையில் மொபைல்...

யாரும் பேசவில்லை...

'வாட் ஹாப்பன்ட்?' பங்கஜின் குரல் சுவர்களில் பட்டு எதிரொலித்தது...

டாலி 'பங்கஜ், சித்து... சித்து, மாதவ்-அ... மாடியிலருந்து... தள்ளி... கொன்னுட்டான்...' என்று ஒவ்வொரு வார்த்தையாக சொன்னாள்...

9

ஆதித்யா, அன்று ப்ரேம்நாத் அறைக்குள் நுழைந்த போது, அவர் தீவிரமாக எதையோ படித்துக் கொண்டிருந்தார்...

'ம்ம்... வா ஆதி... எனி நியூஸ்...'

'முக்கியமான செய்தி இருக்கிறது... அதுதான் நேரம் கேட்டேன்...'

ஆதி நேராக வந்து, ப்ரேம் எதிரே உட்கார்ந்தார்... உடனே ஆரம்பித்தார்...

'ஒரு ட்ரக் பிரச்சினை...'

'இதையே இப்போதுதான் சொல்ல வந்தாயா?'

'உனக்கு முன்பே தெரியுமா?'

'ஏன் உனக்குத் தெரியாதா, போர்ட் மீட்டிங்கில் நீயும்தானே இருந்தாய்?'

'என்ன குழப்புகிறாய்?'

'கே.ஜீ.ஃப்ளுசோன்... அந்த டேப்ளட்தானே? அதான், இட் லீட்ஸ் டு டிகேஜ-ன்னு ரிப்போர்ட் குடுத்துட்டோமே? வித்ட்ரா பண்றது நல்லதுன்னுதானே சஜஷன் குடுத்திருக்கோம்...'

'அதேதான், ஆனா ப்ராப்ளம் வேற... சென்னைல இதை அனலிஸ் பண்ற டாக்டர்....'

'மித்ரா.... இதைக் கண்டுபிடிச்சிட்டாங்கன்னு கூப்பிட்டு வார்ன் பண்ணி விட்டிருக்காங்க... ரப்பிஷ்...'

'என்ன ரப்பிஷ்...?'

'ஆதி.... இத மாதிரி வேலையெல்லாம் செய்யறதுக்கு நமக்கு புத்திசாலிகள் தேவை... ஆனா அவங்க புத்திய உபயோகப்படுத்தக்கூடாதுன்னு கண்டிச்சா எப்படி? என்னதான் செக்யூரிட்டி போட்டு மறைச்சாலும்... நிஜமான அறிவாளி இதை கண்டுபிடிக்கத்தான் செய்வான்... ஷீ நீட்ஸ் ரெகக்னிஷன்...'

'அவ எங்கயாச்சும் ஊளறி வெச்சா?'

'மாட்டா? சொன்னாலும் புரவாயில்லை... எனிவே ட்ரக் ஈஸ் கோயிங் அவட் ஆஃப் மார்க்கெட்... ஆறு மாசம் முன்னாடியே இதோட அட்வர்ஸ் ப்ராப்பர்ட்டீஸ் பத்தி வார்ன் பண்ணிட்டோம்...'

'இல்ல ப்ரேம்... தே ரிலிஸ்ட் த டேப்ளட். இட் ஈஸ் இன் ஃபோர்த் ஸ்டேஜ் அன் இன் மார்க்கெட்... நாம இப்ப பாக்கறது லைவ் அன் ரேண்டம் பேஷண்ட்ஸ்...'

'ஸ்டேஜ் ஃபோர்? நம்ம ரெகமண்டேஷன பாத்ததுக்கு பிறகுமா?'

'ஆமா....'

'பட்... இட்ஸ் நன் ஆஃப் அவர் பிசினஸ்...'

'இப்போ, ரிப்போர்ட்ட மாத்தி எழுத சொல்றாங்க... மார்ட்டாலிட்டி நெக்லிஜி-பிள் ரேட்தான்னு குடுக்கச் சொல்றாங்க... அண்டர் சிக்ஸ் பர்சண்ட்... ஏன்னா, மார்க்கெட்ல இருக்கற மாத்திரைக்கு ஏத்த மாதிரி நமக்கு ரிப்போர்ட் வரலை-யாம்...'

'எவ்ளோ இருக்கு?'

'ஃபிஃப்ட்டினோ... ட்வெண்டியோ... பர்சண்ட்...'

'நமக்கு வந்ததுல?'

'ஆமா...'

'அப்ப மார்க்கெட்ல இருக்கற க்வாண்டிடியோட கம்பேர் பண்ணா பர்சண்டேஜ் கொறையலாம்... பட் மத்த பேஷண்ட்களோட நெலைமை தெரியாம... எப்படி ரிப்போர்ட்ட மாத்தி எழுதறது?'

'அதனாலத்தான் நமக்கு ரேண்டமா அனுப்பறாங்க... பர்சண்டேஜ கொறைக்க... மத்ததெல்லாம் நான் ட்ரேசபிள் பேஷண்ட்ஸ், வித் ஹிஸ்டரி ஆப் அதர் காம்ப்ளிகேஷன்ஸ் அப்டிங்கறாங்க... அப்படியே டெத் இருந்தாலும், வேற, வேற ரீசன்ஸ் கைட் பண்ணுவாங்க...'

'எப்படி யூஎஸ்ல நான் ட்ரேசபிள் வரும்...'

'ரிசர்ச்ல அது ஒரு ப்ராப்ளம் ப்ரேம்... சின்ன பேட்ச், வைட் டிமோக்ராஃபிக் ஏரியா... லோக்கல் க்ளையன்ட் டேட்டா மட்டும் நமக்கு வரும்... வேற கவுண்-டிக்குப் போனது... அவங்களாலே ட்ரேஸ் பண்ணமுடியாதுன்னு சாதிப்பாங்க... இல்லன்னா வேற ஏஜென்சிக்கு அனுப்புவாங்க... யாரோட ரெக்கமண்டேஷன் சாதகமா இருக்கோ, அது எஃப்டிஏக்கு போகும்...'

'நாம ஆறுபர்சண்ட் இருக்கறப்பவே 'ட்ராப்' சஜஷன்தான் கொடுத்தோம்... டிலே பண்ணு...'

'அந்தப் பொண்ணு?'

'லீவ் ஹர் அலோன்... சென்னைல எங்கயோ ஒரு மூலைல ஒரு பொண்ணு தெரிஞ்சவங்ககிட்ட பேசினா, அமெரிக்க மார்க்கெட்ல பிரச்சினை வருமா?....'

'என்ன செய்ய சொல்ற?'

'அதான் சொன்னேனே... லீவ் ஹர்... எல்லாத்தையும் லிட்டரலா எடுத்துக்-காதே... என்டிஏ உட்பட... வீ ஆர் கான்டினென்ட்ஸ் அபார்ட்... இட் ஈஸ்

நாட் கோயிங் டு ஹர்ட்...'

'பட்...'

'பட்... திஸ் ஈஸ் கோயிங் டு ஹர்ட்...'

மறுபடி கத்தை ஃபோட்டோக்களை தூக்கி டேபிள் மேல் போட்டார்...

ஆதி, கவரை எடுத்து ஒவ்வொரு ஃபோட்டோவாக பார்த்தார்...

'யார் இந்தப் பெண்?'

'என்னைக் கேட்கிறாய்? நீதானே, நான் பார்த்துக் கொள்கிறேன் என்றாய்? பார்த்தாயா? உன்னை மட்டுமே நம்பியிருந்தால் என் கதி அவ்வளவுதான்...'

'என்ன சொல்கிறாய் ப்ரேம்?'

'அந்த மொட்டைத்தலை மனிதனை அதன் பிறகு காணவில்லை... ஆனால் இந்தப் பெண் மூன்று நாட்களாக, சாரி, இன்றோடு ஐந்து நாள், சித்துவோடு சுற்றுகிறாள்... அவள் அருகே எங்கேயும் வேலை செய்யவில்லை... ஆனால் சரியாக சாப்பாட்டு நேரத்துக்கு வருகிறாள்...'

'சித்துவை சந்திக்கவா?'

'ஆமாம்... ஆனால் பின்னால் பார்...'

'ஆம்... உன் மகள் இருக்கிறாள்... நான் உடனே கவனிக்கிறேன்...'

'விட்டுவிடு ... நான் வேறு ஏற்பாடு செய்துவிட்டேன்...'

ஆதி கோபமாக எழுந்து வெளியே வந்தார்... பாலாவை மொபைலில் அழைத்தார்...

'பாலா...முட்டாளே... என்ன செய்து கொண்டிருக்கிறாய்?'

'ஏன்? நீங்கள் கொடுத்த வேலையைத்தான் செய்கிறேன்?'

'சித்து ஏதோ பெண்ணோடு சுற்றுகிறானாமே?'

'ஆமாம், மிக அழகான பெண்... எப்படித்தான் பிடிக்கிறானோ? பார்த்தால் ஏதோ மாடல் போல இருக்கிறது...'

'ஏன் என்னிடம் சொல்லவில்லை?'

'ஆதி சார்... நீங்கள் மேடத்தை மட்டும்தான் கண்காணிக்கச் சொன்னீர்கள்... இப்போது கேளுங்கள்... அவர்கள் இந்த நிமிடம் எங்கேயிருக்கிறார்கள்? என்ன செய்துகொண்டிருக்கிறார்கள்? என்று சொல்கிறேன்... சித்து பற்றியெல்லாம் எனக்கு ஒன்றும் தெரியாது?'

'முட்டாளே சொன்னால்தான் செய்வாயா?... சித்து, டைரக்டரோடு சம்பந்தப்பட்டவன், அவள் கூடவே சுற்றுகிறான் என்றாய்... இப்போது அவன் வேறு பெண்ணோடு சுற்றினால் ஏதோ பிரச்சினை என்று புரியவேண்டாமா?

'சார்...சார்... நான் அன்றே சொல்லிவிட்டேன்... ஓட்டலில் ஏதோ பிரச்சினை, மேடமும், அவர் தோழியும் பாதி சாப்பாட்டிலேயே எழுந்து போய்விட்டார்கள்... அவர்களோடு நானும் எழுந்து சென்றுவிட்டேன்... நீங்கள் மேடம் மேல்

ஒரு கண் வையுங்கள் என்றுதான் சொன்னீர்கள்... மேடத்துக்கும், சித்துவுக்கும் எந்த தொடர்பும் இல்லாத போது நான் ஏன் சித்துவை தொடரவேண்டும்? அதற்கு தனியாக பணம் தருகிறீர்களா? என்ன?'

'உன்னை நம்பினேனே... என்னை சொல்ல வேண்டும்... நன்றாக கேட்டுக் கொள்... இப்போது சொல்வதை மட்டும் கவனமாகக் கையாளவேண்டும்...'

'சரி....'

'அந்த மித்ராவைத் தெரியுமா?'

'தெரியுமாவா? கிருஷ்-ம், அவளும் அடிக்கும் கூத்து ஆஃபீஸ் முழுவதும் தெரியுமே...'

'நீ என்ன செய்யவேண்டும் தெரியுமா? அவளை, ஏதாவது இன்வெஸ்டிகேடிவ் ஜர்னலிஸ்ட்டிடம் மாட்டிவிடவேண்டும்... அவள் வேலை செய்யும் மாத்திரை பற்றி கேள்வி கேட்டு... அவள் தரும் பதில்கள் பத்திரிகையில் வரவேண்டும்...'

'அப்போ மேடம்?'

'அவளை நீ தொடர்ந்து கண்காணிக்க வேண்டும்?'

'மித்ரா?'

'முட்டாளே... நீ அவளை கண்காணிக்க வேண்டாம்... நீ இதில் சம்பந்தப் பட்டிருப்பது தெரியாமல்... அவளை மாட்டிவிடவேண்டும்... அவள் இந்த மாத்-திரை பற்றி வெளியில் பேசியே ஆகவேண்டும்...'

'இதனால் எனக்கு ஏதாவது பிரச்சினை...'

'முட்டாள் முட்டாள்... மறுபடி, மறுபடி உன்னைத் திட்ட வைக்காதே... நீ சம்பந்தப்பட்டிருப்பது தெரியக்கூடாது என்றுதானே சொன்னேன்... பிறகு எப்படி உனக்கு ஆபத்து வரும்?'

எப்படியும் நிறுவனத்தை மூடப் போகிறார்கள்... அதுதான் உனக்கு ஆபத்து நண்பனே என்று நினைத்துக் கொண்டார்..

'சரி... எவ்வளவு ரகசியமாய் செய்கிறேன் பாருங்கள்... அப்பறம்...'

'சரி... வேலை முடிந்ததும் கூப்பிடு...' என்றார்.

'ஆதி சார்... இதுக்கு எவ்ளோ?'

'நீ பணமின்றி எதையும் செய்யமாட்டாய் என்று எனக்குத் தெரியாதா? முதலில் வேலையை முடி... உன் அக்கவுண்ட்டில் தானாக விழும்...'

'ஹிஹிஹி... அது தெரியாதா? எவ்வளவு? நானா மொத்தமும் எடுத்துக்-கொள்ளப்போகிறேன்... வேலை செய்பவர்களுக்குத் தரவேண்டாமா?'

பட்டென்று தொடர்பைத் துண்டித்தார்.

கேஜி ஃப்ளுசோன் தயாரிப்பாளரின் எதிர் நிறுவனம்... ஆதிக்கு பெரும் பணம் தருவதாக வாக்களித்திருக்கிறது... அத்துடன், அவர்களின் ரிசர்ச் ஃபெசிலிட்டிக்கு அவுட்சோர்சிங் வேலையை அவரிடம் தருவதாக வாக்களித்திருக்கிறார்கள்...

ஆதி...நீ ஒரே கல்லில் மூன்று மாங்காய் அடிக்கப் போகிறாயடா...

முதல் மாங்காய், தான் போய் ஆர்டர் கேட்டபோது மறுத்துவிட்டு, ப்ரேமை தலையில் தூக்கிவைத்து கொண்டாடிய நிறுவனம் மாட்டப்போகிறது, அவர்களின் நீரிழிவு மாத்திரைகளோடு, மற்ற மருந்துகளின் ரிசர்ச் பேப்பர்கள் மீதும் என்க்வயரி வரப் போகிறது, அதற்கான வேலைகளைத்தான் ஆதி செய்து கொண்டிருக்கி-றார்...

இரண்டாவது மாங்காய், டீக்ரிப் மூடுவிழா காணப்போகிறது... ப்ரேமுடைய சரிவைக் காணவேண்டும்... எத்தனை அவமானம்... இருவரும் சேர்ந்துதானே துவங்கினோம்... பணம் மட்டும் இருந்துவிட்டால் நீ முதலாளியா? மூளை? அதில் பெரும்பங்கு என்னுடையதுதானே? இந்த அசுர வளர்ச்சி யாரால்? இந்த துறை-யில் உன்னை இழுத்துவிட்டது யார்? நான்தானே நாய் மாதிரி அலைந்து இந்த ஏஜென்சியைப் பிடித்தேன்? வளர்ந்ததும் நன்றி மறப்பாயா?

மூன்றாவது மாங்காய்... **சீஎம்டி ஆதித்யா...** சுயமாய் நிறுவனம் ஆரம்பிக்கப் போகிறேன்... நானே முதலாளி... எந்த சும்பனுக்கும் பணிந்து பதில் சொல்ல வேண்டியதில்லை....

மித்ரா மிகக் கவலையாயிருந்தாள்... அவள் கவனித்து வந்த பேஷண்ட்களில், கிட்டத்தட்ட பதினைந்து பேர்கள் வரை, ரிப்போர்ட் வருவது நின்றுவிட்டது... அதன் அர்த்தம் அவளுக்குப் புரிந்தது... இறந்துவிட்டனர். தனக்கு என்ன நேர்ந்-தது என்று தெரியாமலே இறந்து விட்டனர்... நம்பிக்கையாக சாப்பிட்டுவந்த மாத்-திரையே தனக்கு எமனானது தெரியாமல் இறந்துவிட்டனர்...

கிருஷ்... 'மித்ரா மை டார்லிங்... ஏன் சோகமாயிருக்கிறாய்... உன் சோகம் என்னைத் தாக்கி... நான் சோகப்பட்டு... என் சோகம் உன்னைத்தாக்கி நீ வருத்-தப்படுவாயே.... அதை என்னால் காணமுடியுமா?'

அத்தனை வருத்தத்திலும் சிரிப்பு வந்தது... 'ஸ்டுப்பிட்... சும்மாரு... மூட் சரியில்லை...'

'ஏன்?'

'அதைச் சொல்லக் கூடாது...'

'ஏன்? தலை வெடித்துவிடுமா?'

'ஆமாம்...'

'அப்படியென்றால் சொல்லாதே?... தலையில்லாமல் உன்னோடு குடித்தனம் செய்யமுடியாது...'

'ஓ... என் தலையே போனாலும், உன் குடித்தனம்தான் உனக்கு கவலையா?'

'ஆமாம்... நானும் இறந்துவிடுவேன் அல்லவா... மறு உலகில், எனக்கு தலையிருக்கும், உனக்கு தலையிருக்காது, எப்படி குடித்தனம் செய்வது?'

அவளுக்கு பகீரென்றது... இவன் வேடிக்கை செய்கிறானா? இல்லை நிச்சயமாக இது காதல்தானா?

'சந்தேகப்படாதே காதல்தான்...'

'விளையாட்டுப் போதும் கிருஷ்... நான் உன்னிடம் ஒன்று சொல்லவேண்டும்...'

'வேண்டாம்... என்டிஏவால் பிரச்சினை வரும்...'

'அப்படியென்றால்?'

'தெரியும்... பதினைந்து பேர் இறந்தது வரை...'

'எப்படி?'

'கேட்காதே... சொன்னால் என் தலை வெடித்துவிடும்...'

சிரித்தாள்...

'கவலைப் படாதே மித்ரா... நீ உன் கடமையை செய்தாய்... உரிய பரிசு கிடைக்கும்...' என்றான்.

அவள் அவனைப் பட்டென்று அடித்தாள். கண்ணில் நீர் தெறித்தது.

'யாரோ... ஊர் பேர் தெரியாத நோயாளிக்காக அழும் உன்னை மணந்து கொள்ளப் போகும் இந்த விளையாட்டுப் பிள்ளை உண்மையில் கொடுத்து வைத்தவன்...' நாடகத்தனமாக சொல்லிவிட்டு போய்விட்டான்.

சித்துவின் பைக் இன்னமும் தயாராகவில்லை.

அப்பா தன் ஜூபிடரைக் கொடுத்திருந்தார்... பைக் ஷெட்டிலிருந்து வரும்வரை உபயோகித்துக் கொள்ளச் சொல்லியிருந்தார்... நங்கநல்லூரிலிருந்து வந்து கத்திப்பாரா க்ளாவர் ப்ரிட்ஜில் ஏறியவன்... தவறான பாதையில் சென்று இறங்கி ஏறி, இறங்கி ஏறி இரண்டு சுற்றுக்கள் சுற்றிவிட்டு... சரியான பாதையைப் பிடித்து, டிஎல்ஃப் நெருங்கி, பார்க்கிங்கில் பூட்டாமலே வந்து, ஆக்சஸ் கார்ட்டை காட்டாமல் கதவைத் தள்ளித் திறக்க முயன்று... உள்ளிருந்து செக்யூரிட்டி சொன்னதன் பொருள் புரியாமல் விழித்து... அவர் எழுந்து, கண்ணாடி அருகே வந்து ஆக்சஸ் கார்டைத் தூக்கிக் காட்டியதும்தான்... தவறு புரிந்து... ஐடி கார்ட் பின்னாலிருக்கும் ஆக்சஸ் கார்ட்டைத் தூக்கி அட்டண்டஸ் போட்டுவிட்டு... திறந்த கதவின் வழி உள்ளே வந்தான்...

இப்படி அபத்தமாக போய் மாட்டிக் கொண்டோமே? நல்ல வேளை தப்பித்தோம் என்று நினைத்தான்...

கூடவே..

தப்பிவிட்டோமா? வசமாக சிக்கிக் கொண்டோம்... இனி ஜாக்கிரதையாக இல்லாவிட்டால் நம் கேரியரே கோவிந்தாதான்... என்று நினைத்தான்...

அவர்கள் சொன்னதை செய்துவிட்டு... உங்கள் சங்காத்தமே வேண்டாம் என்று விலகிவிடவேண்டும்...

சொன்னதை செய்வதா? எத்தனை பெரிய துரோகம்...? நான் மீளமுடியுமா?

சித்துவுக்கு, மாதவ் இறந்த நாள் நினைவுக்கு வந்தது...

டாலி, சித்துதான் கொன்றுவிட்டான் என்று சொன்னபோது, மறுப்பேதும் சொல்லக்கூடிய நிலையில் அவன் இல்லை... ஆயிரம் எண்ணங்கள் அலைமோத... பிரம்மை பிடித்தவன் போல சிலையாய் அமர்ந்துவிட்டான்...

டாலி அழுது கொண்டிருந்தாள்... அந்த நிலையிலும் அழகாக இருந்தாள்... 'போச்சு, எல்லாம் போச்சு, மிஸ் யூனிவர்ஸ், நடிகை, எண்டர்ஸ்மென்ட்... லைம்லைட், எல்லா கனவும் போச்சு... இப்படி வந்து மாட்டிப்பனா? மொட்டத்தலையா... இப்படி மாட்டிவிட்டுட்டியே.... என் ஃப்யூச்சர் என்னாகறது... நீ எடுக்காத படத்துக்கு கதாநாயகி ஆக்கறேன்னு... இப்படி கொலைகாரியாக்கிட்டியே...'

'ச்ச்சு... சும்மாரு... எதுக்கு புலம்பற?' பங்கஜ் அதட்டினார்...

'பொலம்பறனா? ஜெயிலுக்குப் போகப்போறம்டா முட்டாள் கிழவா... அவ்ளதான்... நான் சீரழிஞ்சி... சின்னாபின்னமாகப்போறேன்... ஆம்பள பசங்க ஜெயிலுக்குப் போனாலே விடமாட்டாங்க... நான் என்னல்லாம் ஆகப் போறேனோ...' பெருங்குரல் எடுத்து அழுதாள்...

'டாலி... டாஆஆஆலி... கேதர் யூர் செல்ஃப்... சத்தம் போட்டு... செக்யூரிட்டிய உள்ள வரவெச்சிடாத...'

'போயா... யார் வந்தா இனி எனக்கென்ன?'

பங்கஜ் நேராக டாலியிடம் போனார், அவள் நிமிர்ந்து பார்க்க... 'பளீர்...' என்று அறைந்தார்... டாலியோடு சேர்த்து... சித்துவுக்கும் தூக்கிவாரிப்போட்டது.

'பேசாத? நடந்தது நடந்துடுச்சி... யாரும் ஜெயிலுக்குப் போகப் போறதில்ல... வீ வில் டூ சம்திங்...'

'என்ன பண்ணப்போற?'

அவர் உட்கார்ந்து வீட்டை சுற்றி, சுற்றிப் பார்த்தார்... பின் எழுந்து ஒவ்வொரு, அறையாக உள்ளே போய் பார்த்தார்...

பின்...மிக வேகமாக வேலை செய்தார்...

கீழே விழுந்த மாதவ்வை தூக்கி உட்கார வைத்தார்... அவரும், டாலியுமாக சேர்ந்து, மாதவ்வை, சோஃபா அருகே இழுத்து வந்து, சாய்த்து உட்கார வைத்தனர்... பின், பாத்ரூமிலிருந்து மாப், சோப் என்று எடுத்து வந்து தரையைத் துடைத்தனர்... இருவருமாக, அவரைத் தூக்கிக் கொண்டு பங்கஜின் காருக்கு கொண்டு சென்றனர்... டாலி ரூமுக்குப்போய் உடை மாற்றி வந்தாள்...

பின், பங்கஜ் அவர் காரிலும், டாலியும், சித்துவும் ஒரு காரிலுமாக ஏறி, வெளியேறி, கூர்க்கா கதவைத் திறந்து அடித்த சல்யூட்டை வாங்கிக் கொண்டு, சென்னை ட்ராஃபிக்கில் கலந்தனர்... இரவு பன்னிரெண்டு வரை சுற்றிவிட்டு... திரிசூலம் ரயில் பாதை அருகே வந்ததும், காருக்குள்ளேயே, மாதவின் உடைக-

ளைக் களைந்து... சித்துவும், பங்கஜூம் வெறும் உள்ளாடைகளோடு அவரைத் தூக்கிக்கொண்டு போய்... அவர் தலை ஒரு தண்டவாளத்தில் இருப்பது போல படுக்கவைத்துவிட்டு ஓரே ஓட்டமாய் ஓடி வந்தனர்...

கடைசி ரயிலில் அடிபட்டு தலை நசுங்கி விடும், அடையாளம் தெரியாத பிணமாகிவிடுவார்... என்று பங்கஜ் சொன்னார்...

சித்தார்த்துக்கு திடீரென்று வாட்ச்மேன் நினைவு வந்தது... நல்ல வேளையாக அவன் என்னைப் பார்க்கவில்லை... மாட்டினால் பங்கஜ்-ம், டாலியும்தான் மாட்-டுவார்கள்... என்று நினைத்தான்...

ஆனால், கார் மறுபடி மாதவின் வீட்டுக்கு செல்வதைப் பார்த்து குழம்பி-னான்... கார் வீட்டருகே நெருங்கியதும், பங்கஜ் தன் காரை நிறுத்த, பின்னா-லேயே வந்த டாலியும், காரை நிறுத்தினாள், பங்கஜ் நெருங்கி..

'நீ காரிலேயே இரு... நாங்கள் வருகிறோம்...' என்று பங்கஜ், டாலியின் காரில் பின்சீட்டில் ஏறினார்.... அப்போதுதான், சித்து, அவர் மாதவின் உடையில் இருப்பதைப் பார்த்தான்...

ஐந்து நிமிடங்கள் கழித்து, டாலி தனியே காரை ஓட்டிவந்தாள், நிறுத்தி டிக்-கியைத் திறக்க, உள்ளிருந்து பங்கஜ் இறங்கி காருக்கு வந்தார்...

'இப்போ மாதவ். வீட்டிலிருப்பதாக வாட்ச்மேன் சத்தியம் செய்வான்...' என்று சிரித்தபடி பங்கஜ் காரில் ஏறினார்.

அதன் பிறகு, இரண்டு நாட்கள் சித்து, பயத்திலேயே கழித்தான், இரண்டு நாட்களும், அனைத்து தமிழ், ஆங்கில நாளேடுகளை வாங்கி ஒரு வரி விடாமல் படித்தான்... செய்திகளை முழுவதும் கேட்டான்...

அலுவலகத்தில், ஒவ்வொரு சின்ன சப்தத்துக்கும் அதிர்ந்து அதிர்ந்து தெளிந்-தான்...

வேலையில் முழு கவனம் செல்லவில்லை...

அதே நிலைதான், நிரஞ்சனாவுக்கும், வேலையில் முழு கவனம் செல்ல-வில்லை...

ஆனால் சித்துவுக்கு என்னமோ, அவளைப் பார்க்கும் போதெல்லாம் கோபம் பொங்கிப் பொங்கி வந்தது... 'திமிர்பிடித்தவள்... அவளால்தானே...'

இரண்டு நாட்கள் அப்படி திகிலிலும், கோபத்திலும் கழிய... மூன்றாம் நாள்,

பங்கஜ் மொபைலில் அழைத்து, 'சித்து... அர்ஜண்ட்டா என் ரூமுக்கு வாயேன்...' என்றார்.

சித்துவுக்கு சர்வமும் நடுங்கியது... என்னவாக இருக்கும்?

இருந்தாலும் வேறுவழி இல்லாததால் அவன், அப்பாவின் வண்டியிலேயே, சோழா கிரண்ட் சென்று... பங்கஜின் அறைக்கதவைத் தட்டினான்...

திறந்தது... டாலி...

அவள் அமைதியாக உள்ளே செல்ல...

அந்த அறையின் நடுநாயகமாக... மூவர் உட்காரும் சோஃபாவில் இருபக்கமும் கை விரித்து போட்டபடி மாதவ் உட்கார்ந்திருந்தார்.

10

10

மாதவ் உடலை டிஸ்போஸ் செய்ய இரயில்வே ட்ராக்கில் போட்டதற்கு அடுத்த நாள், ஃபிலிக்ஸ் மறுபடி தேவ்தத் முன்னால் நின்றிருந்தார்...

'எனக்கு நிறைய நேரமில்லை ஃபீலிக்ஸ்... அவர்கள் மாஸ்-லான்ச் செய்யுமுன், நான் முந்திக் கொள்ள வேண்டும்...'

'எல்லாம் தயார்... இன்னும் இரண்டு மூன்று நாட்களில் நீங்கள் கேட்டது வந்துவிடும்...'

'பிறகென்ன? போய் வேலையைப் பார்? இங்கே என்ன செய்கிறாய்?'

'பத்து கோடி பணம் தேவைப் படுகிறது ஜீ...'

'உன் அப்பாவின் பெட்டியை உடைத்து எடுத்துக் கொள்...'

'ஜீ....'

'பின் என்ன? பத்து கோடி என்று சாதாரணமாக சொல்கிறாய்? நாங்கள் மருந்துதான் தயாரிக்கிறோம்... நோட்டடிக்கவில்லை?'

ஃபீலிக்சுக்குத் தெரியும்... இது அவர்களுக்கு சில்லரை காசு என்று...

'ஒரு முக்கியமான ஆளைப் பிடித்திருக்கிறோம்... அவனே ஐந்து கோடி கேட்கிறான்... நான் தனியாக இதை செய்ய முடியாது... கூட ஆட்களை ஏற்பாடு செய்திருக்கிறேன்... டாலி வேறு இறங்கியிருக்கிறாள்... அவளுக்கே ஒரு நாளைக்கு ஐந்து லட்சம் தேவை... இதுவரை ஐம்பது செலவாகிவிட்டது... இன்னம் இருக்கிறது... அது இல்லாமல் வேலைக்கான காசு வேறு தரவேண்டும்....'

'எப்படியிருக்கிறாள்...?'

தனது கொக்கி வேலை செய்துவிட்டது புரிந்தது...

'மேலும் அழகாகியிருக்கிறாள்... ஃப்ரான்ஸ் போய் வந்திருக்கிறாள்... புரியுமென்று நினைக்கிறேன்... ' கையால் ஒரு பானை வரைந்தார்...

'ஹாஹ்ஹாஹ்ஹா... நான் பார்க்க வேண்டும் என்று சொன்னதாக சொல்...'

'அப்படியே... மகராஜ்...'

'சரி... வேலையை முடி...சீக்கிரம்...'

'அட்வான்ஸ் தேவைப் படுகிறது...'

'வேலையை முடித்தவுடன் வாங்கிக் கொள்...'

'நான் அத்தனை தாங்கமாட்டேன்... அதுவுமில்லாமல்... காசை கண்ணில் காட்டாமல் அவன் வேலை செய்யமாட்டான்...'

'சரி... போ...'

'ஃபீலிக்ஸ்... பின்னாலேயே நகர்ந்து வந்த வழியே வெளியேறினார்...

மறுபடி கேஷவாச்சாரியிடம் போய் நின்றார்.

டாலிக்கு சேர்த்து, செலவு ஒரு கோடிவரை ஆகும்... வேலை முடியட்டும், சித்துவுக்கும் ஏதாவது செய்யலாம் என்று நினைத்தார்... மிச்சம் அவருக்கு...

சித்துவுக்கு அது கூட தேவையில்லை... ஓசியிலேயே செய்வான்... அதிக சிக்கலில் இருப்பது அவன்தான்... ஆனால் பாவம்...

சித்தார்த்தும், டாலியும் அதே ரெஸ்டாரெண்ட்டில் உட்கார்ந்திருந்தார்கள்...

'என்ன செய்யப்போகிறாய்?'

'என்ன செய்யப் போகிறாய் என்றால்? அந்தக் கிழவன் சொன்னதை செய்துதான் ஆகவேண்டும்... முப்பது வயதில் ஜெயிலில் உட்கார்ந்து களி தின்னச் சொல்கிறாயா? அத்தோடு நிற்காது, என் கேரியரே போய்விடும்...'

'உன்னால் முடியுமா?'

'பெரிய விஷயமில்லை... இந்த கேஸ்களை கவனித்துக் கொள்வது மித்ராதான் என்று தெரிந்து விட்டது... அவளிடம் முதலில் பின்னணியை விசாரித்து... எதற்காக இது அந்தக் கிழவனுக்குத் தேவை என்று கண்டுபிடிக்கப் போகிறேன்...'

'அது எதற்கு உனக்கு? தெரிந்து கொண்டால் மட்டும் உன்னால் கொடுக்காமல் தவிர்க்க முடியுமா?'

'இல்லை... நான் தெரிந்து கொண்டே ஆகவேண்டும்?'

'சரி தெரிந்து கொண்ட பிறகு?'

'எடுத்துக் கொடுத்துவிடுவேன்... குறைந்தபட்சம் என் செயலின் விளைவுகளை தெரிந்து கொண்ட திருப்தி கிடைக்கும்...'

அவர்கள் பேசிக் கொண்டிருக்கும் போதே...

ப்ரியங்காவும், நிரஞ்சனாவும் அவர்களைத் தாண்டி உள்ளே சென்றனர்...

அவர்கள் தாண்டியதும்...

'உன் காதல் விவகாரம் எந்த நிலையில் இருக்கிறது...?'

'இப்போது அது ஒன்றுதான் குறைகிறது... ஒவ்வொரு பிரச்சினையாக முடிக்க வேண்டும்... முதலில், மாதவ்... பிறகு பணம்... அடுத்ததாக நிரஞ்சனா...'

'எனக்கென்னமோ எல்லாவற்றுக்கும் முன்னால் நீ நிரஞ்சனாவைத்தான் சரி செய்ய வேண்டியிருக்கும் என்று தோன்றுகிறது?'

'ஏன் அப்படி சொல்கிறாய்?'

'அவள் வெந்துக் கொண்டிருக்கிறாள்... எப்போது வேண்டுமானாலும்... உன்னிடம் அவளே வந்து பேசுவாள்...'

'அப்படியா சொல்கிறாய்....'

'ஐ கேன் டெல்... பிகாஸ்... வீ ஆர் ஃப்ரெம் சேம் ப்ளானட் யூ நோ...'

சிரித்தாள்...

'எப்படி உன்னால் சிரிக்க முடிகிறது...?'

'ஏன்? சிரிப்பதற்கு என்ன? மாதவ் உயிரோடு இருக்கிறார்... கிழவனிடமிருந்து எனக்கு விடுதலை...? அதற்கு உனக்கு நன்றி சொல்லவேண்டும்... நீ கொடுக்க வேண்டியதை கொடுத்துவிட்டால்... நாம் ஃப்ரீ பேர்ட்ஸ்...'

அதில்தானே சிக்கல் இருக்கிறது... நான் நிரஞ்சனாவைக் காதலிப்பதே... இந்த நிறுவனத்துக்காகத்தான்... இதற்கு ஒரு ஆபத்து வரும்படி நான் எப்படி நடப்பேன்? நிறுவனத்துக்கும் ஆபத்தில்லாமல்... எனக்கும் பாதிப்பில்லாமல் இந்த பிரச்சினையிலிருந்து வெளியே வரவேண்டும்...எப்படி?

பார்க்கலாம்... ஏதாவது யுக்தி தோன்றாமலா போய்விடும்..

'என்ன யோசிக்கிறாய்? மாதவ் கேட்டதை செய்வாய்தானே?'

'நிச்சயமாய்...'

அன்று மாதவ்வை ஓட்டல் அறையில் பார்த்ததை இப்போது நினைத்தாலும், சட்டென்று வயிறு இறுகுகிறது...

மாதவ் நடுநாயகமாக உட்கார்ந்திருக்க... பங்கஜ், 'ஆலம்பனா... கட்டளையிடுங்கள்' என்பது போல வளைந்து நின்றிருந்தார்... கதவை மூடிவிட்டு... அவனைத் தாண்டி சென்ற டாலியும் பணிவாக நின்றாள்...

அவன் தயங்கி சற்றுத் தள்ளியே நின்றான்..

'வாடா... கலாபக் காதலா... நாம்தான் கொன்றுவிட்டோமே? எப்படி உயிரோடு வந்து நிற்கிறான் என்று பார்க்கிறாயா?'

'சார்... அது விபத்து, நான் ஒன்றும் உங்களைக் கொல்ல முயற்சிக்கவில்லை? அது சரி, நீங்கள் எப்படி...'

'நான் சாகவில்லை... மயங்கித்தான் கிடந்தேன்...'

'நாங்கள் தண்டவாளத்தில் போடும் வரையிலா?'

'இல்லை... முன்பே கண்விழித்துவிட்டேன்...'

'பின் ஏன்?'

'காரணம் இருக்கிறது... இதோ இருக்கிறாளே? இந்த டாலி... இவளை எனக்கு இரண்டு வருடங்களாகத் தெரியும்... மனைவியை இழந்த என்னிடம் ஆதூரமாக பேசி, மயக்கி, இரண்டு கோடி ரூபாய் வரை வாங்கிவிட்டாள்... ஆனால், எனக்கு விசுவாசமாக இல்லாமல் ஊர் மேய்கிறாள்...'

'அப்படி இல்லை டியர்...'

'நீ பேசாதே...'

'இதோபார் லவர்பாய்... எனக்குத் தெரிந்து, இதோ இந்த பங்கஜ், மும்பாயில் ஒரு கிழவன், நான், அடுத்து நீ... இன்னும் எத்தனை பேர் தெரியவில்லை...'

'இந்த லிஸ்ட்டில் என்னை சேர்க்காதீர்கள்... நான் ஒன்றும் அவளிடம் மயங்கிக் கிடக்கவில்லை...'

'ஓ... அப்படியென்றால் அரைகுறை ஆடையில் என் வீட்டில் நீங்கள் என்ன அகண்ட பஜனையா செய்துகொண்டிருந்தீர்கள்?'

'இதோ பாருங்கள், நான் ஒன்றும் அரைகுறை ஆடையில் இல்லை... அன்று நீங்கள் கேட்கும் மனநிலையில் இல்லை... இன்றாவது பொறுமையாக கேளுங்கள்... டாலி மேடம், ஒரு ஸ்பெஷல் பர்சனுக்காக, ஸ்விம்சூட்டில் ஃபோட்டோ எடுக்கவேண்டும் என்றார்கள்... அந்த வேலையில் இருந்த போதுதான் நீங்கள் வந்தீர்கள்...'

'நீங்கள்தான் அந்த ஸ்பெஷல் பர்சன் மாதவ்...'

'நீ பேசாதே...' என்றவர் திரும்பி... 'நீ ஃபோட்டோகிராபரா?'

'இல்லை.... சாஃப்ட்வேர் எஞ்சினீயர்... பயேடேக்னாலஜிஸ்ட் டு பீ ப்ரிசைஸ்.'

'பின் ஏன் நீ?'

'மேடம், முன்பின் தெரியாதவர்களிடம், அப்படி நிற்க பிரியப்படவில்லை...'

'அதாவது, ஏற்கனவே முழுதாக பார்த்த நீயே ஃபோட்டோகிராபராக மாறிவிட்டாய்... அப்படித்தானே?'

'இல்லை... அது அபாண்டம்... நான் அவர்களிடம் நட்பு ரீதியில் பழகுகிறேன்...'

'நீ யார்?' பங்கஜை நோக்கி கேட்டார்.

'நான் ஒரு சினிமா தயாரிப்பாளர்... டாலியை ஒரு ரேம்பில் பார்த்தேன்... அவளை வைத்து ஒரு படம் தயாரிக்க இருக்கிறேன்... அதற்கான டிஷ்கஷன் போய்க்கொண்டிருக்கிறது...'

'ஆக, நீங்கள் மூவரும் புனிதர்கள்... என்கிறீர்கள்... '

மூவரும் அமைதியாக நின்றனர்...

'மூன்று புனிதர்கள் சேர்ந்து எனக்கு பரலோக வழி காட்ட திட்டமிட்டீர்கள்... அப்படித்தானே?'

'இல்லை... அது விபத்து...'

'விபத்தென்றால் என்னை மருத்துவமனையில் சேர்த்திருக்கவேண்டும்... அல்லது போலீசில் சொல்லியிருக்கவேண்டும்... என்னை டிஸ்போஸ் செய்யப் பார்த்தீர்கள்...'

'நீங்கள் இறந்து விட்டதாக சொன்னார்கள்... நான் இந்த இளம் வயதில் சிறைச்சாலைக்கு செல்ல விரும்பவில்லை...'

'ஆனால் இப்போது போகப்போகிறாய்...'

'ஏன்? அதுதான் நீங்கள்தான் உயிரோடு வந்துவிட்டீர்களே? பிறகு எப்படி நான் குற்றவாளி ஆவேன்?'

'இப்படித்தான் ஆவாய்...' என்று தன் கையிலிருந்த ரிமோட்டை அழுத்தினார்...

ஓட்டல் டிவியின் திரை உயிர் பெற்றது...

அதில்... மாதவ் கதவை அழுத்த முற்படுவதும், யாரோ தள்ளுவதும் தெரிந்தது, யாரோ என்ன? யாரோ? சித்துதான்... பின் அவர் விழுகிறார், சித்து வெளியே வருகிறான்... பின் அவர்களுக்குள் தள்ளு முள்ளு நடக்கிறது...அவர் ஓடுகிறார்... அவன் தாவி அவர் காலை வாரிவிடுகிறான்... அவர் உருண்டு விழுகிறார்...

பின் அவர் உடலை எடுத்துச் செல்லும் காட்சி...

'இது போதும்... குறைந்தது இரண்டு வருடம் கேஸ் நடக்கும், இரண்டு வருடம் ஜெயிலில் இருப்பாய்... பிறகு எங்கேயும் உனக்கு வேலை கிடைக்காது...'

'அதுதான் நீங்கள் உயிரோடு இருக்கிறீர்களே...?

'உயிரோடு இருக்கிறேன்... ஆனால், கொலை முயற்சி, அத்துமீறி வீட்டுக்குள் நுழைதல், ஆதாரத்தை அழிக்க முயற்சி... என்று பல கேஸ்கள் உன்மேல் போடமுடியும்...'

'என் மேலா?'

'ஆம்... இவர்கள் மேலும்... காரணம் இவர்கள் உனக்கு உடந்தை... நீ தான் மாஸ்டர் மைண்ட்...'

'பொய்...'

'நான் அப்படித்தானே போலிசில் சொல்வேன்...'

சித்துவுக்கு தலை சுழன்றது... அவன் சிறைக்குப் போவதுபோலும், ஆனந்தன் நெஞ்சைப் பிடித்துக்கொண்டு வீழ்வது போன்றும், அவர் தூக்கில் தொங்குவது போலும், அவன் அம்மா தலையில் அடித்துக் கொண்டு அழுவது போலும் காட்சிகள் கண்முன் வந்து போயின...

டாலியும், பங்கஜூம் ஏற்கனவே அதைப் பார்த்திருப்பார்கள் போலும்... அமைதியாக நின்றனர்...

பின்

'இதெல்லாம் நடக்காமலிருக்க வேண்டுமென்றால்... நீ ஒரு காரியம் செய்யவேண்டும்...'

'என்ன?'

'உங்கள் நிறுவனத்திலிருந்து ஒரு டேப்ளட்டின், கடந்த ஒருவருட ரிசர்ச் பேப்பர்கள் எனக்கு வேண்டும்...'

'முடியாது... என் கேரியரே போய்விடும்...'

'இல்லையென்றாலும் போய்விடும்...'

அதன் பிறகு மாற்றி மாற்றி பேரம் நடந்தது...

சித்து, சித்தப்பிரமை பிடித்தவன் போல அசையாது உட்கார்ந்திருந்தான்... உள்ளே பல குழப்பங்கள் ஓடின... அவனுடைய கனவு அந்த நிறுவனம், அதன் சிஎம்டி நாற்காலி, நிரஞ்சனாவின் காதல், அதை அடையத்தான் பங்கஜின் நட்பு, டாலியின் நட்பு அத்தனையும். அந்த நிறுவனத்துக்கு ஒரு பிரச்சினை... அதுவும் தன் கையால் என்றதை அவனால் ஜீரணிக்கமுடியவில்லை...

கடைசியில்... 'கிழவா... நாங்கள் மூவரும் சேர்ந்து இங்கேயே உன்னை கொன்று போடுகிறோம் பார்... இவர்கள் சேராவிட்டாலும் நானே கொல்கி-றேன்...' என்று சித்து பாய்ந்தான்.

அவர் சிரித்தார்... அசைவது இருக்கட்டும்.... கண்ணைக்கூட சிமிட்ட-வில்லை... பங்கஜும், டாலியும் அவனைப் பாய்ந்து பிடித்தனர்..

'இப்படியெல்லாம் செய்வீர்கள் என்று தெரிந்துதான்... இந்த கேசட்டை ஒரு நண்பனிடம் தந்துவிட்டு வந்திருக்கிறேன்... உங்கள் மேல விலாவரியான ஒரு புகாரும் எழுதி வைத்திருக்கிறேன்... என் நடமாட்டம் இனி கண்கணிக்கப்படும்... வேறு விதமாக எனக்கு ஏதாவது நேர்ந்தால் கூட, உதாரணமாக, எனக்கு மாரடைப்பு வந்தால் கூட, நீங்கள் மூவரும்தான் சிறைக்குப் போகவேண்டும்...'

அவன் துவண்டு உட்கார்ந்தான்...

'இதோ பார், நான் ஒரு மிடில்மேன், எனக்கு ஒரு ஆப்பர்சுனிட்டி வந்திருக்-கிறது... முந்தாநாள், எனக்கு உங்கள் நிறுவனத்தைப் பற்றியும், அந்த மாத்திரை பற்றியும் செய்தி வந்தது, அதைப் பற்றி விசாரிக்கத்தான் நான் அங்கே வந்தேன், நீயும், இவளும் காரில் வருவதைப் பார்த்து, அதிர்ச்சியடைந்தேன், பின்தொடர்ந்-தேன்... இந்தத் தேவடியாளுக்கு நான் செலவு செய்த காசை, மீட்டாக வேண்டும். அதற்காகவே, இது ஆண்டவன் எனக்கு உருவாக்கித் தந்த வாய்ப்பு... விடமாட்-டேன்...'

பின், பேரம் துவங்கியது... கடைசியாக...

'நீ செய்தது பெரிய குற்றம்... நியாயமாக நீ போலிசுக்குத்தான் போயிருக்க வேண்டும்... ஆனால் அப்படி செய்யவில்லை... இவர்களோடு சேர்ந்து என்னைத் தூக்கிக்கொண்டு போய் ட்ராக்கில் போட்டாய்...'

'... யோசித்துப்பார்... நீங்கள் உடனே கிளம்பாமல்... ரயில் வந்து என்னை நசுக்கும்வரை நின்றிருந்தீர்கள் என்றால் நான் என்னவாயிருப்பேன்? ஆகவே, நீ கொலைக் குற்றவாளிதான்... உனக்கு வேறு வழியில்லை... இந்த வேலையை செய்தே ஆகவேண்டும்...'

'ஆதாரங்கள்...'

'நீ வேலையை முடித்ததும் உன்னிடம் தந்துவிடுவேன்...'

சித்துவுக்கு பங்கஜ் மேலும், டாலி மேலும் சந்தேகம் தோன்றாமலில்லை.... ஆனால், மாதவின் உடலை மறைக்க ஏற்பாடு செய்த அவர்களின் வீடியோவும் சேர்த்துத்தான் அவனுக்கு காட்டப்பட்டது... அவர்களும் சிக்கலில் மாட்டுவார்கள்... தான் மட்டும் மாட்டப்போவதில்லை... என்பதால் அவர்களை நம்புவதைத் தவிர அவனுக்கு வேறு வழியில்லை...

ஏனென்றால்... இறந்து விட்டதாக அவர்கள் கருதிய மாதவின் உடலை அழிக்க, இருவரும் எடுத்த முயற்சிகளை அவனும் கூட இருந்துதானே பார்த்தான்...

'என்ன மறுபடி மாதவ் பத்திய நெனைப்பா? பாஸ்டர்ட்... அவன் இப்படி விளையாடுவான்னு நான் நெனைக்கவேயில்லை...' என்று டாலி அவனை சுயநினைவுக்குக் கொண்டுவந்தாள்...

பின்னால் நிரஞ்சனா கொதித்துக் கொண்டிருந்தாள்...

'நிஞ்சு... உன் கண்களிலேயே தெரிகிறது... நீ அவனைக் காதலிக்கிறாய்... ஏன் உன்னையே ஏமாற்றிக் கொள்கிறாய்...?'

'புல்ஷிட்... அதெல்லாமில்லை.... நான் அவனை ரிஜக்ட் செய்ததாகத்தான் இருக்க வேண்டும்... அவன் என்னை அலட்சியம் செய்வது எனக்குப் பிடிக்கவில்லை...'

'அதற்கு...?'

'முதலில், அவனையும், அந்த உலக அழகியையும் பிரிக்க வேண்டும்... பிறகு, அவன் மறுபடி என் காலடியில் விழ வேண்டும்... அப்போது சொல்வேன்... நீ எனக்கு பொருத்தமானவன் இல்லை.... யூ ஹேவ் நோ மணி அன் யூ ஆர் நாட் மேன் இனஃப் ஃபார் மீ...'

'எனக்கென்னமோ இது அதீதமாகப் படுகிறது...'

'அப்படியில்லை... எப்போதும் ஆண்கள் நம்மை வீழ்த்த விடக்கூடாது... பார் எத்தனை அலட்சியமாக உட்கார்ந்திருக்கிறான்... நான் ஒருத்தி இங்கே இருப்பதே தெரியாதது போல....'

'எனக்கென்னமோ அவன் சாதாரணமாக இருப்பது போலத்தான் தெரிகிறது...'

'ப்ரியா? யோசி... அவன் எத்தனை முறை என்னிடம் ப்ரபோஸ் செய்தான், எத்தனை கெஞ்சினான், எத்தனை கணக்குகள் சொன்னான்? இப்போது அத்தனையும் வேறு யாருக்கோ நடந்தது போல... எனக்கும், அவனுக்கும் சம்பந்தம் இல்லாதது போல இருக்கிறான் பார்...'

'அதற்குக் காரணம் நீதான்... நீ அந்தளவுக்கு அவனை காயப்படுத்தியிருக்கிறாய்... எனக்கே அன்று பாவமாகத்தான் இருந்தது.'

'நான் என்ன செய்வது... எனக்கு அவன் மேல் காதல் வரவேயில்லையே...
'

'அப்படியென்றால் விட்டுவிடு... இத்தோடு போகட்டும்...'

'அது முடியாது... ஐ வான்ட்டு ஹேவ் த லாஸ்ட் வர்ட்... கடைசி வார்த்தை என்னுடையதாகத்தான் இருக்க வேண்டும்...'

ப்ரியங்கா பெருமூச்சு விட்டாள்...

பின், இருவரும் அமைதியாக சாப்பிட ஆரம்பிக்க, பிரியங்கா கண்களில் ஆச்சரியம் தெரிந்தது...

மித்ரா தனியாக அந்த ஓட்டலுக்குள் நுழைந்தாள்...

11

'என்ன ஆச்சரியம்... அன்றில் பறவைகளில் ஒன்று தனியாக வருகிறதே?'

'என்ன சொன்ன?' என்று நிரஞ்சனா நிமிர்ந்தாள்.

'ஒன்னுமில்ல... பின்னால திரும்பிப் பாரு...'

திரும்பியவள்... 'என்ன இது? இவ தனியா வர்ரா?

'அதைத்தான் நானும் சொன்னேன்...'

'நீ என்னமோ சொன்னியே? அன்னப்பறவையா? அவ என்ன அவ்ளோ அழகா? வாத்துன்னு வேணா சொல்லு... அவளும், அவள் நடையும்...'

பிரியங்காவுக்கு ஒரு நிமிடம், நிரஞ்சனா மேல் எரிச்சல் வந்தது... நானும் பெண்தானே, என்னால் அங்கீகரிக்க முடிந்த அழகை இவளால் ஏன் அங்கீகரிக்-கமுடியாமல் போகிறது? என்று யோசித்தாள்... பொறாமைதான்... வேறென்ன? என்று நினைத்தாள்...

அதே சமயம் சித்துவும் அவளைப் பார்த்தான்... 'என்ன மித்ரா? தனியா வரீங்க?'

'ஹையோ... நீங்களுமா? நூறு பேர்கிட்ட சொல்லியிருப்பேன்... கிருஷ் மீட்டிங்ல இருக்கான்... வெய்ட் பண்ணதுல, கேண்டீன்ல எல்லாம் காலி... எனக்கு பசிச்சது... அதான் வந்துட்டேன்... போதுமா?'

'தப்பா கேக்கலைங்க... ஜஸ்ட், அது ஒரு கான்வர்சேஷன் ஸ்டார்ட்டர்னு வெச்சிக்கங்களேன்... கம், ஜாய்ன் அஸ்...' என்றதும், உட்கார திரும்பியவள், அப்போதுதான் டாலியைப் பார்த்தாள்... சட்டென்று, 'யூ கேரியான்... நான் வேற டேபிள் பாக்கறேன்...' என்றவள் கண்களில் ப்ரியங்கா பட... 'ஸ்ஸ்... மறுபடி-யுமா...' என்று நெற்றியில் கைவைத்தவாறே... 'ஐ'ல் ஜாய்ன் ப்ரியா...' என்று நடந்தாள்.

டாலி...'வாவ்... நைஸ் கேர்ள்... இவள விட்டுட்டா... நீ அவ பின்னாடி சுத்தற?'

'ப்ப்ச்ச்... கிருஷ் முந்திகிட்டான்... பட்... அது மட்டும் காரணம் இல்லை...'

'யா••• யா••••. ஐ நோ••• ப்யூட்டி ஈஸ் இன் த ஐஸ் ஆஃப் பிஹோல்டர்••• யூ லவ் ஹர் சின்சியர்லி••••. ப்ளா•••ப்ளா•••ப்ளா...' என்று நாடகத்தனமாக இடம் வலமாக இரு புறங்கைகளையும் ஆட்டினாள்••• ஸ்பூன் கூடவே, காற்றில் இன்ஃ-பினிட்டி சிம்பல் போட்டது•••

ப்ரியங்காவைப் பார்த்து, டேபிளை நெருங்கிய மித்ரா, நிரஞ்சனாவைப் பார்த்து சற்று திடுக்கிட்டாள்••• பின் திரும்பி சித்து ஜோடியைப் பார்த்தாள்••• பின் நகர எத்தனித்தவளை•••ப்ரியா இழுத்து உட்கார வைத்தாள்•••

பேரர் அவர்களை நெருங்க••••. 'ஒரு வெஜ் பிரியாணி' என்று சொல்லிவிட்டு, நிஞ்சுவைப் பார்த்து சினேகமாக சிரித்தாள்•••

அவள் அதை கவனிக்காதது போல. 'பேரர் பில்•••' என்று சொல்லிவிட்டு••• ப்ரியங்காவிடம், கையைக் காட்டிவிட்டு, கழுவிவிட்டு வருவதாக சைகையில் சொல்லி எழுந்தாள்•••

போய் சில நிமிடங்கள் கழித்து வந்தவள், நேராக கேஷ் கவுன்ட்டரருகே செல்ல••• ப்ரியங்கா சங்கடத்துடன் சிரித்தபடி எழுந்து நின்று, 'சாரி••• ஷீ ஈஸ் அப்செட்•••' என்று சிரித்தாள்.

மித்ராவும் எழுந்து, விலகி வழிவிட்டபடி... 'ஐ கேன் அண்டர்ஸ்டான்ட்•••' என்று லேசாகத் தலையசைத்து, சித்து ஜோடியைக் காட்டினாள்•••

ஓ••• இவளுக்கும் தெரிந்திருக்கிறது••• என்று நினைத்தபடி ப்ரியங்கா அவளைத் தொடர•••

ஒரு வயதான ஆள்••• 'நான் இங்க உக்காரலாமா?' என்று மித்ராவிடம் கேட்-டார்•••

அவள் தலையசைக்க அவர் உட்கார்ந்து••• வெய்ட்டர் கொண்டுவந்த வெஜி-டபிள் ரைஸ்-ஐ எட்டிப்பார்த்துவிட்டு•••

'ஒரு தயிர் வடை கொண்டாப்பா••• பூந்தி கொஞ்சம் தாராளமா போட்டு கொண்டா••• உன் மொதலாளி ஒன்னும் போண்டியாக மாட்டார்•••' என்று அட்-டகாசமாக சிரித்தார்•••

மித்ரா அவரைக் கண்டு கொள்ளாமல் சாப்பிட ஆரம்பிக்க••• அவர் அவளையே பார்த்துக் கொண்டிருந்தார்•••

'வேலை செய்யறியாமா கொழந்தே•••' என்றார்.

'ஐம் ய டாக்டர்•••'

'ஓ••••.. ராமச்சந்தராவா?'

'இல்லை••• டீக்ரிப்•••ல வேலை செய்யறேன்••••.'

'ஓ••••.. டீக்ரிப்பா? அடப்பாவமே••••.' என்றார்.

மித்ரா விழித்தாள்•••

'என்ன கொழந்தே விழிக்கறே•••? உனக்கு விஷயமே தெரியாதா?'

'என்ன?'

'சரியா போச்சிப்போ... கம்பெனி பெரிய பிரச்சினைல மாட்டப் போகுது... தெரியுமா?'

'என்ன? என்ன பிரச்சினை?' அவள் உண்மையிலேயே பயந்து போனாள்.

'எனக்கெதுக்கு வம்பு... விடு...'

அவர் வடையை ஸ்பூனால் சிறு சிறு துண்டுகளாக வெட்ட ஆரம்பித்தார்...

மித்ராவுக்கு இருப்புக் கொள்ளவில்லை....

'உன்ன பாத்தா நல்லபெண்ணாட்டம் தெரியது... சீக்கிரமா வேற கம்பெனி பாத்து போயிடு... அவ்ளோதான் சொல்வேன்...'

தயிர்வடையின் ஒரு துண்டை வாயில் போட்டு... நிதானமாக கறியை சுவைப்பது போல மெல்ல ஆரம்பித்தார்... மொறுமொறுவென்று பூந்தியை மென்றார்...

மித்ராவின் இதயம் வேகமாக துடிக்க ஆரம்பித்தது... இந்தக் கிழவன் என்ன சொல்கிறான்?

'இது நல்ல கம்பெனி சார்... நல்ல ஃப்யூச்சர் இருக்கு... நீங்க சொல்றா மாதிரி எல்லாம் நடக்காது...'

'நல்ல கம்பெனிதான்... யார் கண்ணு பட்டுதுன்னு தெரியலையே? ஏதோ சுகர் மாத்திரையாம்... சாப்பிட்டவங்கல்லாம் சாகறாங்களாம்... இவங்க ரிப்போர்ட்ட மேனிப்லேட் பண்ணிட்டாங்களாம்... கோடிக் கணக்குல நஷ்ட ஈடு கேட்டு கேஸ் போடப் போறாளாம்...'

'யாரு ? உங்களுக்கு எப்படி தெரியும்?'

'ஆதிசேஷனுக்கு ஆயிரம் நாக்கு, இந்த பத்மநாபனுக்கு ஆயிரம் கண்ணு... ரிப்போர்ட்டர்னா சும்மாவா?' மறுபடி அட்டகாசமா சிரிச்சார்..

'அதெல்லாம் சும்மா... அப்படி எதுவும் இல்லை?'

'சரி... இல்லன்னே வெச்சிக்குவோம்... நிருபிச்சிட்டா? என்ன பெட்?'

'நா எதுக்கு பெட் கட்டணும்?'

'அப்ப விடு... கம்ப்ளீட் ரிப்போர்ட் ரெடி... ஃபைனல் ப்ரூப் பாத்து ப்ரின்ட்டுக்கு அனுப்ப வேண்டியதுதான்... ஒரே ஒரு சிடிசி ஒய்ட் பேப்பர் இருக்கு... அதோட ஸ்கான் காப்பிய அஃபிடவிட் பண்றதுக்காக அட்வகேட்ட பாக்க வந்தேன்... இல்லன்னா எடிட்டர் அப்ரூ பண்ணமாட்டார்... அடுத்த இஷ்யூல வந்துடும்... படிச்சிக்க...'

'உங்களுக்கு யாரோ பொய்த்தகவல் குடுத்திருக்காங்க... நம்பாதீங்க?'

'சரி... ஆயிரம் ரூபாய் பெட்... சாயந்திரம் இந்த அட்ரசுக்கு வா.... நான் எல்லா டாகுமெண்ட்டையும் காட்டறேன்...' முன்னால் அவர் பெயரும், கீழே, சீஃப் ரிப்போர்ட்டர், என்று போட்டு, பத்திரிகை பெயரும் விலாசமும் இருந்-

தது, கார்டின் பின்பக்கம் ஒரு விலாசம் பேனாவில் எழுதப்பட்டிருந்தது••• அதைக் காட்டினார்.

அவள் அவர் கார்டை பெற்றுக் கொண்டாள்••• அவசர அவசரமாக சாப்பிட்-டாள்••• எழுந்து கிட்டத்தட்ட ஓடினாள்.

பத்மநாபன் சிரித்தார்••• பட்சி மாட்டிக் கொண்டது••• பாலா சொன்னதுபோல அப்படி ஒன்றும் 'பயங்கர உஷார்'ஆன பெண்போலத் தெரியவில்லையே? அதுசரி, நம்மால் கண்டுபிடிக்க முடிவதையெல்லாம், பாலாவும் கணடுபிடித்துவிட்டால், என் தொழிலுக்கு என்ன மரியாதை?

பாவம், அனுபவமில்லாப் பெண், உள்ளே நினைப்பது அப்பட்டமாய் முகத்தில் தெரிகிறது••• அவளைப் பேசவைப்பது மிகச்சுலபம்••• மாலை முழு விவரத்தையும் கறந்து விடவேண்டியதுதான்•••

மிச்ச தயிர்வடையை நிதானமாக சுவைத்து சாப்பிட ஆரம்பித்தார்•••

சித்து அவள் வேகமாக வெளியேறுவதை வினோதமாக பார்த்தான்•••

மித்ரா வேகமாக கிருஷ்ணாவைத் தேடி ஓடினாள்••• அவன் மீட்டிங் அறை-யிலிருந்து வெளியே வந்திருந்தான்••• கண்கள் அவளைத் தேடின•••

பாவம் பசியோடு இருப்பான் என்று நினைத்தாள்••• பரபரப்பாக அவனை நெருங்கினாள்•••

'பாத்து பாத்து.. மெதுவா வா••• ஏற்கனவே சாப்பிடலை••• மயங்கிடப் போற••••'

அவள் அவன் கிண்டலை கவனித்ததாக தெரியவில்லை••••.

'கிருஷ்••• பெரிய ப்ராப்ளம்••••. எங்கூட வா•••' என்று அவனை கான்ஃப்-ரன்ஸ் அறையின் தனிமைக்கு இழுத்துச் சென்றாள்.

அவன் ••• ' ஏய்••• ஏய்••• என்ன செய்யற?' என்று கேட்டபடியே அவள் கைப்பிடியில் உள்ளே சென்றான்•••

உள்ளே நுழைந்ததும் அந்தக் கார்டை நீட்டி••• ஓட்டலில் நடந்ததை மூச்சுவி-டாமல் கடகடவென்று கூறினாள்.

'சங்கூதி, நீர் தெளித்து, சாமியார் புறப்பட்டார்•••' பாத்ரூமிலிருந்து வெளியே வந்தபடி••• 'ஹப்பா••• வாட் ய ரிலீஃப்•••' என்று சத்தமாக கூறிக்கொண்டே, ஹாலுக்குள் நுழைந்து, டைனிங் டேபிளை நெருங்கிய ஆனந்தன், 'என்ன டிஃ-பன்?' என்றார்.

'உங்க நாக்குல வசம்ப வெச்சித் தேய்க்க••• விவஸ்த்தையே கிடையாதா?'

'ஏன்? எனக்கென்ன?'

'இப்ப என்ன சொல்லிகிட்டு வந்தீங்க?'

'டிஃபன் என்னான்னு கேட்டேன்?'

'அதுக்கு முன்னால•••'

'சங்கூதி...' சட்டென்று அவர் வாயைப் பொத்தினாள்...

'அதத்தான் கேட்டடேன்... கண்ட அசிங்கம் புடிச்ச பாட்ட பாடிகிட்டே வந்து அதே வாயால... டிஃபன் என்னன்னு எப்படி கேக்கமுடியுது உங்களால?'

'ஏண்டி, அதுக்குன்னு வேற வாய வாடகைக்கு வாங்கிகிட்டா வரமுடியும்...'

'வாங்குவீங்க... ஒரு வயசுப் பையன் வீட்ல இருக்காங்கற எண்ணமே இல்லாம, எப்பப்பாத்தாலும் ஊளறிகிட்டே இருக்கீங்க... அவன் ஒழுங்கா சாப்பிட்டு ஒரு வாரம் ஆகுது.... தெரியுமா? மூணு நாளா ஒரு நெலையில இல்ல...'

'ஆமாமா... திடீர்னு பேப்பர்லாம் படிக்கறான்... நைட்ல கொட்டகொட்ட முழிச்சிகிட்டிருக்கான்... புது ஸ்னேகமெல்லாம் ஏற்பட்டிருக்கு...'

'அதான் எனக்கும் குழப்பமாயிருக்கு... வேலை, கீலை போயிடுச்சோ? ஆப்பர்சுனிட்டி பாக்கறானோ?'

'அவன் இந்த மூணு நாள்ள ரெண்டு லட்ச ரூபாய் செலவழிச்சிருக்கான்... வேலை தேடறவன் செலவழிக்கற லட்சணமா அது?'

'என்னங்க இப்படி சொல்றீங்க? ரெண்டு லட்சம்...!! அப்டி என்ன செலவு...?'

'சாப்பிட வருவான்ல? கேளு...'

'ஏன்? நீங்க கேக்கறது?'

'நாங் கேட்டு அவன் சொல்லிட்டான்னா, நாளைலருந்து ஒரு பக்க மீசையை எடுத்துட்டு சுத்தறேண்டி...'

'அது இருந்தா என்ன... இல்லாட்டி என்ன... புள்ள பிரச்சினைய பாக்க சொன்னா... மசிரப்பத்தி பேசறீங்க?'

'அடிப்பாவி... என்ன சொல்லிட்டு நீ கெட்டவார்த்தை பேசறே?'

'பின்ன? என் டென்ஷன் உங்களுக்கு எங்க புரியுது?'

இதுதான் லிமிட் என்று ஆனந்தனுக்குத் தெரியும்... கப்சிப்பென்று உட்கார்ந்தார்.

அப்போது சித்து அவன் அறையிலிருந்து வந்தான்...

'அம்மா... டிஃபன் வேணா... அவசரமா போகணும்...'

'டேய் சித்து, நில்லுடா...'

'என்னப்பா... சீக்கிரம் சொல்லுங்க... டைம் இல்ல...'

டாலி காத்திருப்பாள்.

'சொல்லக் கூப்பிடல... கேக்கணும்...'

'கேளுங்க?'

'எனி ப்ராப்ளம்? மந்திரிச்சி விட்டாமாதிரி சுத்தற? சொல்லக்கூடிய விஷயம்னா சொல்லு...'

'அப்படியெல்லாம் இல்லையே?'

நாங்க வயசானவங்கதான்... ஆனா முட்டாள்ங்க இல்ல... ஒரு வாரமாவே நீ சரியில்லை... சம்திங் ராங்...'

'அதான் ஒண்ணுமில்லைங்கறேன்ல?'

'சரி... ரெண்டு லட்ச ரூபாய் வித்ட்ரா பண்ணியிருக்க? எதுக்கு?'

திடுக்கிட்டான்... பிறகு... 'இன்கம்டேக்ஸ் நெறைய பிடிக்கறாங்கப்பா... பெரிய ப்ராப்ளமா இருக்கு... ஃப்ரெண்ட் போஸ்டாபீஸ் ஸ்கீம்ல இன்வஸ்ட் பண்ணச்சொன்னான்... அதுக்காக எடுத்தேன்...'

'அதுக்கு கேஷா எடுப்பானேன்? நான் இன்னமும் ஐடி கட்றேன்டா? நீ சொல்றது பொய்னு தெரியுது... சோ... யூ ஆர் இன் ட்ரபிள்...'

'ஆமா... ட்ரபிள்தான்... ரெண்டு லட்சம் இல்ல... இது வரைக்கும் நாலு லட்சம் செலவு செஞ்சிருக்கேன்... ஆனா என்ன ஏதுன்னு சொன்னா உங்களுக்குப் புரியாது...'

'வயசானவங்கப்பா... புரியறா மாதிரி சொல்லு...'

'இப்ப நேரமில்ல... சாவகாசமா ஒரு நாள் சொல்றேன்...'

'வாட் ஈஃப் இட் ஈஸ் டூ லேட் தென்...?'

ஏற்கனவே டூ லேட்தாம்பா.... ஆனா சொல்ற தைரியம் இல்லை.... என்று நினைத்தவன்...

'பெட்டர் லேட் தேன் நெவர்... சொல்றேன்... இப்ப நா போகலாமா?'

'படிச்ச திமிர அப்பாட்டியே காட்டறியா?' என்று மல்லிகா எகிற...

'யார்ரா அந்த புதுப் பொண்ணு? பாக்க சினிமா நடிகை மாதிரி இருக்காளாம்?' ஆனந்தன் கேட்டார்...

'யாருமில்லையே? யூ ஆர் இமேஜினிங் திங்ஸ்...'

ஸ்விட்ச் போட்டாற் போல் மல்லிகாவின் மூட் மாறியது

'என்னங்க? என்னடா இது...? யார்ரா அவ... அப்பனும் புள்ளையுமா சேந்துகிட்டு என்ன பைத்தியக்காரி ஆக்கறீங்களா?' சுலபமாய்க் கண்ணீர் வந்தது...

'இப்ப எதுக்கு நீ அழற? எங்க ஆஃபிஸ்ல முந்நூறு பேரிருக்கோம்... அதுல பாதி பொண்ணுங்க... இவரு யார சொல்றாருன்னே தெரியலை...'

'அவ... உங்க ஆஃபீஸ் பொண்ணு இல்லை. கார்ல வராளாம்...? தினம் ஒன்னா சுத்தறீங்களாம்...?'

'ஓ... யூ ஆர் ஸ்பையிங் ஆன் மீ? யாரு இதெல்லாம் உங்ககிட்டா சொல்றா?'

'நாட் ஸ்பையிங்... ஆனா செஞ்சா தப்பில்லன்னு தோணுது... ஒரு வாரத்துல, நாலு லட்சம் செலவு பண்ற, பொண்ணுங்க பின்னால சுத்தற, திடீர்னு பேப்பர், பேப்பரா வாங்கி ஒரு வரி விடாம படிக்கற, அகாலத்துல ஃபோன் பேசற, அதுவும் தனியா!! பேயறஞ்சா மாதிரி இருக்க... யூ ஆர் ஆக்டிங் வியர்ட்...'

'ஆமா, ஊதாரித்தனமா இருக்கேன், பெண்ணுங்க பின்னால சுத்தறேன், இன்னும் என்ன வேணா சொல்லுங்க... பட் யூ ஆர் ராங்... ஆனா, விளக்க எனக்கு நேரமில்ல... நான் வரேன்...'

'பேசிகிட்டே இருக்கேன்... அவன் பாட்டுக்கு போய்கிட்டே இருக்கான் பாரு... டேய்... ஒன்னு மட்டும் சொல்றேன், உன்ன விட பணக்கார பொண்ணோ, இல்ல அழகான பொண்ணோ கட்டினா... நீ நிம்மதிய தொலச்சிடுவே... நல்லா நியாபகம் வெச்சிக்க...'

என்று கத்திவிட்டு திரும்பியவர்... மனைவி இடுப்பில் கைவைத்து தீவிரமாக முறைப்பதைப் பார்த்து... ஏதோ தவறாக சொல்லிவிட்டோம் என்று புரிந்து கொண்டார்...

'பின்ன என்ன? பத்து நாளைக்கு நாலு லட்சம்னா..? அஞ்சி கோடி இருந்தா மட்டும் பத்துமா?' என்று பொதுவாக சொல்லிவிட்டு தன் அறைக்குள் நுழைந்தார்.

மல்லிகா, பெருமூச்சு விட்டாள், எப்படி இருந்த பையன், காலேஜ் போறப்ப, வேலைக்கு சேந்த புதுசுலல்லாம், இழுத்து உக்காரவெச்சி மணிக்கணக்குல பேசுவான், வேலையிருக்குடான்னா கூட விடமாட்டான்... இப்ப பேசக்கூட நேரமில்லைங்கறான்...

இந்த ஆண்பிள்ளைகள்தான் எப்படி மாறிவிடுகிறார்கள்?

அவளுக்கு, அவன் பேசும் விஷயங்கள் பெரும்பாலும் புதிதாயிருக்கும்...

'அப்டி என்னடா வேல... ராத்திரில கண்முழிச்சிதான் செய்யணும்னு?'

'அதுவா, யூஎஸ்ல டாக்டர்ஸ்லாம், இங்க மாதிரி க்ளினிக்லாம் நடத்தமுடியாது, ஹாஸ்பிட்டல்லதான் வேலை பாக்கணும், பணமெல்லாம், இன்சூரன்ஸ்காரன்தான் தருவான்... அதனால எல்லாத்தையும் க்ளெய்ம் ஃபார்ம்ல ரெக்கார்ட் பண்ணணும்... அதனால, டாக்டரும், பேஷண்ட்டும் நாள்பூர பேசறத ரெக்கார்ட் பண்ணி இங்க அனுப்புவாங்க... நாம அன்னிக்கி ராத்திரியே அதை கேட்டு, ஃபாரம்ல டாக்டர் பேரு, பேஷண்ட் பேரு, வியாதி நம்பரு, அவங்க பண்ண ட்ரீட்மெண்ட் டிடெய்ல் எல்லாத்தையும் ஃபார்ம் ஃபில் பண்ணி அனுப்பணும்...'

'அது எப்படிடா? அமெரிக்காக்காரன் பேசுவானாம்... இவன் அதை எழுதுவானாம்... நானும்தான் இங்கிலீஷ் படம் பாக்கறேன்... ஒரு வார்த்தை புரிய மாட்டேங்குது... குடிகாரன் பேச்சுமாதிரி கொழறி கொழறி பேசறாங்க...'

'பழக்கமான வந்துடும்மா...'

'நீ என்னா டாக்டரா? எல்லா வியாதியும் தெரிஞ்சிக்க?'

'நமக்கு வரக்கூடிய வியாதியெல்லாம் பட்டியல் பண்ணி... அதுக்கு நம்பர் குடுத்துருக்காங்க... நாம அதை என்ட்டர் பண்ணா போதும்...'

'என்னமோ போ... உருப்படியா அப்பா மாதிரி பேங்க்லயோ, இல்ல உங்க மாமா மாதிரி பெல் கம்பெனிலயே, எங்காயாவது வேலைக்கு சேரு... நீ எஞ்சி-

னியர்தானே...மாமா கிட்ட பேசுடா... அவரு பெல் கம்பெனில வேலை வாங்கித்தருவாரு...'

'அம்மா... நான் படிச்சது பயோ டெக்னாலஜி...'

'அதுக்கு பெல் கம்பெனில தரமாட்டானா? அந்த தாரா மெக்கானிக்கல்தான படிச்சா? உங்கூட கால் சென்ட்டர்ல வேல செய்யல?'

'கால் சென்ட்டர் இல்ல... மெடிக்கல் ட்ரான்ஸ்க்ரிப்ஷன்...'

'இருக்கட்டும்டா... உங்கூட பஸ்ல வருவானே டெய்லி... என்னமோ மூர்த்தி... அவன் கூடதான் டிசிஎஸ்ல வேலை செய்யறான்... அவனும் பயோடெக்தானே?'

சித்து சட்டென்று எழுந்து போய்விடுவான்... மறுபடி, மறுநாள் புதுக்கதை ஆரம்பிப்பான்...

அந்த மூர்த்தி கேம்பசில் செலக்ட் ஆனவன், அது என்னமோ சித்துவுக்கு, காம்பசில் வந்த எந்த சாஃப்ட்வேர் நிறுவனமும் வேலை தரவில்லை... நல்ல மார்க்தான்... பிஏ இன்ஃபோடெக்கில் ஆஃபர் கொடுத்ததும், கெட்டியாக பிடித்துக் கொண்டான்...

இதுபோல, கேம்பசில் தேர்வானவர்கள் பற்றிய பேச்சுக்கள் வரும்போதெல்லாம், அவனுக்குக் கோபம், கழிவிரக்கம் எல்லாம் வந்துவிடும், எழுந்து போய்விடுவான்... அவன் ஏன் அப்படி சட்டென்று எழுகிறான் என்பது அவளுக்குப் புதிராக இருக்கும்... ஆனந்தனிடம் சொன்னதற்கு... இனி அவனிடம் கேம்பசில் செலக்ட் ஆனவர்கள் பற்றி, அவனைவிட அதிகம் சம்பளம் வாங்குபவர்கள் பற்றியெல்லாம் பேசாதே... என்று அழுத்தந்திருத்தமாக சொல்லியிருந்தார்.

12

மித்ரா, தீவிர யோசனையிலிருந்தாள்... யாரை நம்புவது, யாரை நாம்பக்கூடாது என்றே தெரியவில்லை... என்ன உலகமடா இது? என்று சலித்துக் கொண்டாள்... உண்மையிலேயே அவளுக்கு பயமாயிருந்தது.

காரணம் இருந்தது...

நேற்று மதியம்,

கிருஷ்ணாவிடம், அந்த பத்திரிகை நிருபர் பத்மநாபனைப் பார்த்ததைப் பற்றி விலாவரியாக கூறிவிட்டு... 'எனக்கென்னமோ பயமா இருக்கு கிருஷ்... நம்ம ஆஃபீஸ்ல யாரோ இதப்பத்தி வெளிய பேசியிருக்காங்க... என்னை, உங்கிட்டகூட சொல்லக்கூடாதுன்னு சொல்லிட்டு... யாரோ பத்திரிகைக்கே பேசியிருக்காங்க...' என்றாள்.

'அப்படியெல்லாம் இருக்காது மித்து... அந்தாள் ஔறியிருக்காரு... நம்பாத.'

'இல்ல கிருஷ்... அவர் ஆதாரம் இருக்குங்கறார்... இல்லன்னா மவுண்ட்ரோட்ல ஆஃபிஸ் வெச்சிகிட்டு... இங்க வந்து சுத்துவானேன்?'

'அதத்தான் கேக்கறேன்... ஒய்ட் பேப்பர வெப்சைட்லருந்து டவுன்லோட் பண்ணிக்கலாம். அம்பது ரூபாய்க்கு அஃபிடவிட் போட தெருத்தெருவா அட்வகேட்ங்க இருக்காங்க... இங்க ஏன் வரணும்? எனக்குத் தெரிஞ்சி, அதெல்லாம் தேவையே இல்ல. ஏதோ மொட்டைக் கடுதாசி மாதிரி, பாதி தகவல் தெரிஞ்சிருக்கலாம். கம்பெனி ஆளுங்க யாருகிட்டயாவது வாயப்புடுங்கி அத ஊர்ஜிதப்படுத்திக்கறதுக்கு, இங்க சுத்தியிருக்கலாம்... அவரு அதிர்ஷ்டம்... நீயே மாட்டிகிட்ட.'

'புரியலை...'

'இதப்பாரு நீ சாயங்காலம் போயி அவருகிட்ட பேசினா... நீயே ஔறி வெக்கறமாதிரி கேள்வி கேட்டு, மடக்கி, உன் வாயாலேயே விஷயத்தை வாங்கி, ரெக்கார்ட் பண்ணிகிட்டு... அப்பறம்தான் பிரசுரிப்பான்...'

'அப்ப...'

'போகாத... ஜஸ்ட் இக்னோர்... உன்னைத் தவிர வேற யாரு பேசினாலும்... இதுக்கு வெய்ட்டேஜ் இல்ல...'

'புரியுது... கிருஷ்... ஆனா... இன் ஃபர்ஸ்ட் ப்ளேஸ்... இது எப்படி அவருக்குத் தெரியும்னு கண்டுபிடிக்கவாவது போகலாம்ல?'

'நீயா...? அப்படியே மடிச்சு அல்வா மாதிரி வாய்ல போட்டுப்பான்... உன்னை மாதிரி அப்பாவிங்க... அந்த மாதிரி ஆளுங்ககிட்ட உளறுவீங்களே தவிர, அவங்கிட்டருந்து ஒரு தகவலும் வாங்க முடியாது...'

'அதுக்குத்தான் சொல்றேன் கிருஷ்... ப்ளீஸ்... நீயும் கூட வா... எப்படியாவது அவர்கிட்ட அந்தத் தகவல வாங்கப் பாரு...'

'வேண்டாம் மித்து... இக்னோர்...'

அதன் பிறகு சாம, தான, பேதத்தை உபயோகப்படுத்தி, அவனை ஒப்புக் கொள்ளவைத்தாள்...

அவன் 'சரி, அந்த கார்ட்-ஐக் கொடு... நான் ப்ரௌஸ் பண்ணி பாக்கறேன்... அந்த பத்திரிகையப்பத்தி தெரிஞ்சிகிட்டு சாயந்திரம் போவோம்...' என்றான்.

கார்டைக் கொடுத்தாள்....

அன்று மாலை... இருவரும், அந்த கார்டின் பின்னால் இருந்த விலாசத்துக்குப் போய்... இரண்டு மணிநேரம் காத்திருந்ததுதான் மிச்சம்...

அந்த பத்மநாபன் வரவேயில்லை... மொபைலும் ஸ்விட்ச் ஆஃப்...

'சொன்னா கேக்கறியா? இதெல்லாம் ஹம்பக்... போட்டு வாங்கற வேலை.' என்று கிருஷ் சொன்னான்.

கிளம்பி வந்துவிட்டார்கள்...

டிக்ரிப்பிலிருந்து கிளம்பும்போது, கிருஷ் தன் காரை விட்டுவிட்டு, மித்ராவின் காரை ஓட்டி வந்திருந்தான், அவளை அண்ணா நகர் டவர் வரை ஓட்டி வந்து விட்டுவிட்டு, இறங்கி, மெட்ரோவில் சென்று, காரை எடுத்துக் கொள்வதாக சொல்லிவிட்டான்...

இன்று காலை, செய்திகளிலும், பத்திரிகையிலும், அவர் வராததற்கான காரணம் தெரிந்தது...

பத்மநாபன் என்கிற அந்த ரிப்போர்ட்டர், அகால மரணமடைந்திருந்தார். ஸ்கூட்டரில் சென்றுக் கொண்டிருந்த அவரை, எதிரே வந்த லாரி இடித்துவிட்டு நிற்காமல் சென்றுவிட்டது... சற்று தூரம் சென்று மரத்தில் மோதி, நிறுத்தப்பட்டிருந்த லாரியின் ட்ரைவர் காணவில்லை. போலிசார் லாரியைக் கைப்பற்றி விசாரணை மேற்கொண்டு வருகிறார்கள்...

அவளுக்கு முதன் முதலாக கிருஷ் மேல சந்தேகம் வந்தது... இது திட்டமிட்ட விபத்துத்தான்... கிருஷ் தவிர யாருக்கும் அவள், அவரை சந்திக்கப் போவது தெரியாது... ஒரு வேளை இது நிஜ விபத்தாயிருந்தால்?

கிருஷ்... அவளுக்காக காத்திருந்தான். இன்று ஹக் டே என்று சொல்லி... கரடி பொம்மை வாங்கி வந்திருந்தான், 'ஹக் மீ' என்று மார்பில் பொறித்திருந்தது.

'கல்யாணம் வரைதான் பேபி... பட் டோன்ட் கெட் ப்ரெக்னன்ட் யார்...' என்று அவளிடம் சொல்லிவிட்டு, 'டூட் பீ ய குட்பாய். டோன்ட் பீ நாட்டி...' என்று கரடியிடம் கூறினான்.

அவள் சிரிக்கவில்லை... அவன் ஏன் இந்த விபத்தைப் பற்றியே பேசவில்லை? ஒரு வேளை தெரியாதா?

தலையைப் பிய்த்துக் கொள்ளலாம் போல இருந்தது... என்ன செய்வது?

'கிருஷ்...'

'சொல்லு டார்லிங்...'

'அந்த ரிப்போர்ட்டர்...'

'யார்?...'

'மறந்துவிட்டாயா? அதற்குள்ளாகவா? நேற்று நாம் சந்திக்கச் சென்று காத்திருந்தோமே?'

'ஓ... ஆமாம்... '

'அவர் இறந்துவிட்டார்...'

'அப்படியா? அடப்பாவமே...' உணர்ச்சியின்றி சொன்னான்.

'ஸ்கூட்டர் மேல் லாரி மோதிவிட்டதாம்... ந்யூஸ்லாம் பாக்கறதில்லையா?'

'ப்ச்ச்... ராத்திரி லேட்டாத்தான் போனேன்... காலைல எழுந்ததும் கடைக்குப் போயிட்டேன்... தோ... இவன கூட்டியார...' என்று டெடியின் மூக்கைத் திருகினான்... தொடர்ந்து 'என்ன செய்வது... சென்னையில ஒரு நாளைக்கு பத்து பேர் பைக் ஆக்சிடெண்ட்ல அடி படறாங்க, ரெண்டு பேர் செத்துப்போறாங்க... அப்பகூட ஜனங்க ஜாக்கிரதையா இருக்கறதில்ல...'

'உனக்கு வருத்தமாவே இல்லையா கிருஷ்...'

'எதுக்கு.... அந்த ஆள் யாருன்னே எனக்குத் தெரியாது... நான் எதுக்கு வருத்தப்படணும்... தேங்க்ஸ் வேணும்னா சொல்லலாம்... என் செல்லக்குட்டி கூட நாலு மணிநேரம் அதிகம் செலவு செய்ய உதவினதுக்காக...'

'யூ ஆர் மீன்...'

'எதுக்கு இமோஷனலாகற மித்து... அவன் ஹம்பக்னு நான்தான் சொன்னேன்ல... உனக்காகத்தான் அவ்ளோ தூரம் வந்தேன்...'

'ஒரு க்யூரியாசிட்டி கூட இல்லையா? என்னவாயிருக்கும்னு தெரிஞ்சிக்க...'

'வாடெவர் ஹாப்பண்ட் ஈஸ் ஹாப்பண்ட்... தெரிஞ்சிகிட்டு என்னாகப் போகுது? எனிஹவ்... வாட்ஸ் யூர் ப்ளான் ஃபார் த ஹக் டே?'

அவள் பதில் பேசாமல் நடந்து சென்றாள்...

கிருஷ் தயங்கி நின்றான்...

ஆதி அதிர்ச்சியில் இருந்தார்... எப்படி சாத்தியம்?

காலையில் பாலா சொன்ன செய்தி அவரை நிலைகுலையச் செய்தது...

பாலா ஏற்பாடு செய்த... ரிப்போர்ட்டர் விபத்தில் மரணம் எய்திவிட்டான்... அவனது உடைமைகளைக் காணவில்லை...

ஒரு வேளை ப்ரேம் செயலோ? ப்ரேம் கொலைவரை கூட செல்லக்கூடுமா? சட்டென்று வயிறு சில்லிட்டது...

தேர் ஈஸ் ய க்ரைம் பிஹைன்ட் எவ்ரி சக்சஸ்ஃபுல் மேன் என்று சொல்வார்களே... அது போல ப்ரேம்-உடைய கப்போர்ட்டில் எத்தனை எலும்புக்கூடுகள் இருக்கின்றனவோ? வாயப்பில்லையே... நாம்தான் உடன் இருக்கிறோமே? நமக்குத் தெரியாமலா? உயிர்நண்பனிடம் பகிர்ந்து கொள்ளக்கூடாத ரகசியங்களும் அவன் வாழ்வில் உண்டா? இருக்கக் கூடும்... ஏன், நம்மிடம் இல்லையா?

இனி மிக ஜாக்கிரதையாக இருக்க வேண்டும்...

யோசித்தபடி, தான் ப்ரேம் அறைக்கு வந்துவிட்டது தெரிந்தது.

கதவை மெல்லத் திறந்தார்... ப்ரேம் நாற்காலியில் சாய்ந்து, விட்டத்தை நோக்கி தலை தூக்கியிருந்தார், கண்கள் மூடியிருந்தன...

'இரண்டு விதமான தாக்குதல்கள் ப்ரேம், ஒன்று சித்தார்த் மூலமாக, வரப் போகிறது... அதை நான் கண்காணித்துக் கொண்டுதான் இருக்கிறேன்... தக்க நேரத்தில் முறியடித்துவிடுவேன், ஆனால் புதிதாக ஒன்று முளைத்திருக்கிறது, எங்கிருந்து என்று தெரியவில்லை... நேரடியாக மித்ராவிடமே வந்துவிட்டது...'

'என்ன சொல்கிறாய்...'

'ஆம்... வந்த ஆளுக்கு பிரச்சினை என்னவென்று முழுதும் தெரிந்திருக்கிறது... ஆனால் அவர்களுக்கு ஒரு பலியாடு தேவைப்படுகிறது... அதனால் மித்ராவைக் குறி வைத்திருக்கிறார்கள்...'

'நீ என்ன செய்வாய் என்று தெரியாது... நிறுவனத்துக்கு எந்த பங்கமும் வரக்கூடாது...'

'சற்று பெரிய காரியமாயிருக்கும்...'

'என்றால்...?'

'ஆர்த்தோ...'

'செய்... ஆனால்...'

'தெரியும்... நம் தொடர்பு தெரியாது... செலவாகும்...'

'அனுப்புகிறேன்...'

ஆனால், காலை அந்த மரணச் செய்தி வந்ததும் ஆடித்தான் போனார், விபத்து என்றுதானே சொன்னான்...? மரணம் என்றால் கேப்பிடல் என்றல்லவா சொல்வான்...

'சாரி... சம்படி பீட் அஸ்...' என்று மெசேஜ் பார்த்ததும்தான் தெளிவானார்... ஆனால் குழப்பம் தீரவில்லை... யார்? யார் அந்த கருங்காலி? நம் நிறுவன ரகசியங்களை பத்திரிகை வரை கொண்டுபோனது யார்? யாராயிருந்தாலும் இப்-

போது பயம் வரும்... அடுத்த அடி எடுத்து வைக்க யோசிப்பார்கள்... அது சரி, முந்தியது யார்?

மூடிய கண்களுக்குள், ஒளி குறைந்து, அதிகரிக்க, அசைவை உணர்ந்தார்... சென்ட் வாசமும் காட்டிக்கொடுத்தது...

'வா ஆதி... என்ன வேண்டும்?'

'ஒன்றுமில்லை... ஜஸ்ட்... டு சே குட்மார்னிங்?...'

'குட்மார்னிங்... அவ்வளவுதானா? வேறு எதுவும் செய்திருக்கிறதா?'

'இல்லை...'

'ஆர் யூ ஷ்யூர்...'

'எஸ் ஆதி...' வெளியேறிவிட்டார்.

ப்ரேம் மீண்டும் சிந்தனைவயப்பட்டார்...

ஆதி... மறுபடி பாலாவை அழைத்தார்... 'நிச்சயமாக இது ப்ரேம் வேலை-தான்... ஏதாவது துப்பு கிடைக்கிறதா என்று பார்...'

'பயமாயிருக்கிறது சார்... நிச்சயம் என்னைக் கண்டுபிடித்துவிடுவார்கள்...'

'எப்படி கண்டுபிடிப்பார்கள்... நீதான் அந்த நிருபரை வரவழைத்தாய் என்று தெரியவாய்ப்பில்லை... அவன்தான் செத்துவிட்டானே...'

'அவன் உடைமைகளைக் காணவில்லையாம்...'

'அப்படியென்றால்? நீ அவனை நேரில்தானே போய்ப் பார்த்தாய்...? மொபை-லில் பேசவில்லையே...?'

'சேச்சே... ஆனால் டைரியில் குறிப்பெழுதினான்... அது காட்டிக் கொடுத்-துவிடும்...'

'டைரியில் உன்பெயரை எழுதினானா?'

'இல்லை...'

'உன்னையும்... அவனையும் தொடர்புப் படுத்தும்படி ஏதாவது இருக்கிறதா?'

'இருவரும் ஒரே பள்ளியில் படித்தவர்கள் என்பது தவிர வேறு இல்லை... அவன் எனக்கு ஐந்தாண்டு சீனியர்... கிரிக்கெட் நண்பன்... பின், பார் தோழன்... நான் குடிப்பது பரம ரகசியம்... அதனால் யாருக்கும் தெரிய வாய்ப்-பில்லை...'

'கவலை விடு... ஆனால், மறுபடி ஏதாவது செய்ய முடியுமா பார்... அந்த மித்ரா பொதுவெளியில் பேசியே ஆகவேண்டும்...'

'பார்க்கிறேன்...'

மித்ரா... இன்றும் லன்ச்சுக்கு வெளியே சென்றாள். நிறுவன ஆட்களின் முகத்தைப் பார்க்கவே அவளுக்கு வெறுப்பாயிருந்தது... ச்ச்சே... என்ன மனி-தர்கள்... கொலைகாரக்கூட்டம்... அவளுக்கு கிருஷ் மேல் தனியாகக் கோபப்-படமுடியவில்லை... அதனால் மொத்த நிறுவனத்தையும் வெறுத்தாள்... என்ன

காரணமோ... அந்த பத்மநாபன் மரணத்துக்கு தானும், இந்த நிறுவனமும் ஒரு காரணம் என்று அவளுக்கு தோன்றிக்கொண்டே இருந்தது...

அதிசயமாக சித்து தனியாக உட்கார்ந்திருந்தான்... அவளைப் பார்த்ததும், எதிரே கை காட்டினான், மித்ரா உட்கார்ந்தாள்... ஆனால் பேசவில்லை...

மித்ராவுக்கு அவன் மேல் அபாரமான கோபம் வந்தது... இந்த தடியனால்-தானே? நான் இங்கே வந்தேன். பேசாமல் ஏதாவது க்ளினிக் திறந்து, அப்பாவி ஜனங்களின் நோயைப் போக்க உதவியிருக்கலாம்... எங்கோ இருக்கும் வெள்-ளைக்காரர்களைப் பற்றி கவலைப்பட்டிருக்கத் தேவையில்லை... இல்லை... இது இங்கும் நடக்கும்... தானும் அதற்கொரு கருவியாய் மாறியிருப்போம்... இந்தத் தில்லுமுல்லுகள் தெரிந்துவிட்டதால்... யோசித்து, யோசித்து மருந்துகளை ப்ரிஸ்க்-ரைப் செய்யலாம்...

அவள் முகம் யோசனையில், நொடிக்கொரு பாவனை காட்டியதை சித்து கவனித்தான்... 'என்ன மித்ரா... பலமான சிந்தனைல இருக்கீங்க...'

இவனிடம் சொல்லலாமா? எதுவரை சொல்லலாம்? ஒருவேளை இவனுக்கும் தெரிந்திருக்குமா?... வாய்ப்பில்லை.... கிராதகன்... இவனால்தான்... சேச்சே... இவன் என்ன செய்வான்... கிருஷ் சொன்னதால்தானே இவனே நம்மிடம் பேசி-னான், நாம்தான் திட்டி அனுப்பினோம்... அப்போது கூட அதை கேஷுவலாக எடுத்துக் கொண்டானே... நல்ல பையன்தான்... அதிலிருந்து நாகரிகமாகத்தானே பழகுகிறான்...

'ம்ம்ம்ஹூம்... நீங்க வழக்கமான மித்ரா இல்லை... சம்திங் ராங்... கிருஷ் கூட சண்டையா... ரெண்டு நாளா தனியாவே வரிங்க?'

அப்படி வந்ததால்தான் ஒரு அப்பாவி செத்துப் போனான்... என்று நினைத்-தவள்... 'நத்திங்... அவன் ரெண்டு நாளா பிசியாவே இருக்கான்...'

'இருக்கும்... சேர்மன் வராரு இல்ல... அந்த அரேஞ்மெண்ட் எல்லாம் அவருதான் செய்வாரு... எண்டர்ப்ரைசிங் மேன்...'

'ஆமாமா... ரொம்பவே எண்டர்ப்ரைசிங்...'

'ஏதோ கோவமா இருக்கீங்கன்னு தெரியுது...'

'அதெல்லாமில்லை... சித்து... ஐ'ம் நார்மல்...'

'அது சரி என்னையெல்லாம் மதிச்சி பேசுவீங்களா...'

'ஏன் இப்படி பேசற சித்து... ஐ ஆல்வேய்ஸ் ரெஸ்பெக்ட் யூ...'

'ஆமா... உங்க ரெஸ்பெக்ட்டப் பத்தி நல்லா தெரியும்...'

'கமான் சித்து...'

'நீங்கன்னு இல்ல... எல்லாப் பொண்ணுங்களும் இப்படித்தான் இருக்கீங்க... யார் யார எந்த எடத்துல வெக்கணும்னு ஒரு... ஒரு இது வெச்சிருக்கறீங்க... அங்க வெச்சிட்டா அவ்ளதான்... என்னதான் சீனியரா இருந்தாலும், நல்லவனா

இருந்தாலும் மரியாதையில்ல...'

மித்ராவுக்கு சங்கடமாயிருந்தது... தானே ஒரு பிரச்சினையில் உழன்றுக் கொண்டிருக்க, இவன் என்னமோ புதிதாய் கிளப்புகிறானே?... என்று யோசித்-தாள்...

'அப்படியெல்லாம் இல்லை சித்து...'

'அப்படித்தான் மேடம்... நான் காலேஜ் டேஸ்லருந்து பாத்துகிட்டிருக்கேன், கார்ல வந்தா ஒரு மரியாதை, பைக்ல வந்தா ஒரு மரியாதை, ப்ராண்டட் ட்ரஸ், எஜுகேஷன்... படிச்ச காலேஜ், குடியிருக்க ஏரியா, எல்லாத்துக்கும் ஒரு மார்க் போடறீங்க... அதவெச்சி டிக்ரேட் பண்றீங்க... அவ என்னடான்னா, எவ்ளோ கீழ எறங்கி சொன்னாலும், லவ்வ ஏத்துக்க மாட்டேங்கறா, ஒருத்தி புதுசா வந்து பேசறா, வெவரம் தெரிஞ்சதும், டாட்டா காட்டறா, நீங்க பரவாயில்லை... என் தகுதி தெரியறதுக்கு முன்னாடியே திட்டிட்டிங்க, தெரிஞ்சதும்... கண்டுக்கறதே-யில்லை...'

அதற்குள் பேரர் வர... அவள் பட்டர் நான், நவரத்தன் குருமா கேட்டாள்... அவன் தயிர் சாதம் என்று கேட்டபோது குரல் கரகரவென்றிருந்தது...

அழுகிறானோ?... இது என்னடா சங்கடம்... அவளுக்கு. சித்துவுக்கும், நிஞ்-சுவுக்கும் இடையே நடக்கும் காதல் போர் பற்றி தெரியுமாதலால்... பரிதாபப்-பட்டாள்... ஏற்கனவே நொந்துபோயிருக்கிறான்... நாம் ஏதாவது செய்துவிட்-டோமோ? என்று குழம்பினாள்...

'சித்து... யூ ஆர் ய நைஸ்மேன்... நான் உங்கள எப்பவும் ஹர்ட் பண்ண நினைச்சதில்லை... ஃபர்ஸ்ட் டே நடந்ததுல ரெண்டு பக்கமும் தப்பிருக்கு... நான் நீங்க என்னை ஸ்டாக்கிங் பண்றிங்கன்னு நெனைச்சேன்... அதுக்கப்புறம் எப்ப-வாவது உங்களை மரியாதைக் குறைவா நடத்தியிருக்கேனா?'

'எஸ் மேடம்... நீங்க என்னை மதிக்கறதேயில்லை...'

'சித்து... யூ ஆர் இமேஜினிங் திங்ஸ்...'

'அப்படி மதிக்கறதாயிருந்தா நீங்க என்ன செஞ்சிருக்கணும்?'

'என்ன செஞ்சிருக்கணும்?'

'அன்னிக்கு என்ன நடந்தது...?'

'என்னிக்கு?'

'நீங்க ஃப்ளோர் மேனேஜருக்கு கம்ப்ளெயின்ட் பண்ணிங்களே?'

'ஓ... அதுவா?'

'நான்தானே உங்க இம்மீடியட் சுப்பீரியர்... எங்கிட்டதானே பேசணும்? நேரா ஃப்ளோர் மேனேஜர் கிட்ட போயிட்டீங்க? எனக்கு எவ்ளோ அசிங்கமா போயிடுச்சி தெரியுமா? அதுலருந்து ஃப்ளோர்ல யாரும் என்ன மதிக்கறதேயில்லை...'

'இது என்னடா புதுக்கதை? என்று நினைத்தவள்... 'யூ ஆர் ராங் சித்து... ஃப்ளோர் மேனேஜர் தான் என் இம்மீடியட் சூப்பர்வைசர்... அவருகிட்டதான் சொல்லணும்...'

'உங்களுக்கு யார் ஜாப் அலாட் பண்றது?'

'நீங்கதான்...'

'அப்ப யாரு இம்மீடியட் சூப்பர்வைசர்...'

சற்று யோசித்தவள்... 'அப்படின்னா... நீங்க எல்லாருக்கும் இம்மீடியட் பாசா-கறீங்க?'

'எக்சாக்ட்லி... எட்டு வருஷ எக்ஸ்பீரியன்ஸ், எனக்குத் தெரியாத ஒரு விஷயம் ஃப்ளோர் மேனேஜருக்கு மட்டும் தெரிஞ்சிருந்தா... மேனேஜ்மென்ட்ல என்னை பத்தி என்ன நெனைப்பாங்க? என் கேஆர்ஏ என்ன? என் அப்ரைசல் பாதிக்காது?'

'நான் அப்படி யோசிக்கலை...'

'தெரியும் மேடம், இதே, நான் கார்ல வந்து, ரேமண்ட் ப்ளேசர், லூயி பிலிப் ஷர்ட்டு, பேண்ட்டு, இம்போட்ர்ட்ட் ஷூன்னு பந்தா பண்ணிகிட்டு... உங்களை-யெல்லாம் டாட் பூட்னு மிரட்டிகிட்டு... கெத்தா சுத்திகிட்டு இருந்தா... எங்கிட்-டத்தான் ஓடி வந்திருப்பீங்க... '

'இல்ல.... சித்து... நான் சொன்னா உங்களுக்குப் புரியாது... யூ ஆர் நாட் ய டாக்டர்...'

'ஓ... அப்படி ஒரு எண்ணமும் இருக்கா... அது சரி... தெரியாமத்தான் இத்தன வருஷமா இந்த வேலைய செய்யறனா? ஒரு நாள், ஒருநாள் ஒரு தப்பான ஃபைல் உங்களுக்கு வந்திருக்கா? நான் இருநூறு பேரோட வேலையையும் நியா-பகம் வெச்சிக்க முடியாதுங்கறதால டீப்பா போறதில்லைன்னாலும்... எல்லாரோட ஜாப்பும் எனக்குத் தெரியும்...'

'சரி... நான் செஞ்சது தப்புத்தான். சாரி... இனிமே இப்படி நடக்காம பாத்-துக்கறேன்...'

'என்னதான் ஆச்சி?'

'சொல்லக்கூடாதுன்னு சொல்லியிருக்காங்க சித்து... என்டிஏ...'

'உங்க கலீக்ஸ் கிட்ட ஷேர் பண்ணக்கூடாது... சுப்பீரியர் கிட்ட சொல்ல-லாம்...'

'அது...'

'அங்கதான் சந்தேகம் வருது இல்ல... விட்டுடுங்க... என் அப்ரைசல் பாழாப்போகட்டும்...'

'சொல்றேன்... புரியுதா பாருங்க...'

'ட்ரை மீ... ஐ ஆம் ஆல் இயர்ஸ்,..'

'டயபடீஸ் ட்ரீட்மென்ட்ல முக்கியமா... இன்சுலின் சுரப்பியைத் தூண்டறது, இன்சுலின் சப்ளிமென்ட் குடுக்கறதுதான் வைத்தியம்... அப்பறம் டயட் மூலமா நாம சாப்பிடற சுகரோட அளவ கன்ட்ரோட்ல்ல வெச்சிக்கறது...'

'தெரியும்...'

'இன்னொரு ட்ரீட்மெண்ட்டும் இருக்கு.... எஸ்ஜிஎல்டி2, அதாவது சோடியம் க்ளுகோஸ் கோ ட்ரான்ஸ்போர்ட்டர் 2 இன்ஹிபிடர்ஸ், எஸ்ஜிஎல்டி2 ஒரு ப்ரோட்டின், இதோட வேலை என்னன்னா, நாம சாப்பிடறதுல இருக்க க்ளுகோஸ் கிட்னி வழியா பாசாகும்போது மறுபடி பாடில அப்சார்ப் பண்ணிக்க வழி வகுக்கறது... இந்த ப்ரொட்டின் வேலை செய்யறத தடுத்தா, இல்ல வேகத்த கொறைச்சா... சுகர் கிட்னில ரீ-அப்சார்ப் ஆகாம, யூரின் வழியா வெளிய வந்துடும்... அதனால இன்சுலின் சுரப்பை கன்ட்ரோல் பண்ணலாம்... இது கணையத்துக்கு நல்லது... ஆனா சில பக்க விளைவுகள் உண்டு...'

'நீங்க சொன்னது எல்லாம் எனக்கும் தெரியும்... நிறைய கம்பெனிங்க இதை தயாரிக்குது, ரெண்டு மூனு கெமிக்கல்ஸ் இருக்கு, ஆனா இந்த கெமிக்கல்ஸ்ஸால ப்ரைவேட் பார்ட்ல ஈஸ்ட் சேரும், டீ-ஹைட்ரேஷன் வரும், கிட்னி பாதிக்கும், பிபி கொறையும், அலர்ஜி வரும்... நம்ம பிரச்சினை என்ன?'

'டிசிஎஃப்007ல ஒரு புது பிரச்சினை... கீட்டோ அசிடேசிஸ்னு... இந்த மாத்திரை யூரின் வழியா அதிகமான சுகரை வெளியேத்திடறதால... உடம்புல சக்கரை குறைஞ்சி... இன்சுலின் கொழுப்பை கரைச்சி சர்க்கரையை உற்பத்தி செய்ய ஆரம்பிக்குது... அது அதிகமாகும் போது... உடல் எடை குறையும், இந்த கொழுப்பு கரையும் போது ரத்தத்துல கீடேன் அப்டின்னு ஒரு ப்ளட் ஆசிட் அதிகமாயிடும்... அது அதிகமாக அதிகமாக கோமாக்குப் போயி... பேஷண்ட் செத்துடுவாங்க... சரியான நேரத்துல ட்ரீட்மெண்ட்ட நிறுத்தி... ப்ளட் ஃப்ளுயிட் மாத்தணும், எலக்ட்ரோலைட் பேலன்ஸ் பண்ணணும்...'

'ஆனா... நான் இந்த சஜஷன்ஸ் கொடுத்தாலும்... கேக்காம ட்ரீட்மெண்ட்ட கண்ட்டின்யூ பண்ணி... இருவதுக்கு மேல பேஷண்ட்ஸ் செத்துட்டாங்க... இதுல, ப்யூட்டி என்னன்னா? நாம, இதேபோல ஒரு ட்ரக்க, ஆறுமாசம் முன்னாடியே டயக்னாஸ் பண்ணயிருக்கோம்... நான் சேந்த புதுசுல பாத்திருக்கேன்...'

'இந்த கொலேஷன் நீங்க பண்ண முடியாதே? எப்படி கண்டுபிடிச்சீங்க?'

மறுபடி, ஃபேன்சி நம்பர் பற்றி சொன்னாள்... இதற்கு ஏதாவது செய்ய வேண்டும் என்று சித்து யோசித்தான்.

அதன் பிறகு, இருவரும் நிதானமாக சாப்பிட்டனர்...

அப்போது... மித்ராவுக்கு 'ஏன் எல்லாரும் திடீரென்று இதைப் பற்றியே பேசுகின்றனர்?' என்று தோன்றியது... கூடவே... 'அது சரி இத்தனை நாள் இல்லாமல் இன்று ஏன் சித்துவுக்கு இதன்மேல் அக்கறை? அடடா, அவன் அழுகாச்சி-

யைப் பார்த்து உளறிவிட்டோமே...' என்று தோன்றியது.

அதைவிடப் பெரிய குழப்பமாக... சித்துவிடம் பேசியதை, கிருஷ்ஷிடம் சொல்லாமா? வேண்டாமா? என்று ஒரு யோசனை ஓடியது.

பின்... சொல்லலாம்... சித்துவுக்கு எதுவும் ஆகவில்லை என்றால்... கிருஷ்ஷை நம்பலாம் என்று தோன்றியது.

ஆனால்... சித்துவுக்கு ஏதாவது ஆபத்து வந்தால்?

குழப்பத்திலேயே, தன் சீட்டுக்கு வந்தவளை, கிருஷ்ணா தேடி வந்தான்... 'மித்து டார்லிங்... எங்க போன? நான் ஹக் டேக்காக, உன்னை ஏபிக்கு கூட்டி-கிட்டு போலான்னு இருந்தேன்...'

'சொல்லியிருக்கலாம்ல? ஐ வாஸ் ஹங்ரி... நீ பாட்டுக்கு கான்ஃப்ரன்ஸ் ஹால்ல போய் உக்காந்துட்டே...'

'சாரி ஹனி... ஆக்சுவலா மீட்டிங் இன்னமும் முடியலை... ஐ டுக் ய ப்ரேக் டு டேக் யூ அவுட்... பை த வே தனியாவா சாப்பிடப் போன?'

'ஆமா... பட்... ஐ ஹேட் கம்பெனி... ஆனா அங்க சித்து இருந்தான்.'

'ஓ... சித்து... என்ன சொன்னான் உன் இம்மீடியட் சுப்பீரியர்... நிரஞ்சனா ஓக்கே சொல்லிட்டாளாமா?'

'அதைப் பத்தியெல்லாம் பேசலை...' சட்டென்று உறைத்தது... 'இம்மீடியட் சுப்பீரியர்?' எப்படித் தெரிந்தது?... 'நானே பசியில காதடைச்சிப் போயிருந்தேன்... சும்மா வெட்டிக்கதைதான் பேசிகிட்டிருந்தோம்...'

'ஓக்கே... ஐ நீட் டு கோ, சாயந்திரம் ஓடிடாதே... வீ 'ல் கோ ஃபார் டின்-னர்?'

'இல்லை கிருஷ்... ஐ ஹவ் ப்ளான்ஸ்... க்ளாஸ்மேட்ஸ் மீட் பண்றோம்...'

'ஏய்... அங்க இதெல்லாம் உளறி வெக்காத...'

'நாட் அட்டால்... வி ஹாவ் இயர்ஸ் டு கேட்ச் அப்... ப்ரெஃபஷன பத்தி பேசவே நேரமிருக்காது...' மித்ரா இன்னமும் யோசனையில் இருந்தாள்... 'உளறி வெக்காதே?'

அன்று மாலை... சித்து தன் கம்ப்யூட்டரில் உட்கார்ந்து குடைவதும், கையைப் பிசைவதுமாக இருந்தான்... மறுபடி, மறுபடி எதையோ டைப் செய்துவிட்டு... முறைத்து, முறைத்துப் பார்த்தான்... பின் லேப்டாப்பைத் தூக்கிக் கொண்டு, நெட்-வர்க் இஞ்சினீயரிடம் போனான்... வெறும் கையோடு வந்தான்...

கிளம்பும் போது, மித்ரா அவனைப் பார்த்து கையால் கேள்வி கேட்டாள்...

அவன்...'ப்ச்ச்....' என்றான்.

எழுந்துபோய், சித்துவிடம் நின்று, 'என்னாச்சு?' என்றாள்.

'தெரியலை... லேப்டாப்ல ஏதோ ப்ராப்ளம்... பாதி பேஜ்-ல ஆக்சஸ் டினைட்னு வருது...' எந்த பக்கங்கள் என்று சொல்லவில்லை. ஆனால்,

அவனுக்கு முன்பு அவற்றில் அனுமதியிருந்தது.

அவனுக்கு முக்கியமாக அவை தேவை... இல்லையென்றால்? சிறைக்குத்-தான் போகவேண்டும்...

மித்ரா... இனி கிருஷ்ணாவிடம் ஜாக்கிரதையாக இருக்க வேண்டும் என்று முடிவு செய்தாள்.

13

மித்ராவுக்கு அன்று அலுவலகம் செல்லவே விருப்பமில்லை...

அவளுக்கு எல்லாமே குழப்பமாக இருந்தது... யோசித்ததில் அந்த டிசி-எஃப்007 ஆல் வந்த பிரச்சினைதான் அத்தனையும் என்று தோன்றியது... நிறைய கேள்விகள் இருந்தன, ஆனால் பதில் தெரியவில்லை.

இந்த மாத்திரையால் ஏற்படும் பிரச்சினை பற்றி அவள் இருவரிடம் பேசினாள்.

அதன் பிறகு, அவளுக்கு என்டிஏ பற்றி எச்சரிக்கை தரப்பட்டது...

பிறகு?

நிறுவனத்துக்கு சம்பந்தமில்லாத ஒருவர் தன்னிடம் அதைப்பற்றி பேசினார்.

அவர் விபத்தில் இறக்கிறார்.

மருத்துவ அறிவில்லாத சித்தார்த்துக்கு திடீரென்று அந்த மாத்திரை பற்றி தெரிந்து கொள்ள வேண்டிய அவசியம் வருகிறது...

அவன் தந்திரமாக அதைப்பற்றி விசாரிக்கிறான்...

அவனது சுதந்திரம் பறிக்கப்படுகிறது.

கிருஷ்ணா அவளோடு நெருக்கமாயிருந்தாலும், இந்த விவரங்கள் தெரிந்த பிறகே, இரு அசம்பாவிதங்களும் நடக்கின்றன?

ரிப்போர்ட்டர் பற்றி அவள்தான் சொன்னாள், ஆனால் சித்துவோடு அவள் பேசியது முழுவதும் கிருஷ்ணாவுக்கு தெரிகிறது... அவள் சொல்லவில்லை... ஆனால் தெரிகிறது... எப்படி? எனில், தான் சொல்லியிருக்காவிட்டாலும், அந்த ரிப்போர்ட்டர் பேசியதும் அவனுக்குத் தெரிந்திருக்குமா? எப்படி?

என் உடலில் ஏதாவது பக் இருக்கிறதா? எப்படி கண்டுபிடிப்பது? நான் கண்காணிக்கப்படுகிறேனா?

யோசிப்போம்...

சித்து கொடுத்த பரிசுகளை எல்லாம் சோதித்தால் தெரியுமா?

உடலிலேயே இருக்கும் பரிசு எது... ஒட்டலுக்குப் போனாலும் வரும் பரிசு... அப்படி எதுவுமில்லை... ஒரே ஒரு ஸ்டெய்ன்லஸ் ஸ்டீல் செயின்தான், ஒற்றை நீலக்கல்... ஸ்வரோவ்ஸ்க்கீ.

அதை சோதித்தாள்... ஒன்றுமில்லை...

ஒன்பது மணி வாக்கில், 'நாட் வெல்... நீட் ஒன் டே லீவ்...' என்று மெசேஜ் அனுப்பிவிட்டு படுத்தாள். இன்றைய பேஷண்ட் ரிக்கார்ட்ஸ் யாரிடம் கொடுப்பார்கள்? என் வேலை யாருக்குப் போகும்? எக்கேடு கெட்டும் போகட்டும். வேலை போனால், ப்ராக்டிஸ் செய்து கொள்ளலாம் என்று அவளே கேள்வி கேட்டுக் கொண்டு, அவளே தீர்மானத்துக்கு வந்தாள்.

பதினோரு மணி வரை படுத்திருந்தாள்...

கிருஷ் அழைத்தான்...

நிராகரித்தாள்...

சட்டென்று மொபைலை எடுத்து... கேமராவை ஆன் செய்து... 'ப்யார் கியா தோ டர்னா க்யா?' என்று பாடிவிட்டு துண்டித்தாள்.

மறுபடி கிருஷ் அழைத்தபோது, அதை ஏற்று, 'ஹாய்...' என்றாள்.

'மித்து டார்லிங்? என்னாச்சு?'

'நாட் வெல் கிருஷ்ணா... '

'மை காட்... எனக்கு உடம்பு சரியில்லையா? இதோ உடனே உன்னை அனுப்பறேன்...'

'மொக்க ஜோக்...'

'பட் ஃபீலிங் ஈஸ் ரியல் பேபி... இன்னும் முப்பது நிமிடத்தில் அங்கே இருப்பேன்...'

'வேண்டாம்... ஐ'ல் மேனேஜ்... இங்கேயும் வந்து ட்ராமா பண்ணி... நான் நிரந்தரமா வேலைக்கு வரமுடியாதபடி செய்யாதே...'

'ஏன்?'

'என்ன ஏன்? நம் விவகாரமெல்லாம் இன்னும் வீட்டுக்குத் தெரியாது?'

'ஏன்? சொல்லவில்லையா?'

'கிருஷ்... ஆர் யூ நட்ஸ்... நானே போய், என் பேரண்ட்ஸ்சிடம் நான் ஒரு பையனை காதலிக்கிறேன், கல்யாணம் செய்து வையுங்கள் என்று கேட்க முடியுமா?'

'பின்னே எப்போது நாம் கல்யாணம் செய்து கொள்வது?'

'ஒன்று, அவர்கள் கல்யாண பேச்சை ஆரம்பிக்க வேண்டும்... அல்லது, நீ வந்து பெண் கேட்க வேண்டும்...'

'சரி... மாலையே வருகிறேன்...'

'பெண் கேட்கவா?...'

'இல்லை... பெண் பார்க்க...'

'கிருஷ்...'

'பயப்படாதே... ப்ரியங்காவும், நிரஞ்சனாவும் வருவார்கள்... அவர்களுக்கு துணை போல நான் வருவேன்...'

'சரி.... இப்போது நான் என்ன செய்துகொண்டிருக்கிறேன் சொல் பார்க்கலாம்...?'

'இரு வீடியோ காலில் வருகிறேன்...'

'அதெல்லாம் முடியாது... அப்படியே சொல்...'

'டார்லிங்? அது எப்படி முடியும்...'

'என்ன காதலன் நீ? உடல் நலம் இல்லாத காதலி இப்போது என்ன செய்து கொண்டிருப்பாள் என்று தெரியாதா?

'உன் குரலில் நேசல்-டோன் தெரிகிறது... ஆனால் கரகரப்பில்லை... நோ கோல்ட்... அனேகமாக விட்டத்தைப் பார்த்து படுத்துக் கொண்டிருப்பாய்... தூக்கத்தில் குறட்டை விடுவாய் என்று நினைக்கிறேன்... ஒரு நிமிடம் இரு... இல்லை... உடம்பைவிட தலை கீழே இருக்கும் படி படுத்திருக்கிறாய்...'

அதிர்ந்தாள்... பார்த்துக்கொண்டிருக்கிறான்!! கழுத்து வலிக்கிறது என்று, மெத்தையின் முனைவரை வந்து, தலையை சரித்து படுத்திருந்தாள்...

சட்டென்று எழுந்தாள்... 'யூ டெவில்? எப்படி தெரியும்?'

'இப்போது எழுந்து விட்டாய்...'

அவள் மேலும் அதிர்ந்தாள்...

'சரி... சற்று முன் ஒரு பாட்டுப் பாடினேன்? என்ன பாட்டு சொல் பார்க்கலாம்...'

'மித்து... மித்து மை டார்லிங்... உனக்கு என்னமோ ஆகிவிட்டது... பைத்தியக்காரத்தனமான கேள்விகளைக் கேட்கிறாய்... நான் உடனடியாக வருகிறேன்...'

'இஃப் யூ லவ் மீ... யூ வில் நோ... டெல் மி... என்ன சாங்?'

'சரி... காதல் பாட்டு... ஆனால் தமிழ் இல்லை... ஏனென்றால், நீ இதுவரை தமிழில் பாடி நான் பார்த்ததில்லை, இவ்வளவுதான் சொல்ல முடியும்...'

'அடப் பாவி...' உடனே துண்டித்தாள்...

ஃபோன் மறுபடி, மறுபடி அடிக்க...

அவள் எழுந்து, அறையை, கைப்பையை, உடைகளை, பொம்மைகளை என்று ஆராயத் தொடங்கினாள்... உடையைக் களைந்து... மொபைலில் யூட்யூபில் ஏதோ ஒரு லெக்சரை ஓட விட்டு... உடல் முழுதும் தடவிப் பார்த்தாள்... இம்ப்ளான்ட் இருந்தால் கரகரப்பு கேட்குமா?

ஒன்றும் நடக்கவில்லை... அப்படியே மல்லாந்து படுத்தாள்... மூன்று மணிக்கு அம்மா தடதடவென்று கதவைத் தட்ட, 'வரேன்...' என்றுவிட்டு அப்படியே எழுந்து போய் குளித்துவிட்டு, இருப்பதிலேயே புதிதாக இருந்த நைட்டியை அணிந்து வெளியேறி, சாப்பிட்டுவிட்டு... சீவி, சிங்காரித்து காத்திருந்தாள்.

அன்று மாலை கிருஷ்ணா வரவில்லை.

சித்தார்த்துக்கு அன்று லேப்டாப் கிடைக்கவில்லை... அவன் வேலையை ஃப்ளோர் மேனேஜரே செய்தார்... அவன் மதியம் வரை சும்மா உட்கார்ந்திருந்தான்...

மதியம், அவனை ப்ரான்ச் ஹெட் கம் சிஈஓ அழைத்தார்...

அவன் அறைக்குள் நுழைந்ததும், 'வெல்கம் சித்தார்த்... கங்ராட்ஸ்...' என்று எழுந்து கைகுலுக்கினார்...

அவன் ஆச்சரியப்பட்டான்... 'எதற்காக?'

'யூ ஆர் பீயிங் ப்ரொமோடட்... ஃப்ளோர் மேனேஜராக உன்னை நியமித்திருக்கிறார்கள்...'

அவன் என்ன சொல்வது என்று தெரியாமல், 'தேங்க்ஸ் சார்...' என்றான்.

அவர், அவனிடம் ஒரு கவரை நீட்டினார்...

அவன் கவரைப் பிரித்துப் படித்தான்...

வழக்கமான உங்களுடைய விசுவாசத்தையும், பணியையும் பாராட்டி.. ப்ளா...ப்ளா... சம்பிரதாய வார்த்தைகளுக்குக் கீழே... அவனது புதிய பதவியும்... சம்பளத்தில் ஐந்து லட்ச ரூபாய் உயர்வும் இருந்தது, கடைசி வரியாக அந்த குண்டு இறங்கியது...

விசாகப்பட்டினம் ப்ரான்ச்சுக்கு மாற்றல்.

அதிர்ந்தான்...

'இம்தியாஸ்... எனக்கு வேண்டாம் இம்தியாஸ்... நான் இங்கேயே இருக்கேன்...'

'ஃபூல்... முட்டாளா மேன் நீ... எவ்ளோ பெரிய ஆப்பர்சுனிட்டி... யூ நோ...? விசாகப்பட்டினம் ப்ரான்ச் சிஎம்டியோட நேரடி கன்ட்ரோல்ல இருக்கு... புது யூனிட்... எனார்மஸ் க்ரோத் ஆப்பர்ச்சுனிட்டிஸ்... எஞ்சாய் மேன்...'

'சார்... எனக்கு தெலுகு தெரியாது... ஐ யம் கம்ஃபர்டபிள் இன் சென்னை...'

'நானெல்லாம் பெங்களூர்லருந்து வந்து தமிழ் கத்துக்கலை?'

'நான் திங்க் பண்ணணும் சார்...'

'பாகல் ஹோகயா க்யா? யோசிக்க என்ன இருக்கு...'

'வயசான பேரண்ட்ஸ் சார் ... அவங்கள விட்டுட்டு போக முடியாது...'

'ஏன் விட்டுட்டுப் போறே? கையோட கூட்டிட்டுப்போ... வி ஹவ் அக்கமடேஷன் தேர்...'

'அவங்க வரமாட்டாங்க சார்...'

'நீயா எல்லாத்தையும் சொல்லாதே மேன்... பாரு, இது சரியான ஆப்பர்சுனிட்டி... போய் யோசி... புரியும்.'

‘எஸ் இம்தியாஸ்...‘

‘ட்வென்ட்டி சிக்ஸ்த் அங்க இருக்கணும்... யூ ஹேவ்.. ஒன் வீக் டைம்...‘

‘அதுவரைக்கும்...‘

‘எஞ்சாய் த டேஸ்... வரதுன்னா வரலாம், இல்ல வீட்ல இருக்கலாம்... உன் இஷ்டம்... யூல் கெட் யூர் சேலரி... ஐ‘ல் அரேஞ் ய பார்ட்டி... என்னைக்குன்னு சொல்றேன், அன்னிக்கு மட்டும் ஒரு நாலு மணிக்கு இங்க இருக்கா மாதிரி பாத்துக்க...‘

இங்கே வந்து சும்மா உட்கார முடியாது... கம்ப்யூட்டர் ஆக்சஸ் இருக்காது... வீட்டில்தான் இருக்க வேண்டும்... மோப்பம் பிடித்து விட்டிருக்கிறார்கள்... ஏதோ தெரிந்திருக்கிறது... நாசூக்காய் கழற்றி விடுகிறார்கள்...

கடைசி முயற்சி...

‘சார் கே.டீ. கொடுக்கணும் சார்...‘

‘பொடலங்கா கேட்டீ... வி வில் மேனேஜ்... இப்பத்தான் தெரியுது... ஏன் உனக்கு ப்ரெமோஷன்னு...? இவ்ளோ சின்சியரா இருந்து மேனேஜ்மெண்ட்ட கெடுத்து வைக்காதைய்யா... எங்களுக்கெல்லாம் பிரச்சினையாகுது பாரு...‘

கிண்டல் செய்கிறாரா?

வெளியே வந்து தன் க்யூபிக்கிளில் உட்கார்ந்தான்... டேபிள்மேல் அந்த ஆர்டரைப் போட்டுவிட்டு... அதையே முறைத்தபடி யோசனையில் ஆழ்ந்தான்.

செய்தி அலுவலகம் முழுக்க பரவி விட்டது...

பாலா அதிர்ந்தான்... என்னென்னமோ நடக்கிறது... இப்போது ஆதி சொன்னதைச் செய்வது ஆபத்தாயிற்றே... மித்ராவை நெருங்கிய இரண்டு பேர் பலியாகி விட்டார்கள்... ஒருத்தர் வைகுந்தம் போய்விட்டார், இன்னொருவன் வைசாக் போகிறான்... அடுத்து யார்? என்று யோசித்தான்.

உடனே செய்தியை ஆதிக்கு தெரிவித்தான். அவருக்கும் மண்டை குழம்பியது? யார் அது... ப்ரேம் அங்கே வலுவாக ஒரு படை வீரனை நியமித்திருக்கிறான்... அவன் மட்டும் நம் அணியில் இருந்தால்?

சித்தார்த்தால் சும்மா உட்கார்ந்திருக்க முடியவில்லை... கன்னா பின்னாவென்று சிந்தனை ஓடியது, எட்டு ஆண்டுகள்... கேம்பசில் தேர்வாகி வந்தவன்... வேறு நிறுவனமே தேடவில்லை... டிக்ரிப் உருவாவதற்கு முன்பாக... பி ஏ இன்ஃபோடெக்-ஆக இருந்த காலத்திலிருந்து இந்த இடம்தான்... இரண்டாயிரம் சதுர அடியிலிருந்து... பன்னிரெண்டாயிரம் சதுர அடியாக வளரும் வரை இதே நிறுவனம்தான், இதே ஃப்ளோர்தான்...

அவனுக்குள் பொங்கியது...

எத்தனை உழைத்திருப்பான்... எத்தனை கனவுகள்... நிரஞ்சனாவை மடக்கி, திருமணம் செய்து இதே நிறுவனத்தின் சீஈஓவாக வந்து உட்கார இருந்தவனை

இப்படி தூக்கியடித்திருக்கிறார்களே?

இல்லை, நல்லதுதானே, சிஎம்டியோடு வேலை செய்து, நல்லபெயர் வாங்க முடியும், நல்ல பெயர் வாங்கி... உங்கள் மகள் என்னைத்தான் காதலிக்கிறாள்... நான் உங்கள் மகளுக்குத் தகுதியானவன்தான் என்று நிருபிக்க வாய்ப்பு கிடைத்திருக்கையில், நாம் ஏன் குழம்பவேண்டும்...

மேலும், நாம் இப்போது, நிறுவனத்தின் ரகசியங்களை வெளியே கசியவிட்டால்... அது நிறுவனத்தை பாதிக்கும்... நிறுவனமே இல்லாத போது, காதல் என்ன? கத்தரிக்காய் என்ன? ஆகவே, இது நல்லதுதான்... இதை வைத்து என்னால் செய்யமுடியாது என்று விலகிவிடலாம்... நானும் இதில் மிரட்டப்பட்டதால்தானே இறங்கினேன்...

ஆனால், ஒரு விஷயம் குழப்புகிறது... நான் நிறுவனத்துக்கு எதிராக வேலை செய்யப்போகிறேன் என்று யாரோ கண்டுபிடித்திருக்கிறார்கள்... அதனால்தான், என்னை விலக்குகிறார்கள்... எப்படி அந்த சந்தேகம் வந்தது? யார் அதைக் கண்டுபிடித்தார்கள்? மித்ராவை சந்தித்த உடனேதான் எனக்கு இந்த ட்ரான்ஸ்ஃபர்... என் ஆக்சஸ் துண்டிக்கப்பட்டது? ஆக? மித்ராவை சந்திப்பவர்கள் விலக்கப்படுகிறார்கள்... எனில், அதற்கு முன்பாக, எனக்கு என்ன திட்டமிருந்தது என்று தெரியாது? தெரிந்திருந்தால், என்னை வேலையை விட்டே தூக்கியிருப்பார்கள்... எனவே, இது முன்னெச்சரிக்கை நடவடிக்கைதான்... நிச்சயமாக, என்னைப்பற்றி முழுதும் அவர்கள் கண்டுபிடிக்கவில்லை...

சோளா க்ராண்டில், பங்கஜ் அறைக்குள் நுழைந்தான்...

அவரைப் பார்த்ததும், அழுகை தானாக பீரிட்டது... 'சார்... எனக்கு ஜெயில்தான்... யாரோ எனக்கு எதிராக வேலை செய்கிறார்கள்... என்னை மாற்றிவிட்டார்கள்... என் கேரியரே போய்விட்டது... பணமும் கிடைக்கப் போவதில்லை... நான் ஜெயிலுக்குப் போகப்போகிறேன், என் அப்பா அவமானத்தில் தூக்கில் தொங்குவார், அம்மா தனியாக என்ன செய்யப்போறாங்களோ? அப்பா... என்னை மன்னிச்சிடுங்க... அம்மா... அம்மா....' என்று புலம்பியபடி அழுதான்...

பங்கஜ் பேசாமல் அவனையே பார்த்துக் கொண்டிருந்தார்...

சில நிமிடங்களில் அவனே அழுது ஓய்ந்து, எழுந்து போய் முகம் கழுவிக் கொண்டு வந்தான்...

'இப்போ சொல்லு? என்னாச்சி?'

'என் ஆக்சஸை பிடுங்கி விட்டார்கள்... என்னையும் விசாகப்பட்டினத்துக்கு மாற்றி விட்டார்கள்... இன்று முதல் நான் அலுவலகம் செல்ல முடியாது... வீட்டில்தான் இருக்க வேண்டும்...'

'புரியவில்லை...'

'என் வேலையை வேறு ஒருவருக்கு கொடுத்துவிட்டு, என்னை ஒரு வாரத்தில் விசாகப்பட்டினம் செல்லச் சொல்லியிருக்கிறார்கள்... அதுவரை நான் அலுவலகம் வந்தாலும், வராவிட்டாலும் பரவாயில்லை... என்று சொல்லிவிட்டார்கள்...'

'அவ்வளவுதானே? அதற்கேன் பதறுகிறாய்?'

'என்னால் தகவல்களை எடுக்க முடியாது.'

'அது என் கவலை...'

'புரியவில்லை...'

'புரியும்...' என்று சொல்லிவிட்டு... மொபைலில் யாரையோ அழைத்தார்..

'வர்றதுக்கு ஒரு மணி நேரம் ஆகும்... அதற்குள் சாப்பிட்டு விடலாம்...' என்று இண்டர்காமில், பிரியாணியும், ஏதோ சிக்கன் வகையையும் ஆர்டர் செய்தார்.

உணவு வந்தது...

சித்தார்த்தால் சாப்பிடமுடியவில்லை...

எதையும் பொருட்படுத்தாத பங்கஜ், தன் பாட்டுக்கு சாப்பிட்டுக் கொண்டிருந்தார்...

சரியாக, ஒரு மணி நேரத்தில்... டாலி, ஒரு பையனோடு உள்ளே நுழைந்தாள்... பையன் இல்லை... சித்தார்த் வயது இருக்கும்...

'மீட் விஷால்... ப்ரெஃபஷனல் ஹாக்கர்...'

அதன் பிறகு, அவனுக்கு இரண்டு மணிநேரம் பாடம் நடந்தது...

அவன் கையில், ஃபயர் ஸ்டிக் போன்ற ஒன்றும்... ஒரு ஒயர் கட்டரும் தரப்பட்டது...

அவன் வேலை, அந்த அலுவலகத்தில் சர்வரிலிருந்து வரும் ஏதாவது நெட்வர்க் ஒயரை கட் செய்து ஸ்லீவ்களை நீக்கி... ஃபயர் ஸ்டிக்கிலிருந்து வரும் ஒயர்களோடு இணைத்துவிடவேண்டும்...

பிறகு... அவன் அலுவலகத்துக்கு பின்புறம் ஒரு வீடு வாடகைக்கு எடுத்திருக்கிறார்கள்... அங்கிருந்து சர்வரை ஆக்சஸ் செய்து... சித்துவுக்கு தேவையான ஃபைல்களை எடுக்கலாம்... அதற்கு... உள்ளே வேலை செய்பவர்கள் யாருடைய பாஸ்வேர்டாவது தேவை... சித்துவுடையது ப்ளாக் செய்யப்பட்டிருக்கும்...

அதற்கு, மறுபடி மித்ரா, ப்ரியங்கா, அல்லது நிரஞ்சனா யாரிடமாவது பேச வேண்டும்... அவர்கள் பாஸ்வேர்ட்டை வாங்க வேண்டும்... அவ்வளவுதான் வேலை...

சுலபமாக சொல்லிவிட்டார்கள்... எப்படி வாங்குவது...? மூவரில் மித்ராதான் மென்மையானவள், அவளை முதலில் டார்கெட் செய்வோம் என்று முடிவு செய்தார்கள்...

சித்துவிடம் ஒரு ரகசியம் இருந்தது... ஆனால் அதை கடைசி ஆயுதமாக வைத்திருக்கிறான்.

சித்து அன்று வீட்டுக்கு சீக்கிரம் சென்றுவிட்டான்...

'என்னடா சீக்கிரமே வந்துட்ட... காஃபி எதாவது வேணுமா?'

'ஒரு எழவும் வேண்டாம்... வேலையப் பாரு...'

'வேறவழி? போறேன்... சமையல் கட்டுலேயே சாகறேன்...'

சித்து சற்று தயங்கி நின்றான்... ச்சே... பாவம்... எங்கேயோ அடிபட்டு... எங்கேயோ வந்து கத்தறேன்... உடனே அம்மா சொல்லும் பழமொழி நினைவுக்கு வந்தது... 'மதுரைல அடிபட்டு மானாமதுரைல வந்து மீசைய முறுக்குனானாம்...' அப்பா எதற்காவது, அம்மாவிடம் கோபப்பட்டால், சொல்வாள்...

பெரும்பாலும், கோர்ட்டில் வாய்தா ஆகியிருக்கும், அல்லது முதலாளி எதற்காவது திட்டியிருப்பார். எல்லா எரிச்சலையும், அவர் அம்மாவிடம்தான் காட்டுவார்... மனம் சற்று இலகுவாக... அப்படியே சமையலறையில் நுழைந்தான்...

'சாரிமா... வேற பிரச்சினை... நீ காஃபி குடு... குடிக்கறேன்...' என்றான்...

'வேண்டாம்பா... இந்த எழவெல்லாம் நீ குடிக்க வேண்டாம்... போய் கப்புசி, கிப்புச்சின்னு குடிப்பியே அதையே கொட்டிக்க...' அம்மாவுக்கு கப்புச்சினோ தெரியும்... அவரும் படித்தவர்தான்... கோபம்.

'அம்மா... நாந்தான் சாரி சொல்லிட்டேன்ல... குடு...'

'எங்காப்பி எழவாடா?'

'ஐயோ சாரி...' அவன் சமையல் மேடையில் ஏறி உட்கார்ந்தான்... அவள் பால் பாத்திரத்தை அடுப்பின் மேல் வைத்தாள்... சித்துவைப் பார்த்து சிரித்தாள்... அவன் மல்லிகாவின் புஜத்தைப்பிடித்து உலுக்கிவிட்டு... தலையை அசைத்து பால் பாத்திரத்தைக் காட்டினான்... அவள் திரும்பி பால் கொதிப்பதையே வேடிக்கைப் பார்த்தாள்...

'அது எப்படிடா? பேஷண்ட்டைப் பாக்காமலே மருந்து குடுப்பாங்க?'

'அது அப்படித்தான்மா.... ரிப்போர்ட்டை பாத்து குடுப்பாங்க...'

'அ...'

ஆனந்தன் சமையல் அறை வாசலை அடைத்து நின்றார்... 'இது ஒன்னும் புதுசு இல்லையே... அந்தக்காலத்துல வைத்தியர்ங்க, ராணி, இளவரசிங்களல்லாம் பாக்காமத்தான் வைத்தியம் பாத்தாங்க, ராஜாவ தொடவே கூடாது... அப்பறமாத்தான்... பட்டுத்துணிக்கு தோஷமில்லன்னு யாரோ புத்திசாலி சொல்ல, அதைப் போத்தி... அதுக்குமேல கை வெச்சி பாத்து மருந்து குடுக்க ஆரம்பிச்சாங்க...'

'நான் சின்னப் பெண்ணா இருக்கும் போது, மாணிக்கம் டாக்டர், ஸ்டதாஸ்கோப் வெச்சிப் பாக்கும்போது யாரும் பேசக்கூட கூடாது... 'நான் பேஷண்ட் கிட்ட பேசிகிட்டிருக்கேன்ல...' அப்டின்னு திட்டுவாரு... நெத்தி, வயிறு, முழங்-

கைன்னு தொட்டுத்தொட்டுப் பாப்பாரு... உடம்புக்கு என்ன செய்யுதுன்னு கேட்டா, நோயாளிதான் பதில் சொல்லணும்.. கூட வந்தவங்க பேசினா... கோவம் வரும்... ஒரு நோயாளிய பாக்க அரைமணிநேரம் எடுத்துப்பார்... மூனே நாள் மருந்துல எல்லாம் சரியாயிடும்...'

'நல்ல வேளை, நீ அதுக்கப்புறம் பிள்ளைப் பெத்துக்க மட்டும்தான் ஆஸ்பத்திரி போன... இப்ப போயி பாரு...' என்று விட்டு... 'டச் உட்... வேணா... வேணா...' என்று கதவைத் தட்டினார்...

'ஏன்? பாலசுப்ரமனியம், இவன எப்படி பாப்பாரு?'

'அதெல்லாம் அந்தக் காலம்டி... இப்ப டாக்டர்ஸ் பேஷண்ட் கூட அஞ்சி நிமிஷம் செலவு பண்ணா அதிகம்... அவ்வளவு ஏன்? கோவிட் காலத்துல வீடி-யோல பாத்துதான் கன்சல்டேஷன் பண்ணாங்க...'

'அதுக்குன்னு இப்படியா, டாக்டரும், பேஷண்ட்டும் பத்தாயிரம் கிலோ மீட்டர் அந்தாண்ட இருந்து பேசிப்பாங்க... அவங்களுக்கு சீதள ஒடம்பாயிருக்கும்.. நமக்கு சூட்டு ஒடம்பு... எப்படி சரியா மருந்து தருவாங்க?'

'அதான் ரிப்போர்ட் பாக்கறாங்கள்ள?'

'ரிப்போர்ட் பாத்தா போதுமா?'

'டேய் அவளுக்கு இப்படி சொன்னா புரியாது... இங்க பாருடி... அந்தக் காலத்துல டாக்டருங்க நம்ம உடம்புக்கு வெளிய இருந்து வைத்தியம் பாத்தாங்க... இப்ப, அவங்க நம்ம உடம்புக்குள்ளயே பூந்து வைத்தியம் பாக்கறாங்க...'

அவள் டக்கென்று எதையோ வீசி அடித்தாள்... 'என்ன பேச்சு பேசறீங்க?'

ஆனந்தன் சிரித்தார்... 'அடியே... ப்ளட் டெஸ்ட், எக்ஸ்ரே, சிடி, எம்ஆர்ஐ-ன்னு நம்ம உடம்புக்குள்ளருக்கறத படம்புடிச்சி வியாதிய கண்டுபிடிக்கறாங்கடி... அதச்சொன்னேன்... அதுக்கு டாக்டர் பக்கத்துல இருக்கணும், நம்மள தொட்-டுப்பாக்கணும்னு அவசியம் இல்லை... டெம்ப்ரேச்சர்கூட இப்ப தொடாம பாகக-றாங்க...'

பால் புஸ்ஸ்ஸென்று பொங்கி... ஸ்டவ்வை அணைக்க.... சட்டென்று மல்-லிகா சுயநினைவுக்கு வந்தாள்...

மகன் அவள் பாலை அடுப்பில் வைக்கும் போதே எழுந்து போயிருந்தான்... அவசரஅவசரமாக காஃபியைக் கலந்து எடுத்துக்கொண்டு மகன் அறைக்கு சென்-றாள்...

இரண்டு மணிநேரம் கழித்து, சித்து, மொபைலை எடுத்துக் கொண்டு மொட்-டைமாடிக்கு படி ஏற, ஆனந்தன் அவனை உற்றுப் பார்த்தார்... பட்டென்று அவர் கையிலிருந்த பேனா உடைய... சித்து அதிர்ந்தான்... ஆனால், அவர் எதுவும் பேசவில்லை...

14

மித்ரா, அந்த கரடி பொம்மையைக் கட்டிப்பிடித்து தூங்கிக் கொண்டிருந்தாள்... கிருஷ் அவனை நெருங்கி முத்தமிடுவது போல கனவு கண்டாள்... முகம் நெருங்க நெருங்க அது சித்தார்த் ஆனது... அவன் மீசை மூக்கில் குறுகுறு-வென்று கிச்சுகிச்சு மூட்ட... திடுக்கிட்டு விழித்தாள்...

கரடி...!!

அதை முத்தமிட்டுக்கொண்டிருந்தாள்...

அதன் சிந்தடிக் ரோமம்தான் கிச்சுகிச்சு மூட்டியது... சித்துவா? கிருஷ் கொடுத்த கரடி சித்துவையா நினைவு படுத்தும்?

தலையை சிலுப்பிக் கொண்டாள்... இதற்கு என்ன அர்த்தம்?

மொபைல் அழைத்தது... மணியைப் பார்த்தாள்... ஆறு ஐம்பது...

இந்நேரத்துக்கு யார்... மொபைலை எடுத்துப் பார்க்க... சித்து?

உயிர்ப்பித்து... 'என்ன சித்து இந்த நேரத்தில?'

'குட்மார்னிங் மித்ரா...'

அவன் குரல் கரகரவென்றிருந்தது... சற்று பெண்மை தட்டியது...

'குட் மார்னிங்... என்ன இந்த நேரத்துலன்னு கேட்டேன்...'

'உங்களுக்கு விஷயமே தெரியாதா? என்னை ட்ரான்ஸ்ஃபர் செய்துவிட்டார்-கள்? பனிஷ்மென்ட் ட்ரான்ஸ்ஃபர்...'

'அப்படியா? நான் நேற்று லீவிலிருந்தேன்... தெரியாது...'

'கிருஷ் சொல்லியிருப்பார் என்று நினைத்தேன்... பரவாயில்லை... நான் உங்களிடம் பேசவேண்டுமே?'

'ஆஃபீசில் பேசலாம்...'

'இல்லை... நான் ஆஃபீசுக்கு வரமுடியாது... என் கம்ப்யூட்டரை பிடுங்கி-விட்டார்கள், எந்த ஃபைலையும் ஆக்சஸ் செய்ய முடியாது...'

'அச்சச்சசோ... அப்படியா? '

'ஆமாம்... என்னமோ மர்மமாய் நடக்கிறது மித்ரா? எனக்கு எதிராக ஏதோ சதி நடக்கிறது... யார்? ஏன் செய்கிறார்கள்? எதுவும் தெரியவில்லை...'

எனக்குத் தெரியும் சித்து... கிருஷ்தான்... என்று நினைத்தாள்.

'நான் உங்களிடம் பேச வேண்டும்... மதியம் நாம் வழக்கமாக சாப்பிடும் ஓட்டலுக்கு வருகிறீர்களா?'

சற்று யோசித்தவள் கண் முன் பத்மநாபன் வந்து போனார்... உடனே, அவசர, அவசரமாக...

'வேண்டாம்... நாம் சங்கீதாவில் சந்திப்போம்... ட்ரேட் செண்டர் அருகில்...'

'அவ்வளவு தூரம் வரவேண்டாம்... உங்களுக்கு சிரமம்...'

'சரி, காலையிலேயே சந்திப்போம்... உங்களைப் பார்த்துவிட்டு நான் போகிறேன்...'

'சரி... நான் எட்டரைக்கே வந்து விடுகிறேன்...'

இந்த நிறுவனம் இத்தனை பெரியதாவதற்கு முன், சித்தார்த் அங்கே சேர்ந்தவன், ஒரு பழைய லேப்டாப் அவனிடம் உண்டு, புது வேலைகள் வந்த போது, நெட்வர்க்கிங் கொஞ்சம், சாஃப்ட்வேர் கொஞ்சம், மெடிசின் கொஞ்சம் அனாடமி கொஞ்சம் என்று எல்லாவற்றிலும் ஓரளவு தெரிந்த ஒருவன் தேவைப்பட, சித்து தேர்ந்தெடுக்கப்பட்டான், பெங்களூருக்குப் போய், கற்றுக்கொண்டு, அந்த சாஃப்ட்வேர் இங்கே இன்ஸ்டால் செய்யப்பட்டதும், அடிக்கடி பெங்களூருக்கும், சென்னைக்குமாக அவன் அலைந்து கொண்டிருந்த நாட்களில், அவனுக்கு ஒரு லேப்டாப் தந்திருந்தார்கள், அவன் அந்நாட்களில், மிகவும் முக்கியமான ஆள்... சின்ன பதவி என்றாலும், நீண்ட நாட்களாக இருப்பவன், நிறுவனத்தில் அதிகம் விவரம் தெரிந்தவன்... பிறகு, நிறுவனம் அவனுக்கு புதிதாக ஒரு லேப்டாப் கொடுத்தாலும், அவன் இரண்டு இடங்களுக்கு செல்பவன் என்பதால் பழைய லேப்டாப் அவனிடமே தங்கிவிட்டது... சில நாட்களில் அவன் ஒரே இடத்தில் வேலை செய்ய ஆரம்பித்தும்... அதை மறந்தே போனார்கள்... ஐந்தாண்டுகள் ஆகிறது, ஆனால் அதில் சாஃப்டவேர் லோடாகியிருக்கும்... அதற்கென்று பாஸ்வேர்ட் உண்டு... ஆனால் சக்தி வாய்ந்தது... அது ரகசியம்...

இப்போதைக்கு ஃப்ளோவோடு செல்வோம், பங்கஜ் சொல்வதைக் கேட்பது போல நடிப்பதுதான் நல்லது என்று முடிவு செய்துதான் மித்ராவை சந்திக்கிறான்...

அந்த பழைய லேப்டாப்பை தூக்கிக் கொண்டு சங்கீதா வந்து காத்திருந்தான்...

மித்ரா சரியாக ஒன்பது மணிக்கு வந்தாள்...

இருவரும் டேபிள் தேடி உட்கார்ந்ததும் ஆரம்பித்தான்... 'யாரோ வேண்டுமென்றே என்னை தூக்கியடித்திருக்கிறார்கள் மித்ரா... இத்தனை நாள் இல்லாமல் உங்களை சந்தித்ததும் அது நடந்திருக்கிறது...'

'ஆமாம், நான் சந்திப்பவர்கள் எல்லாம் பிரச்சினைக்குள்ளாகிறார்கள் சித்து... நல்ல வேளை நீ உயிரோடாவது இருக்கிறாய்...'

'என்ன சொல்கிறாய்?'

'ஆமாம் சித்து, இரண்டு நாட்கள் முன்பு, என்னை ஒரு பத்திரிகையாளர் சந்தித்தார், அவர் விபத்தில் சிக்கி உயிரிழந்து விட்டார்... நான் கூட அது கோயின்சிடன்ஸ் என்று நினைத்தேன், ஆனால், உனக்கு நேர்ந்ததைப் பார்த்ததும் அது இல்லை... என்னைச் சுற்றி ஏதோ சதி நடக்கிறது என்று புரிந்த கொண்டேன்...'

'புரியவில்லை... '

'அந்த பத்திரிகையாளர், என்னிடம் டிசிஎஃப்007 பற்றி கேட்டார்... முழு விவரமும் சொன்னார்... அது தவறான ட்ரக் என்பதற்கு ஆதாரம் இருக்கிறது என்று சொன்னார்... நான் மறுத்தேன்... சரி, மாலை என் வீட்டுக்கு வா... ஆதாரங்களைக் காட்டுகிறேன் என்றார்... மாலை நான் சென்று இரண்டு மணிநேரம் காத்திருந்தேன்... அவர் வீட்டுக்கே வரவில்லை... மறுநாள் செய்திகளைப் பார்த்துத்தான்... அவர் விபத்தில் இறந்ததைத் தெரிந்து கொண்டேன்... அவர் உடைமைகளைக் காணவில்லையாம்....'

'ஓ...' சித்துவுக்கு உடனே பயம் வந்தது... சட்டென்று சுற்றிலும் பார்த்தான்... அது இருளான ரெஸ்டாரெண்ட்... அதனால் ஆட்களை சரியாக பார்க்க முடியவில்லை...

'உன்னை யாராவது தொடர்கிறார்களா?'

'எனக்கும் அந்த சந்தேகம் வந்தது... அதனால்தான் வழக்கமான இடம் வேண்டாம் என்றேன்...'

'நீ யாரிடமாவது... இதைப் பற்றி... அதாவது ரிப்போர்ட்டரைப் பற்றி பேசினாயா?'

அவள் தயங்கினாள்...

'பயப்படாதே சொல்...'

'கிருஷ். மதியம் அவரை சந்தித்ததும் அவனிடம்தான் ஓடோடிப்போய் சொன்னேன், அவன், அவரிடம் எதுவும் இருக்காது, சும்மா போட்டு வாங்குகிறார்... என்றான், மாலை என்னோடு வந்து அவனும் இரண்டு மணிநேரம் காத்திருந்தான்... பின்...'

'பின்...'

'நாம் இருவரும் அந்த டிசிஎஃப்007 பற்றி பேசியது அவனுக்குத் தெரிந்திருக்கிறது...'

சித்துவுக்கு உடல் நடுங்க ஆரம்பித்தது... டேபிள் முனையைப் பிடித்துக் கொண்டான்...

ஓ... அவன்தான் காரணமா? அவனுக்கு இன்னும் என்னென்ன தெரியுமோ? வந்த வேலையை கவனிக்கலாமா? வேண்டாமா? குழம்பினான்...

அவன் முகத்தில் பீதி தெரிந்திருக்க வேண்டும்...

'இப்போதெல்லாம் கிருஷ்-ஐ நினைத்தால் எனக்கும் பயம்தான் வருகிறது...'

'ஜாக்கிரதையாக இருந்து கொள் மித்ரா... அவனிடம் நெருங்காதே...'

'நீயும்...'

'எனக்கென்ன பயம்... நான் வேலையை விடப் போகிறேன்... அதற்காகத்-தான் உன்னை சந்திக்கவேண்டும் என்றேன்...'

'நீ வேலையை விடுவதற்கும், எனக்கும் என்ன சம்பந்தம்?'

'ஒன்றுமில்லை... என்னுடைய ஆக்சஸ் எல்லாவற்றையும் ரத்து செய்துவிட்-டார்கள், கம்ப்யூட்டரையும் பிடுங்கி விட்டார்கள்... என்னுடைய அக்கோலேடு-கள்... எச்ஆர் பேசில் இருக்கிறது... நீ அதை எடுத்து எனக்குத் தரவேண்-டும்...'

'எப்படி முடியும்... எக்ஸ்டர்னல் ட்ரைவ் எதையும் என் கம்ப்யூட்டர் ஏற்-காதே?'

தெரியும், இது என் லேப்டாப்... பழையது... இதில் நாம் உபயோகப்படுத்தும் சாஃப்ட்வேர் இருக்கிறது... இதில் நீ ஆக்சஸ் செய்து... சேவ் செய்து கொடுத்-துவிடு...

'முடியுமா?'

'முடியும்...'

'இன்ட்ராநெட்?'

'நான் லாபி வரை வருகிறேன்... நீ அட்டென்டென்ஸ் போட்டுவிட்டு, உன் சிஸ்டம் லாக் செய்... வெளியே வா... காமன் ரெஸ்ட் ரூம் உள்ளே நான் இந்த லேப்டாப்பை வைத்து விட்டு வருகிறேன்... ஃபால்ஸ் சீலிங்கில் இருக்கும்... வெளியே வந்து... என் அக்கலேட்ஸ் எல்லாத்தையும் டவுன் லோட் செய்துவிட்டு மறுபடி சென்று உன் வேலையைத் தொடரு... நான் சில மணிநேரம் உள்ளே செலவழித்துவிட்டு வந்து லேப்டாப்பை எடுத்துக்கொண்டு போய்விடுவேன்...'

'இது இருப்பது.... ?'

'சீனியர் மோஸ்ட் எம்ப்ளாயீஸ்க்கு கூட தெரியாது...'

அவர்கள் இருவரும் ஒன்றாக வெளியேறினர்...

வழக்கம் போல ஆஃபீசில் நுழையுமுன், இந்த ஓட்டலில் காஃபி சாப்பிட்டு-விட்டு செல்லும் வீ.கே. பேப்பரை தழைத்து அவர்களைப் பார்த்தார்... சிரித்துக் கொண்டார்...

சொன்னது போல லேப்டாப்பை ஒளித்து வைத்து விட்டு... சித்து... தன் சீட்-டில் உட்கார்ந்தான்... பின் போரடிக்கிறது என்று லைப்ரரிக்குப் போனான்... பின் ஜிம்முக்குப் போனான்... அங்கிருந்து ஜிம் பாத்ரூமுக்குள் போய் உட்கார்ந்தான்... மேலே ஃபால்ஸ் சீலிங் ஷீட்டை எடுத்தான்... சர்வர் ரூமிலிருந்து... கத்தையாக ஒயர்கள் வெளியேறின... நிதானமாக ஸ்லீவை நீக்கி... பின் தான் கொண்டுவந்த ஃபயர்ஸ்டிக்கை மாட்டினான்... மறுபடி சீலிங்கை சரி செய்துவிட்டு வந்து உட்-

கார்ந்தான்...

இன்று நிரஞ்சனா விடுமுறையில் இருந்தாள்... அவளோடு பேசுவதில்லையே தவிர... அவன் நிரஞ்சனாவின் ஒவ்வொரு நடவடிக்கைகளையும் கண்காணித்துக் கொண்டுதானிருந்தான்... எப்படி விடமுடியும்... ஆயிரம் கோடி நிறுவனத்தின் ஒரே வாரிசு... வருகிறேன் நிஞ்சு... கூடிய சீக்கிரம்... இந்த மொட்டையனிட-மிருந்தும், கிழவனிடமிருந்தும் தப்பி, இந்த நிறுவனத்தையும் காப்பாற்றி... ஹீரோ போல உன்னைக் கரம்பிடிக்கிறேன்...

எப்படி?

எப்படி என்ற இந்த கேள்வி வந்ததும் அவனுடைய கனவு புஸ்ஸென்று கரைந்-தது... பயம் நடுக்க ஆரம்பித்தது... பயம் இல்லை... பசி... லன்ச் டைம் ...

அவன் இறங்கி ஓட்டலுக்குள் நுழைந்தான்...

ப்ரியங்கா தனியாக உட்கார்ந்திருந்தாள்... அவள் சட்டென்று ஒதுங்கி இடம் விட, வேறு வழியில்லாமல் உட்கார்ந்தான்...

'எங்க உங்க ஃப்ரெண்டு வரலியா?' என்று சும்மா பேசுவதற்காக கேட்டான்..

அவள் சிரித்தாள்...

'லீவ்... ஏன் உங்களுக்குத் தெரியாதா?'

'ப்ச்ச்...'

பின் பேரர் வர, இருவரும் ஆர்டர் கொடுத்தார்கள்...

'சாரி சித்து... நிரஞ்சனா அன்னிக்கு அப்படி பேசியிருக்கக்கூடாது... எனக்கே கஷ்டமாக இருந்தது...'

'என்னிக்கு? என்ன பேசினாங்க?'

'எதுக்கு எங்கிட்டயே நடிக்கறீங்க... நானும்தானே கூட இருந்தேன்... நீங்க ரொம்ப ஹர்ட் ஆயிட்டிங்கன்னு தெரியும்... அன்னிலருந்துதான் நீங்க அவகிட்ட பேசறத நிறுத்தினீங்க...'

'அப்படில்லாம் ஒன்னுமில்லை... நானே பர்சனல் ப்ராப்ளத்துல இருக்கேன்... அதான் பேசமுடியலை...'

'பர்சனல் ப்ராப்ளமா? இல்லை பர்சன் ப்ராப்ளமா? உங்க கேர்ள் ஃப்ரெண்டு இன்னைக்கும் வரலை...'

'தெரியலை.... ஷி ஈஸ் ஜஸ்ட் ய ஃப்ரெண்ட்... இது வேற ப்ராப்ளம்...'

இன்னைக்கும் வரலையா? ஓ... நேற்று வராததும் தெரிந்திருக்கிறது... மித்ரா-வுடன் பேசுவதற்காகவே, டாலியை இரண்டு நாட்கள் சந்திக்காமல் இருக்கிறான்... சரியாக சொன்னால் மூன்று நாட்கள்... இதை இவளும் கவனித்திருக்கிறாளே? அப்பா வேறு அவ்வப்போது, ஆச்சரியமளிக்கிறார்... அவருக்கு யார் உதவுகிறார்-கள் என்பதும் தெரியவில்லை? கடவுளே... யாராரெல்லாம் நம்மைக் கண்காணிக்-கிறார்களோ? இன்னும் எத்தனை பேரை சமாளிக்கவேண்டியிருக்குமோ? என்று

நினைத்தான்...

சித்து தீவிர சிந்தனையில் இருக்க... 'ஓ... எனக்குத் தெரியும்... பிகாஸ் ஐ நோ... யூ சின்சியர்லி லவ் நிஞ்சு... ஆனா அவதான் ரொம்ப டிஸ்டர்ப் ஆயிட்டா... நீங்க ரெண்டு பேரும் அங்க பேசிகிட்டிருக்கும் போது...இங்க அவ படற பாடு இருக்கே... அப்ப்ப்பா.. என்னால டிஸ்க்ரைப் பண்ணக்கூட முடி-யாது...' என்று ப்ரியங்காவே அமைதியைக் கலைத்தாள்...

பலநாள் கழித்து... ஒரு சந்தோஷமான செய்தி... அதுவும் நிஞ்சுவுக்கு நெருக்கமான தோழியிடமிருந்து... செர்ரி ஆன்த டாப் மாதிரி மேலும் ஒரு சந்-தோஷமான செய்தியை சொன்னாள்...

'ஐ திங்க் ஷீ ஈஸ் இன் லவ் வித் யூ... கூடிய சீக்கிரம் வந்து அவளே சொல்வா பாருங்களேன்...'

'நீங்க வேறங்க... என்னல்லாம் யாருங்க லவ் பண்ணுவா? ஐ யம் நாட் ரிச்... ஜஸ்ட் பிஈ, பைக்தான் இருக்கு... சின்ன வீடு... விடுங்க...'

'ஏன்? உங்களுக்கென்ன குறைச்சல்... யூ ஆர் ய குட் மேன், லவ்வபிள் நேச்-சர்... நீங்க நிரஞ்சனாவ லவ் பண்லன்னா... ' சட்டென்று நிறுத்தினாள்...

சாப்பிட ஆரம்பித்தனர்...

இருவரும் அந்த சங்கட மௌனத்தை உடைக்க முடியாமல் தவித்தனர்...

'ஆமா... பர்சனல் ப்ராப்ளம்னீங்களே? என்ன?'

'உங்களுக்குத் தெரியாதா? என்னை வைசாக்-கு ட்ரான்ஸ்ஃபர் பண்ணிட்-டாங்க... அப்படியே நா போக ரெடியா இருந்தாலும்... பேரண்ட்ஸ் வரவே மாட்-டாங்க... வயசான அப்பா, அம்மாவ விட்டுட்டு போக முடியமா? நீங்களே சொல்-லுங்க?

'அப்படியா? எனக்குத் தெரியாதே?'

'வேலைக்கு வந்தா கொஞ்சம் அக்கம் பக்கம் காத குடுக்கணும்... வேலையே கதின்னு இருக்கக்கூடாது...'

'ப்ச்ச்... அத விடுங்க... நீங்க என்ன செய்யப் போறீங்க?'

'ரிசைன் பண்ணப் போறேன்... சென்னைலயே வேற வேலை தேடப்போ-றேன்...'

அவள் வாயடைத்துப் போனாள்... பின் மறுபடி மௌனமாக சாப்பிட ஆரம்-பித்தனர்...

பின் பேரர் வர... 'பில்...' என்று சித்து சொன்னான்... 'ஐ'ல் பே' என்று ப்ரியங்கா சொல்ல...

'என்ன? சிம்பதியா? இந்த அமவுண்ட் கூடவா நான் கட்டமாட்டேன்?' என்-றான்

‘சரி... தனித் தனி பில்லா குடுங்க... ஐல் பே மைன்...’ என்று ப்ரியங்கா சொல்ல... சித்து தோள் குலுக்கினான்...

இருவரும் எழுந்து சேர்ந்து நடந்து... அலுவலகம் வர... அவன் காமன் பாத்ரூம் நோக்கி நடந்தான்...

அவள், ‘கவலைப் படாதீங்க... எல்லாம் நல்லபடியா நடக்கும்...’ என்றாள். அவன் திரும்பிக்கூட பார்க்காமல், முதுகுக்குப் பின்னால் தம்ப்ஸ் அப் காட்டினான்...

நேராக பாத்ரூமுக்குப் போய் தன் லேப்டாப்பை எடுத்துக் கொண்டு, வெளியேறினான்... விஷால் இன்ஸ்டால் செய்திருந்த சாஃப்ட்வேரால்... மித்ராவின் பாஸ்வேர்ட் தனியாக சேமிக்கப்பட்டிருக்கும்...

ஆனந்தன்... அசோக் நகர் சரவண பவன் ஓட்டலின் வெளியே காத்திருந்தார்...

வருகிறேன் என்றானே? இன்னமும் காணவில்லை?

அவர் வாட்ச்சைப் பார்த்த நேரம்... விகே பரபரப்பாக வந்தார், இருவரும் உள்ளே நுழைந்து டேபிள் தேடி எதிரெதிரே உட்கார்ந்ததும்... பேரரை அழைத்து காஃபி என்றார். லன்ச் நேரத்தில் காஃபி கேட்ட அந்த மனிதரை வெய்ட்டர் வினோதமாக பார்த்துவிட்டு நகர...

‘சாப்ட்டியா? இல்லையா?’

‘ஆச்சு .... இப்பத்தான்... அதான் காஃபியோட போதும்னு...’

‘நான் சாப்பிடலைடா... நீ வருவே, ஆர்டர் பண்ணலாம்னு காத்திருந்தேன்...’

‘இல்ல... உன்னால சாப்பிட முடியாது...’

‘என்னடா?’

‘உம் பையனுக்கு சித்தார்த்தன்னு தப்பா பேர் வெச்சிருக்க... அவன் மன்மதலீலை மது, நெற்றிக்கண் சக்ரவர்த்தி, ஜெமினிகனேசன்...’

‘ஓட்டல்னு கூட பாக்க மாட்டேன்... ஒத வாங்குவே படவா...’

‘மொதல்ல அந்த நிரஞ்சனா? அப்பறம் அந்த மேனாமினுக்கி மாடல்... இப்போ மித்ரா...’

‘புரியறா மாதிரி சொல்றா?’

‘உன் பையன் டைம் டேபிள் போட்டு லவ் பண்றான்... காலைல ஒம்போது மணிக்கு மித்ரா? மதியம் லன்ச்சுக்கு நிரஞ்சனா? அவ கூட சண்டையா என்னான்னு தெரியலை, அப்பறம் அந்த மாடல்... இன்னைக்கு ப்ரியங்கா?’

‘ஏண்டா.... என் பையன் இத்தனை ஸ்திரிலோலனா இருந்தா... என்னிக்கோ கல்யாணம் செஞ்சிருப்பேன்டா... ஐ நோ மை சன்...’

‘இல்லாமயா அவன ட்ரான்ஸஃபர் பண்ணியிருக்கா?’

‘ட்ரான்ஸஃபரா?’

‘ஆமா... இந்தப் பயலுக்குத்தான் ஒன்னுக்கு ரெண்டா கேர்ள் ஃப்ரெண்ட் இருக்கில்ல... எதுக்கு மித்ராவ தொரத்தணும்? அவளத்தான் ஏற்கனவே கிருஷ்ணா லவ் பண்றான்ல? சும்மா விடுவானா? புள்ளாண்டான் பயங்கர இன்ஃப்ளுயன்ஷியல்... தூக்கி அடிச்சிட்டான்...‘

‘உன்னல்லாம் எப்படிடா அந்த ஆஃபீசுல வெச்சிருக்கான்? புரியறா மாதிரி பேசமாட்டியா?‘

வி.கே. ஆதியோடந்தமாக ஆரம்பித்து, அவருக்கு தெரிந்த வகையில், விளக்கி, சித்துவுக்கு ப்ரமோஷனோடு, விசாகப்பட்டினத்துக்கு மாற்றலான விவகாரத்தை சொன்னார்...

‘எம் பையன சுத்தி ஏதோ நடக்குது விகே... அவன பத்தி எனக்கு நல்லா தெரியும், அவனுக்கு கொஞ்சம், தாழ்வு மனப்பான்மை உண்டு, காரணம், அவன் படிக்கற காலத்துல எங்கிட்ட பெரிசா பணமில்லை... மெரிட்ல போயி பெரிய காலேஜ்ல உக்காந்தவன், சுத்தியிருக்கறவன்லாம், லேவிஷா செலவு செய்யறத பாத்து, நம்மகிட்ட இவ்ளோ பணம் இல்லையேன்னு கூசிப் போனவன், ஊர்ல நெலமிருந்தும், அதுல குத்தகைக்காரன் பிரச்சினை, வாயக்கட்டி வயத்தகட்டி ஒரு ப்ளாட் வாங்கினேன்... அதுக்கு இன்ஸ்டால்மென்ட், வாடகைன்னு, என் வருமானம் கைக்கும் வாய்க்குமே போதாது... ரிடையர்மென்ட் பெனிஃபிட்லதான் வீட்ட கட்டினேன்... அந்த வீட்டோட ராசி, கேசு முடிஞ்சு, குத்தகை மாறி, வருஷா-வருஷம் கொஞ்சம் பணம் வருது, வாடகையில்லை, அப்டி, இப்டின்னு இப்பத்தான் கொஞ்சம் காசு தங்குது... மத்தபடி அவன் நீ சொல்ற மாதிரி இல்லை... உனக்குத் தெரியுமா? அவன் வயசு பசங்க, இந்த எட்டு வருஷத்துல எட்டு கம்பெனி மாறி, அதுலயே ஹைக் வாங்கி சிக்ஸ் டிஜிட் சம்பளத்துக்குப் போயிட்டாங்க, இவன் ஒரே கம்பெனில ஆணி அடிச்சா மாதிரி உக்காந்திருக்கான்... எதுக்குன்ற? நிரந்தர வருமானம் டிஸ்டர்ப் ஆகக்கூடாதுன்னு ஒன்னு, ரெண்டாவது விசுவாசம்... நான் அடிச்சி சொல்றேன்... அவன சுத்தி எதோ பெரிசா நடக்குது... சரி, நான் பாத்துக்கறேன்... அப்டேட்லியே இரு... எதுவாருந்தாலும், ஃபோன் பண்ணு...‘

ஆனந்தன் பில்லுக்கு பணம் கட்டிவிட்டு எழுந்து வெளியேறினார்... அவருக்கு நண்பரின் மகன் போலீசில் பெரிய உத்தியோகத்தில் இருப்பது நினைவுக்கு வந்தது... ஒரு திருமணத்தில் சந்தித்த போது, ஏதோ, ஆர்கனைஸ்ட் க்ரைம்... என்று எதுவோ சொன்னார்...

அவர் தன் மொபைலை எடுத்து, நண்பரை அழைத்தார், பின் அவரிடம் பேசிவிட்டு, அவர் மகன் எண்ணை வாங்கி, அழைத்தார்... அந்தப் பக்கம் அழைப்பை ஏற்றதும்... ‘வணக்கம் சார், என் பெயர் ஆனந்தன், உங்க அப்பாவோட ஃப்ரெண்டு, போன மாசம், ஒரு கல்யாண... ஓ... நியாபகம் இருக்கா... உங்கள

நான் அவசரமா பாக்கணும்... அப்படியா, லொகேஷன் மேப் அனுப்பறீங்களா?... வரேன்... இன்னும் ஒரு மணி நேரத்துல அங்கருப்பேன்...'

என்ன சொல்வது? ஒன்றுமே முழுதுமாக தெரியாது. என்று யோசித்தவர்... இரயில் நிலையம் சென்று க்ரானைட் மேடையில் அமர்ந்து... சிந்தனையை ஒருங்கு படுத்தினார்... சொல்லவேண்டியதைப் பட்டியலிட்டார்...

15

ப்ரேம்நாத் செல்லில் ஒரு சின்ன செய்தி வந்தது... '2 சீ...'

அவர் உடனடியாக பதில் அனுப்பவில்லை... யோசனையில் ஆழ்ந்தார்... பின்

'இஸ் இட் அர்ஜன்ட்?'

'மோஸ்ட்...' என்றுபதில் வந்தது...

'நீட் டைம்...' என்று பதில் அனுப்பிவிட்டு, மறுபடி யோசனையில் ஆழ்ந்தார்...

'இண்டர்னல் ஆர் எக்ஸ்டர்னல்?' என்று மறுபடி அனுப்பினார்...

'எக்ஸ்' என்று பதில் வந்தது...

'எஸ்' என்று அனுப்பினார்...

சித்தார்த்... மித்ராவின் பாஸ்வேர்ட் லோடான அன்றே, லேப்டாப்போடு... பங்கஜ் கூறிய விலாசத்துக்குப் போனான். டி எல்.எஃப். காம்ப்பௌண்டை ஒட்டிய நான்கடுக்கு ஃப்ளாட், நான்காவது மாடி... கிட்டத்தட்ட அவன் ஃப்ளோரிலிருந்து... ஒரு இருநூறு மீட்டர் இருக்கும்... வெளியிலிருந்து பார்த்துவிட்டு வந்துவிட்டான்...

மறுநாள், அவன் டீக்ரிப் போகவில்லை. வெளியே காத்திருந்து, விஷாலோடு, டிஎல்எஃப் காம்பவுன்ட் சுவரில் ஒரு ட்ரன்ஸ்ரிசீவர் போன்ற கருவியை நேற்றே ஒட்டிவிட்டு வந்தான்.

பூஸ்ட்டராம்...

அப்போதே லேப்டாப்பை அந்த ஃப்ளாட்டில் வைத்துவிடலாம் என்று சித்து நினைத்தான். ஆனால் அவனிடமோ, விஷாலிடமோ அதற்கான சாவியில்லை... பங்கஜை நேற்று முழுதும் பார்க்க முடியவில்லை... டாலி ஏதோ ரேம்ப் ஷோ என்று போய்விட்டாள்...

சரி பங்கஜிடம் சாவியிருக்கலாம், அவர் அறைக்குப் போகலாம் என்று நினைத்து, அவர் மொபைல் எண்ணைத் தொடர்பு கொள்ள, அவர் எடுக்கவில்லை, சரி டாலியிடம் கேட்கலாம் என்று நினைத்து, அவள் எண்ணைத்

தொடர்பு கொள்ள, அது ஸ்விட்ச் ஆஃப் என்று வந்தது...

அவன், கிளம்பி நேராக சோளா க்ராண்ட் வரை சென்றான்... அறை பூட்டி-யிருந்தது... மறுபடி, மறுபடி அழைத்தும்... அவர் எடுக்கவில்லை...

அதனால், மறுபடி அவன் லேப்டாப்பை வீட்டுக்கு கொண்டுவந்துவிட்டான். லேப்டாப் அவனுக்கு ஒரு பூதம் போல தோன்றியது... அதை வீட்டுக்கு எடுத்துச் செல்வதற்கு ஏனோ தயக்கமாகவே இருந்தது.

இரவு முழுதும், முயற்சி செய்தும், பங்கஜ், டாலி இருவரும் மொபைலை எடுக்கவில்லை.

இரவு முழுவதும் தூங்காமலிருந்ததால், விடியற்காலையில் தூக்கம் தள்ள, ஒன்பது வரை அயர்ந்து தூங்கினான்...

அம்மா வந்து, 'டேய்... மணி ஒம்போது... இன்னம் தூங்கறே...? ஆஃபீசுக்-குப் போகவேணாமா?' என்று எழுப்ப... அவன் புரண்டு படுத்தான்...

அம்மா, வெளியில் சென்று அப்பாவிடம், 'இன்னிக்கு ஞாயித்திகெழம கூட இல்ல... இழுத்துப் போத்திகிட்டு தூங்கறாம் பாருங்க... ஆஃபீஸ்க்கு லேட்டா-கலை?' என்று புகார் அளித்தார்...

'அதெல்லாம் ஒன்னும் ஆகாது... தூங்கட்டும் விடு...' என்று ஆனந்தன் பதிலளிக்க... அவன் 'விலுக்'கென்று எழுந்தான்...

என்னாயிற்று? வழக்கமாக இந்த புகாருக்கு, அவரே எழுந்து உள்ளே வந்தி-ருக்க வேண்டுமே? சட்டென்று அவன் மூளை சுறுசுறுப்பானது...

எழுந்து, மறுபடி பங்கஜை அழைத்தான், ம்ஹூம்... முழு ரிங்கும் போய்க் கட்டானது... எங்கே போய்த் தொலைந்தார்? எரிச்சல் வந்தது...

டாலியை அழைக்க... அதுவும் டிட்டோ...

ச்ச்சே...என்று எழுந்து உட்கார்ந்தான்... அம்மா மறுபடி உள்ளே வந்தார்... 'எழுந்துட்டியா? போய் குளி... சீக்கிரம் டிஃபன் கடைய மூடணும்... அப்பத்தான் நான் அடுத்த வேலையை செய்யணும்...'

'லீவுமா...?' என்றான்...

'இன்னைக்கென்ன லீவு...'

'நான் லீவுமா...'

'சொல்லலாம்ல... காலங்காத்தால நான் அடுப்படியில வெந்துகிட்டிருக்கேன்... மெதுவா செஞ்சிருப்பேன்ல... என்ன லீவு?'

'சும்மாதாம்மா... நெறைய லீவு வீணாப்போகுது... அதான்'

'அது சரி...' என்று 'எனக்குத்தான் லீவு கெடைக்க மாட்டேங்குது... ஒரேய-டியா கெடச்சாத்தான் உண்டு...'என்று வெளியேற...

'இப்ப எதுக்கு நீ பொலம்பற?'

'ம்ம்ம்... வேற வேலையில்லை....' போய்விட்டார்.

அவன் எழுந்து, பல்தேய்த்து, சோஃபாவில் வந்து உட்கார••• அம்மா, கப்பில் டீயுடன் வந்தார்••• வலது கைநீட்டி வாங்கியவாறே••• இடது கையில் ரிமோட்டை வைத்து ஆதித்யாவில் இருந்து பாலிமர் செய்திக்கு மாற்றினான்•••

'திரிசூலம் அருகே, இரயில் தண்டவாளத்தில்•••' என்று வாய்ஸ் ஓவர் கேட்க•••

'லேடன் தெரியுமா••• பின்லேடன்•••' என்று வடிவேலு கேட்க••• சட்டென்று மறுபடி செய்திக்கு வந்தது•••

'நள்ளிரவு பன்னிரெண்டு மணி அளவில்••• '

மறுபடி••• 'நாங்கல்லாம்••••.' ரிமோட் பட்டன் சிக்கியிருந்தது•••

அவன் ரிமோட்டை வீசி எறிந்தான்••• அம்மா பதறி ஓடி வந்தார்•••'எரும மாடு••• எதுக்கு வீசி அடிக்கற? ஒடஞ்சி போனா யாரு மாத்தறது? எனக்கிருக்கறதே அது ஒரு பொழுதுபோக்குத்தான்••• ஐயய்யோ••• தூள்தூளாயிடுச்சே••••. இப்ப யாரு வாங்கிக் கொடுப்பா?... சனியனே••• அவ்ளோ என்ன கோபம்?' அம்மா முடிக்குமுன் சித்தார்த் எழுந்து அறைக்குள் போயிருந்தான்•••

அப்பா பேசாமல் உட்கார்ந்திருந்தார்••• இத்தனை குழப்பத்திலும் அது அவனுக்கு ஆச்சரியத்தை அளித்தது•••

அறைக்குள் லேப்டாப்பைத் திறந்து, மறுபடி செய்தி சேனல்களைத் தேடி••• அந்த ஒன்பது மணி செய்திகளை க்ளிக் செய்தான்••• பொறுமையின்றி, ஓட்டி, ஓட்டி••• கடைசியில் அந்த செய்திக்கு வந்தான்•••

'திரிசூலம் இரயில் பாதையில், சுமார் ஐம்பது வயது மதிக்கத்தக்க, அடையாளம் தெரியாத நபரின் சடலம் கண்டெடுக்கப்பட்டது•••நேற்றிரவு சுமார் பன்னிரெண்டு மணி அளவில், இந்த விபத்து நடந்திருக்கலாம் என்று நம்பப்படுகிறது, சடலத்தைக் கைப்பற்றிய போலிசார், இதைப்பற்றி மேலும் விசாரித்து வருகின்றனர்••• இரயில் பாதைகளில் இது போன்று•••' செய்திகள் தொடர•••

அவன் ஆசுவாசமானான்••• நேற்றிரவா? இது ஏதோ புதுக்கதை••• நமக்கு சம்பந்தமில்லாத கதை••• அதுதான் மாதவ் உயிரோடு வந்துவிட்டாரே?

அவன் மறுபடி டாலிக்கும், பங்கஜுக்கும் மொபைலில் அழைப்பு விடுத்துப் பார்த்தான்••• மறுபடி நாட் ரீச்சபிள்•••

அவன் சிந்தனை நிரஞ்சனாவின்பால் திரும்பியது•••

மித்ரா••• கடுங்கோபத்தில் இருந்தாள்••• அவளது பாஸ்வேர்ட்டை மாற்றும்படி••• கம்ப்யூட்டர் கேட்டது•••

'ப்ளடி கிருஷ்••• எவ்வளவு க்ளோசாக கண்காணிக்கிறான்••• எனில், நாம் சித்துவுக்கு உதவியதும் தெரிந்திருக்கிறது••• எப்படி?'

பட்டென்று எழுந்தாள்••• காலையிலேயே அவளை டைரி மில்க் சில்க்கோடு வரவேற்றவன்••• உள்ளே நுழைந்ததும்••• கான்ஃப்ரன்ஸ் அறைக்குள் நுழைந்த-

வன்... பின் வெளியே வரவில்லை...

அவள் எழுந்து, கிருஷ்-ஐத் தேடிப் போனாள்... அலுவலகம் முழுதும், அவள் சுற்றிவருவதை... சிலர் வினோதமாக பார்த்தனர்... சிலர் குறுஞ்சிரிப்போடு பார்த்தனர்... காரணம், அவள் யாரைத் தேடுகிறாள் என்று தெரிந்ததுதான்...

கிருஷ், அலுவலகத்தில் இல்லை... எங்கோ வெளியே சென்றிருந்தான்...

அவளுக்கு ஆச்சரியமாக இருந்தது... அவன் அப்படி செல்பவன் இல்லையே? ஒருவேளை, செல்பவன்தானோ? நாம்தான் கவனிக்கவில்லையோ?

மறுபடி, தன் டேபிளுக்கு வந்து, பாஸ்வேர்டை மாற்றி, அதை கன்ஃபார்ம் செய்து... லாகின் செய்ததும், அவளுக்கு, வேறு யாருடைய வேலையோ வந்திருந்தது...

அவள் நேற்று பார்த்த பேஷண்ட்டின் ரிப்போர்ட்கள் வரவில்லை...

எழுந்து சென்று...'சந்தோஷ்... வாட்ஸ் ஹாப்பனிங்?'

'என்ன?'

'காலையில் நுழைந்ததும் என் பாஸ்வேர்ட் மாற்றச்சொல்லி கேட்கிறது... மாற்றிவிட்டு, திறந்து பார்த்தால், இப்போது தப்பான வேலை வந்திருக்கிறது?'

'ஓ.... சாரி... சாரி... மை மிஸ்டேக்... சித்துவோட வேலையும் சேத்து இப்ப நான் செய்யறேன்... சாரி... ஐ'ல் செக்...'

'அன் பாஸ்வோர்ட்?'

'அது வழக்கமா ஆறு மாசத்துக்கு ஒருதரம், மூனு மாசத்துக்கு ஒருதரம்... ரேண்டமா கேக்கறதுதானே?'

'அப்படியா? எனக்கு இதுவரை கேட்டதில்லை?...'

'கேட்டிருக்கும்... மறந்திருப்பாய்...'

'அப்படியா? வியர்ட்...'

'இஃப் யூ டோண்ட் மைண்ட்...' வெளியே போகிறாயா? என்பது போல கேட்டார்...

அவள் திரும்ப...

'சாரி மித்ரா... யூ நோ... ஒரு வேலையே தலைய பிச்சிக்கும்... இதுல சித்து வேலை வேற... ஆல்ட்டர்நேட் வர்ற வரைக்கும்... கொஞ்சம் சிரமாமாத்தான் இருக்கும்... நீயாவது பரவாயில்லை... வந்து சொல்றே? இப்ப உன்னோட மிர்ரர் யாருன்னு நானேதான் கண்டுபிடிக்கணும்... காரணம் ரேண்டம் ஆர்டர்...'

மித்ராவுக்கு முதலிலேயே தெரிந்து விட்டது... மித்ராவுடைய வேலை, யாருக்கு சென்றதோ அவர்கள் அதைத் திறக்க மதியம் கூட ஆகலாம்...

அவளுக்குத் தெரியும்... சேர்ந்ததிலிருந்து பாஸ்வேர்ட் மாற்றவில்லை... அவள் படித்த கல்லூரியின் பெயர்... கிருஷ் மீது க்ரஷ் உண்டானபோது மாற்றலாம் என்று நினைத்தாள்... ஆனால் அவள் கல்லூரி பெயரிலேயே அவன்

பெயரின் பாதி இருந்தது... அதனால் விட்டுவிட்டாள்...

எல்லாரும் சேர்ந்து பொய் சொல்கிறார்கள்...

'கிருஷ் எங்கே?'

'உனக்கே தெரியாதா? எனக்கெப்படி...'

அவர் வாக்கியத்தை முடிக்குமுன் வெளியேறியிருந்தாள்.

உணவு இடைவேளை வரை கிருஷ் வரவில்லை... அவள் கேன்ட்டீனிலேயே சாப்பிட்டாள்.

மதியம் இரண்டு மணிக்கு... சித்துவின் மொபைலில் ஒரு செய்தி வந்தது... பன்னிரெண்டு மணிக்கு அனுப்பியது....

'மீட் மீ... இன் த ஸ்டுடியோ பை டூ ஓ க்ளாக்...' டாலி அனுப்பியிருந்தாள்...

சித்தார்த், சட்டென்று எழுந்தான்... குளிக்கவில்லை... சாப்பிடவில்லை... ஏதோ ஒரு டீ ஷர்ட்... ஏதோ ஒரு பேண்ட் அணிந்து, வெளியேறி... பைக்கை எடுத்தான்... மெக்கானிக்கிடம் இருந்து வந்து இரண்டு நாட்கள் ஆகின்றன...

பைக்கை விரட்டி... நேராக மாதவ்வின் வீட்டுக்குப் போனான்...

அங்கே,

டாலி கையைப் பிசைந்தவாறு குறுக்கும் நெடுக்கும் நடந்தவாறு இருந்தாள்.

அவனைக் கண்டதும்... 'சித்து... பங்கஜைக் காணவில்லை... எந்த செய்தியும் இல்லை...' என்றாள்.

'எங்காவது வெளியூர் போயிருப்பார்... வந்துவிடுவார்...' என்றான்,

'இல்லை... அறையைக் காலி செய்யாமல் எப்படி செல்வார்?'

'ஏதாவது அவசர வேலையாயிருக்கும்... காலையில் சென்று உடனே வரும்படி...'

'இல்லை... நேற்று மாலையிலிருந்து... என் அழைப்புக்களை ஏற்கவில்லை...'

'நீயும்தான்... உன்னுடைய மொபைலை செக் செய்து பார்... நீ எனக்கு செய்தி அனுப்பும் வரை எத்தனை முறை அழைத்திருக்கிறேன் என்று?'

'நான் ரேம்ப் வாக்கிலிருந்தேன்... மொபைல் என்னிடம் இல்லை... இரவு நீண்ட நேரமாகிவிட்டது... அதனால் அழைக்கவில்லை... எழுந்ததே பன்னிரெண்டு மணிக்குத்தான். எழுந்ததும் பங்கஜ் குழப்பம் வேறு...'

'உனக்கு அவர் நண்பர்கள், உறவினர்கள் எண் ஏதாவது தெரியுமென்றால், அழைத்துப்பார்?'

'அவர் மும்பையை சேர்ந்தவர் என்பதைத் தவிர எதுவும் தெரியாது...'

'சரி... இங்கே ஏன் அழைத்தாய்?'

'மாதவ் அழைத்திருந்தார்...'

'சரி... நீ ஏன் வெளியே இருக்கிறாய்? மாதவ் இல்லையா?'

'உள்ளேதான் இருக்கிறார்... உனக்காகத்தான் காத்திருந்தேன்... இப்போதெல்லாம் அவரை தனியே சந்திக்க பயமாக இருக்கிறது...'

'சரி வா... அவருக்கு ஏதாவது தெரிகிறதா பார்க்கலாம்...'

நிரஞ்சனா... அன்று சற்று தெளிவாக இருந்தாள், இரண்டு நாட்களாக அவள் சித்துவைப் பார்க்கவேயில்லை... அவனது ட்ரான்ஸ்ஃபர் விவகாரம் அவளுக்கு தெரியவந்ததும் சற்று சந்தோஷப்பட்டாள்...

ஹப்பா... இனி அவன் தொல்லை இருக்காது... நிம்மதியாக வேலை செய்யலாம்...

சலீமின் அனார்க்கலிக்கு இன்று பிறந்தநாள்... இன்று அவளை தன் பெற்றோரிடம் அறிமுகப்படுத்துவதாக திட்டம்... இதற்காகத்தான் அத்தனை மேக்கப் சாமான்கள் வாங்கிக்கொடுத்து, நிரஞ்சனாவை தினமும் அவளோடு பேசவைத்து, தயார் செய்திருந்தான்...

அதற்காக ட்ரீட்...

நிரஞ்சனா, ப்ரியங்கா, சலீம், கூட அந்த மெலினா... பெயருகேற்றார்ப்போல மெலிந்த தேகம்... சிவந்த நிறம், மாடர்ன் உடைகள் என்பதால் அந்த ஒல்லியிலும் சில வளைவுகள் தெரிந்தன... குரல் சற்று ஆண்மை தட்டியது...

நால்வரும் அறுவர் அமரக்கூடிய பெரிய டேபிளில் உட்கார்ந்திருந்தனர்... மெலினா, சலீம் ஒரு பக்கம், ப்ரியங்காவும், நிரஞ்சனாவும் ஒரு பக்கம்...

அறிமுகம் முடிந்ததும்... 'பாப்பா... என்ன சாப்பிடறே?' என்று கேட்டான்...

அவள்... 'மஷ்ரூம் பிரியாணி...' என்றாள். சலீம் தடுமாறினான்... நான்-வெஜ் எதிர்பார்த்தான்... இருந்தாலும் சமாளித்து... 'ஓக்கே...' என்று பேரரை அழைத்தான்... அவளைத் தொடர்ந்து மற்ற பெண்களுமே சைவத்தை விரும்ப... ஆர்டர்களைப் பெற்றுக் கொண்டு பேரர் நகர... அவர்கள் மறுபடி சம்பிரதாய பேச்சுக்களில் இறங்கினர்...

அப்போது ஒரு நடுத்தர வயது மனிதர்... டேபிள் டேபிளாகத் தேடி... சலீம் அருகே இடமிருப்பதை அறிந்து நெருங்கி வந்தார்...

'மே ஐ...' என்று கேட்டுவிட்டு, பதிலை எதிர்பார்க்காமல் உட்கார்ந்தார்...

பார்க்க ஏதோ சாஃப்ட்வேர் நிறுவனத்தின்... உயர்பதவியில் இருப்பவர் போன்ற தோற்றத்திலிருந்தார்... தொளதொள டீஷர்ட்... வட்டக் கண்ணாடி... பின்னால் தீர்க்கமான கண்களுக்கு கீழே கருவளையங்கள்... மழுங்க சிரைத்த முகம்... சிவந்த கைகள் முழுக்க ரோமம்... ரோஸ் நிற உள்ளங்கைகள்... ஒழுங்காக வெட்டப்பட்ட நகங்கள்...

சலீம், நகர்ந்து உட்காரந்தான்... ஏனோ, பெண்களுக்கு அவர் மேல் மரியாதை வந்தது... அதனால் மறுத்து எதுவும் கூறவில்லை...

வெய்ட்டர் அவர்களின் ஆர்டரைக் கொண்டுவர...

அவர் லஜ்ஜையில்லாமல் அவற்றை மாறி,மாறி பார்த்தார்... பின்... தயங்கி... 'ஹாஃப் ப்ளேட்... க்ரில்ட் சிக்கன்...' என்றார்...

பின் அவர்களிடம்...'உங்களுக்கு ஆட்சேபனை இல்லையே?' என்றார்...

அவர்கள் தயங்க...

'சரி... எனக்கும் சாம்பார் சாதமே கொண்டுவாருங்கள்...' என்று சொல்ல...

நிரஞ்சனா... 'பரவாயில்லை சார்... நீங்கள் உங்கள் விருப்பம்போல சாப்பிடுங்கள்...' என்றாள்.

அவர் பிரியங்காவை நிமிர்ந்து பார்க்க...அவள் சம்மதமாக தலையசைக்க, திரும்பி சலீமைப் பார்க்க... அவன்... 'எனக்கு ஒரு சிக்ஸ்ட்டிஃபைவ் ...' என்றான்.

மெலினா, ஒல்லியாக இருந்தாளே தவிர... நான்வெஜ் என்றால் ஒரு வெட்டுவெட்டுவாள், புதிய ஆட்கள் என்றதால் தயங்கினாள்... சலீம் ஆர்டர் கொடுத்ததும்.... 'எனக்கு ஒரு ஃபிஷ் ஃபிங்கர்... சிக்கன் லாலிபாப்...' என்றாள்...

'தேங்க் காட்... நீங்கள் சைவமாக சாப்பிடவே உங்களை சங்கடப் படுத்துகிறேனோ என்று ஒரு சந்தேகம் ஏற்பட்டுவிட்டது...'

'அதெல்லாமில்லை... நாங்களும் சாப்பிடுவோம்... இன்று...'

'கோழி பாவம் என்று ஒருநாள் விடுமுறை விட்டுவிட்டீர்களா?' என்று விட்டு 'ஹாஹ்ஹாஹா...' என்று பலமாக சிரித்தார்...

அவர்கள் யாரும் சிரிக்கவில்லை என்று தெரிந்ததும் சட்டென்று நிறுத்தினார்.

பின் உணவு வந்ததும் பரிச்சயமில்லாத மனிதர்கள் இருவர் அருகே இருந்ததால், அமைதியாக சாப்பிட ஆரம்பித்தனர்...

டேபிளில் சலீம், ப்ரியங்கா இருவரும் சாப்பிட்டு முடித்திருக்க... எதிரே உட்கார்ந்திருந்த புதியவர் ஏறக்குறைய பாதி கோழியை முடித்திருக்க... நிரஞ்சனா தன் பிஸிபேளா கிண்ணத்தை ஸ்பூனில் துழாவிக்கொண்டே இருந்தாள்...

'ஹாய் ஐ'ம் சித்தார்த்... எல்லாரும் சித்துன்னு கூப்பிடுவாங்க...'

'ஐ ஆம் நிரஞ்சனா... நீங்க என்னை மிஸ்.நிரஞ்சனான்னே கூப்பிடலாம்?

'ஓக்கே மிஸ். நிரஞ்சனா... ஐ ஹான்டில் லாஜிஸ்டிக்ஸ்...'

'நைஸ்... கேன் யூ லீவ் மி அலோன்...'

'வாட் எல்ஸ் யூ டூ...'

'பார்டன்...'

'அபார்ட் ஃப்ரம் பீயிங் லவ்லி அன் ரூயினிங் மை டேஸ் லைவ் அன் நைட்ஸ் இன் ட்ரீம்ஸ்...'

'எக்ஸ்க்யூஸ் மீ... யூ ஆர் க்ராசிங் த லிமிட்...'

'ஐ வான்ட்டு நோ நிரஞ்சனா?

'வாட்...'

'வாட் டு யூ டூ ஃபார் லிவிங்...'

கேள்வி வந்தது எதிரே அமர்ந்திருந்தவரிடமிருந்து... சித்தார்த் கேட்ட அதே தொனியில்... அதுதான் அவன், அவளை சந்தித்த முதல் தினத்தின் கேள்வி...

'வாட் டூ யூ மீன்?'

'இல்லை... அபார்ட் ஃப்ரெம்... அதாவது இத்தனை அழகா இருந்துகிட்டு, இளைஞர்களின் தூக்கத்தை கெடுப்பதைத் தவிர்த்து... அவர்களை புலம்ப வைப்பதைத் தவிர்த்து... வேறென்ன செய்கிறீர்கள்? ஐ மீன்... '

'நன் ஆஃப் யூர் பிசினஸ்...'

அவள் வேகவேகமாக சாப்பிட ஆரம்பித்தாள்...

'மன்னிக்கவும்... அப்செட்டாக இருக்கிறீர்கள் என்று நினைக்கிறேன்... யூ வேர் லாஸ்ட் இன் தாட்ஸ்... ஐ ஜஸ்ட் ட்ரைட் டு ப்ரிங் யூ பேக்...'

'தேங்க்ஸ்...' என்று கோபமாக சொன்னாள்... இன்னும் வேகமாக சாப்பிட்டாள்...

'எனிவே... எந்த பிரச்சினையா இருந்தாலும் சாப்பாடு முக்கியம்... ஹெல்த்தியா இருந்தா, இழந்தது எல்லாத்தையிம் மீட்டிடலாம்... காதல் உட்பட... காதல் நோய் வந்தால் வளையல் ஒட்டியானமாயிடுமாம்... சங்கப்பாடல் சொல்லுது... சோ...'

இரண்டு கைகளாலும் சாப்பிடுங்கள் என்பது போல தட்டைக் காட்டினார்...

அவள் கோபமாக எதையோ சொல்ல முற்பட... அவர் எழுந்தார்... 'தேங்க்ஸ் எனிவே ...' என்று வெளியேறினார்...

ப்ரியங்காவுக்கு, அவரை மறுபடி பார்க்கப் போகிறோம் என்று ஏனோ தோன்றியது...

16

தேவ்தத்துக்கு வேறு எண்ணிலிருந்து அழைப்பு வந்ததும் நிராகரிக்கலாமா என்று நினைத்தார்... பின் ஒரு வேளை... ஃபீலிக்ஸாக இருந்தால்?

'எஸ்... ஹு ஈஸ் திஸ்...' என்றதும், பெண் குரல் கேட்டது...

'ஜீ... நான் டாலி...'

உடனே அவர் மண்டையில் எச்சரிக்கை மணி அடித்தது...

'சொல்...'

'பங்கஜைக் காணவில்லை ஜீ... அவர் உங்களைத் தொடர்பு கொண்டாரா என்ற கேட்கத்தான் அழைத்தேன்...'

'இல்லை... என்னை எதற்கு தொடர்பு கொள்ளவேண்டும்? அவனுக்கும், எனக்கும் எந்த தொடர்பும் இல்லை... நீயும் என்னை அனாவசியமாக தொந்தரவு செய்யாதே?'

தொடர்பைத் துண்டித்தார்.

கேஷவாச்சாரியை அழைத்தார்...

'ஃபீலிக்ஸ் என்னை சந்தித்ததற்கான எந்த தடயமும் இருக்கக்கூடாது... சிசி டிவி ஃபுட்டேஜ் உட்பட.... அவனுக்கு பணமாகத்தானே தந்தீர்கள்?'

'ஆமாம்...'

'வவுச்சர் எதுவும் இல்லையே?'

'டம்மி உண்டு ... அவரை ஒரு கட்டுக்குள் வைக்க...'

'அழித்துவிடுங்கள்...'

'செய்கிறேன்...'

'டாலியிடம் என் எண் இருக்கிறது...'

'பார்த்துக் கொள்கிறேன்...'

'ஒரு நிமிடம்... அவளுக்கு எந்தளவுக்கு தெரியும் என்று எனக்குத் தெரிய வேண்டும்...'

ஆதிக்கு வாட்சப்பில் ஒரு ஃபோட்டோ வந்தது... பாலா அனுப்பியிருந்தான், அதில் சிஎம்டி மகளும், அவள் தோழியும், இன்னமும் மூன்று பேரும் சாப்பிட்டுக்

கொண்டிருந்தார்கள்...

'புதியவர்களில், பெண் ஆபத்தற்றவள்... இளைஞன் நம் எம்ப்ளாயி... சற்று மூத்தவன் புதியவன்... ஆபத்தானவன்...'

'யார்?'

'தெரியாது... தெரிந்து கொள்ளும் முயற்சியிலிருக்கிறோம்...'

'இருக்கிறோம் என்றால்?'

'நீதானே வெளி ஆட்களின் உதவியை எடுத்துக் கொள்ளச் சொன்னாய்?'

'ஜாக்கிரதை...'

'இரட்டை ஜாக்கிரதையோடு இருக்கிறோம்...'

கூடவே சித்து மாற்றலான செய்தியும் அவருக்குத் தெரிவிக்கப்பட்டது...

'ஓ... மகளை காதலில் விழாமல் காப்பாற்றுகிறாயா? காதல் வலியது ப்ரேம்... எத்தனை தடைகள் வந்தாலும் அதை உடைக்கும்...' என்று நினைத்துக் கொண்டார்...

ப்ரேமுக்கும் அதே போன்ற ஒரு ஃபோட்டோவும், செய்தியும் வந்தன...

'நோட்டட்... சித்து எப்படி எடுத்துக் கொண்டான்...?'

'அனேகமாக ராஜினாமா செய்வான் என்று நினைக்கிறேன்... அவன் செய்துகொண்டு இருக்கும் வேலைக்கு அவனை கொன்றாலும் தகும்... உண்ட வீட்டுக்கே இரண்டகம் செய்கிறான்...'

'இல்லை... அவன் விஷயத்தில் உங்கள் அனைவரின் கணிப்பும் பொய்யாகும் பார்... அவன் ஏதோ திட்டத்தோடுதான் இருக்கிறான்... எனக்கு அவன் மேல் நம்பிக்கை இருக்கிறது... அதனால்தான் மாற்றல், அதனால்தான் அவகாசம்...'

'எனக்கு வேறு மாதிரி தோன்றுகிறது...'

'என் மகளை இதில் இழுக்காதே...'

ஒரு ஸ்மைலி வந்தது... கூடவே ஒரு கண்ணடிக்கும் ஸ்மைலி...

'சரி... அவளும் ஒரு காரணம் என்றே வைத்துக் கொள்...'

ஒரு டிக் மார்க் வந்தது...

சித்து மாதவ்வின் வீட்டிலிருந்து பெரும் குழப்பத்தோடுதான் வெளியே வந்தான்...

அவருக்கும் பங்கஜ் எங்கிருக்கிறார் என்று தெரியவில்லை... ஆனால், 'பங்கஜ், ஆர் நாட் பங்கஜ், வேலைகள் திட்டமிட்டபடி தொடரவேண்டும்...' என்று சொல்லிவிட்டார்...

டாலியும், சித்துவும் விஷால் உதவியுடன், சர்வரை ஹாக் செய்து... மாதவ் கேட்ட தகவல்களை எடுத்துத் தரவேண்டும்...

பங்கஜ் எங்கே?

அதற்குள், மாலைச் செய்திகள் வந்திருக்க..

விளம்பர ஏடுகளில், திரிசூலத்தில பிணம், கொலையா? தற்கொலையா?

சித்து, ஒரு மாலை மலர் வாங்கினான், டீக்கடையில் ஒரு டீ சொல்லிவிட்டு... அங்கேயே பேப்பரை பிரித்துபடித்தான்... செய்தியின் சாராம்சம் இதுதான்

'நேற்று நள்ளிரவு, பன்னிரெண்டரைக்கு கடைசி மின்சார ரயிலில் அடிபட்டு சுமார் ஐம்பது வயது மதிக்கத்தக்கவரின் பிணம் கண்டெடுக்கப்பட்டது... முகம் சிதைந்து போயிருந்ததால் அடையாளம் தெரியவில்லை. பிணம் உள்ளாடை மட்டும் அணிந்திருந்ததால்... இது கொலையா? என்ற கோணத்தில் போலீசார் விசாரித்து வருகின்றனர்...'

ஃபோட்டோ போட்டிருந்தார்கள்... சித்துவால் அடையாளம் காண முடியவில்லை...

ஆனாலும், பிணம் கண்டெடுக்கப்பட்ட இடம், சித்துவுக்கு சந்தேகத்தை ஏற்படுத்தியது...

ஒரு வேளை இறந்தது பங்கஜோ? மாதவ் இதை செய்திருப்பாரா?

அவன் டாலியை அழைத்தான்... மறுபடி ஸ்விட்ச் ஆஃப்-ல் இருந்தது...

அவன் அடிவயிற்றில் பய அலைகள் மெல்ல சூல் கொண்டு... கொஞ்சம் கொஞ்சமாய் வீரியம் கொண்டது...

டாலி சமைக்கும் பெண் அல்ல... அதிகம் சாப்பிடும் பெண்ணும் அல்ல... காலை பழச்சாறு, எப்போதாவது சான்ட்விச்... மதியம் ஹெவியாக சாப்பிடுவாள்... இரவுகளில் பெரும்பாலும், பார்களில் தின்னும் நொறுக்குத் தீனியே போதும்...

பங்கஜ் காணவில்லை என்றதும், அவளுக்கு பார்ட்டிக்கு போகும் மூட் இல்லை... நிறைய நண்பர்கள் இருக்கிறார்கள்... இன்றைய வருமானம் போனாலும் பரவாயில்லை என்று வீட்டுக்குப் போக முடிவெடுத்தாள்... மாதவ், பங்கஜ், இந்த சித்துவின் கம்பெனி விவகாரம் என்று அவள் தீவிர அலைக்கழிப்பில் இருந்ததால், பசித்தது...

அவள் வீடு பெசன்ட் நகரில்... வழியில்... எதுவும் நல்ல உணவகம் இருந்தால் சாப்பிடலாம் என்று தேடியவள் கண்களில் அடையாறு சங்கீதா பட்டது...

பார்க்கிங் தேடி காரை நிறுத்தி விட்டு, இறங்கி ஓட்டலை நோக்கி நடந்தவளை, நோக்கி ஒருவன் வேகமாக வந்து திடீரென்று மோதினான்...

அவள் தடுமாறி கீழே விழ இருந்து, பின்னால் வந்த யாரோ, தாங்கியதால் சமாளித்து நின்றாள்... திரும்பி 'தேங்க்ஸ்' என்றுவிட்டு, உடனே தன் உடலை செக் செய்து கொண்டாள்... பங்கஜ் இறந்ததிலிருந்து சற்று கலக்கமாகவே இருந்தாள்... ஏதாவது கத்திக்குத்து, ஊசிக்குத்து இருக்கிறதா என்று செக் செய்தாள்... நல்ல வேளையாக எதுவும் இல்லை...

சற்று ஆசுவாசமாகி மேலே நடக்க... சட்டென்று உறைத்தது... கைப்பையை திறந்து பார்த்தாள்... பணம் அப்படியே இருந்தது... மொபைல்?

மொபைலைக் காணவில்லை... பின்னால் தாங்கியவனையும் காணவில்லை...

மை காட்... பையைத் திருப்பிப் பார்த்தாள்... அந்த பத்தாயிரம் ரூபாய் மதிப்புள்ள பையில் குறுக்காக ஒரு கோடு இருந்தது...

அவள் அதிர்ந்தாள்... அந்த மொபைல் கிடைக்கக்கூடாதவர்கள் கையில் கிடைத்தால்?

அதே நேரம்,

காந்திநகர், இரண்டாம் தெருவில், ஒரு பக்கம் க்ரான்ட் ஸ்வீட் கடை, அதற்கு எதிர்ப்பக்கம், இருளான சாலை... அதில் இரண்டு பேர் தபதபவென்று ஓடிக் கொண்டிருந்தனர், மூன்றாவது ஆள் அவர்களைத் துரத்திக் கொண்டிருந்தான்...

இரண்டு பேரும் சட்டென்று நின்று, ஆளுக்கொரு கத்தியை எடுத்துக்கொண்டு துரத்தியவனை எதிர் கொண்டனர்...

சட்டென்று இடது பக்கமிருந்து ஒரு போலீஸ் ஜீப் வர... அவர்கள் கத்தியை மறைத்தனர்...

ஜீப் நின்றது...

மூன்றாவது ஆள் சாவதானமாக நடந்து வந்து அவர்களிடம் கை நீட்ட... மொபைல் கை மாறியது...

அதன் பின் மூன்றாமவன் சாதாரணமாக திரும்பி நடந்து, மறுபடி சர்தார் படேல் ரோடு வந்து, அதே சங்கீதாவின் அருகே நிறுத்தியிருந்த தன் பைக்கில் ஏறி கிளம்பி சென்றான்.

அந்த இடம் சற்றுமுன், அது போன்ற அசம்பாவிதம் நடக்காதது போல அமைதியாக இருந்தது...

அவனுக்குத் தெரியும்... அந்தப் பெண் புகார் எதுவும் அளிக்கப் போவ-தில்லை...

சிரித்துக் கொண்டான்...

அதே நேரம்...

கேஷவாச்சாரிக்கு மொபைல் பறிபோன விவகாரம் தெரிவிக்கப்பட்டது...

இதை முதலாளியிடம் சொல்லலாமா? இல்லை டாலியை முடித்தபின் சொல்-வதா? என்று அவர் குழம்பினார்... பின் ஒரு தீர்மானத்துக்கு வந்தவராக... எழுந்து முதலாளி அறை நோக்கி நடந்தார்...

அனுபவசாலி... வருமுன் காப்பது நன்று என்று அறிந்தவர்... அதேபோல, வேலைகளை பிரித்து, பிரித்து செய்வதின் நண்மையை அறிந்தவர்... அதனால்-தான், மொபைலுக்கு வேறு டீம், விசாரிக்க வேறு டீம் என்று நியமித்தார்... விசா-ரித்த பின்... அவளை என்ன செய்யவேண்டும் என்று தீர்மானிப்பது வேறு டீம்...

இப்போது மொபைல் அசைன்மென்ட்டிலேயே தடங்கல்? மேலிடத்து உத்தரவின்றி அசையக்கூடாது...

17

மித்ராவுக்கு, ஆச்சரியமாக இருந்தது, அதே சமயம் அவள் மீதே அவளுக்கு சந்தேகம் வந்தது...

கிருஷ் நேற்றிலிருந்து, அவள் பக்கம் கூட திரும்பவில்லை... நாளைக்கு இருபது முறை அழைக்கும், இருநூறு முறை வாட்சப்பில் குறுஞ்செய்தி அனுப்பும் கிருஷ்... அவளை சுத்தமாக மறந்திருந்தான்...

ஆனால், இதற்கு நியாயமாக கோபப்படவேண்டியவள், நிம்மதியாக உணர்ந்தாள்... அவள்பாட்டுக்கு காலையில் வேலைக்கு வருவதும், தேநீர், மதிய உணவு என்று வயிற்றை நிரப்புவதும், வீடு செல்வதும், அம்மாவுடன் தொலைக்காட்சி தொடர்களை பார்ப்பதும் என்று ஒரு வட்டத்துக்குள் சுலபமாய்ப் பொருந்திப் போனாள்?

ஈஸ் இட் லவ்? அவ்வளவுதானா? தானாக வந்தது போல, தானாக போய்விட்டானா? அவன் கிடக்கட்டும், நான்? எனக்கு அவன் நினைவு ஏன் வரவில்லை? ஏக்கம் ஏன் வரவில்லை? அது என்ன, பத்தாம் வகுப்பில் போட்டிக்காக படித்த திருக்குறளில் வருமே? ம்ம்ம்... பசலை. வாட் ஹாப்பண்ட் டு த பசலை? ஒரு வேளை தான் உண்மையாக காதலிக்கவில்லையோ?

இல்லையே அவனைப் பார்க்கும் போது உள்ளே பொங்கியதே? அவன் ஒவ்வொரு முறை காதலை வெளிப்படுத்தும் போதும்... காலுக்கு கீழே மேகம் மிதந்ததே... நான் எடையிழந்தேனே?

டேமிட்... வாட் த ஃபக் ஹேப்பண்ட் டு மி? ஒரு வேளை இது இச்சையா? வெறும் உடலிச்சையா?

மித்ராவுக்கு காதல் ஏக்கம் எல்லாம் வரவில்லை என்றாலும்? ஏன் வரவில்லை என்பதிலேயே குழப்பம் இருந்தது...

மறுபடி அவளுக்கு வேலை கசந்தது... மறுபடி விடுப்பெடுத்தாள்...

டாலி மொபைலை லாக் செய்துதான் வைத்திருக்கிறாள்... அதை ஹாக் செய்யமுடியுமா? முடியாதா என்பதெல்லாம் அவளுக்குத் தெரியாது... பொதுவாக முடியாது என்றுதான் நம்பிக் கொண்டிருக்கிறாள்...

மொபைல் தொலைந்த விஷயத்தை சொல்லி சிம்மை மாற்றிவிட்டாள்...

ஆனால், அவளால் சித்துவின் எண்ணை நினைவுபடுத்திக்கொள்ள முடியவில்லை...

பேக்கப்பிலிருந்து அவள் பெரும்பாலான எண்களை மீட்டுவிட்டாள்... என்றாலும் சில சிம்மில் சேமிக்கப்பட்ட எண்களை மீட்கமுடியவில்லை... அதில் சித்துவுடையதும் ஒன்று... சிம் ஆக்டிவேட் ஆக மாலை ஆகும்... புது சிம் என்றால் உடனே ஆகும் என்றார்கள், அதனால் வேறு ஒரு சிம்மும் வாங்கினாள்...

பெண்களுக்கே இருக்கும் உள்ளுணர்வுகள், டாலிக்கு சற்று அதிகம் என்றே கூறவேண்டும், காரணம் தனியானவள், க்ரீம் ஆஃப் சொசைட்டி, அதாவது மேல்தட்டு மக்களிடம் புழங்குபவள், அதற்கு மிகுந்த புத்திசாலித்தனம் தேவை... அதற்கு உள்ளுணர்வு கூர்மையாக இருக்க வேண்டும்...

அதனால்தான் நேற்று, அவன் மோதப்போவதை கடைசி நிமிடத்தில் உணர்ந்து, சுதாரித்தாள், இருந்தும், மோதியவனின் எடைகாரணமாக சற்று தடுமாறினாள்...

இல்லையென்றால், அந்த மோதலில் அவள் தாறுமாறாக கீழே விழுந்திருக்கக் கூடும்...

அவளுக்கு படபடவென்றிருந்தது...

அவள், அதன் பிறகு சாப்பிடவும் போகவில்லை, வீட்டுக்கும் போகவில்லை... அப்படியே திரும்பி காரேறி, மாதவ் வீட்டுக்கு வந்து விட்டாள்...

காவல் இருக்கிறது... கூடவே மாதவ் இருந்தார்... நல்ல வேளையாக அவரிடம் நடந்ததைக் கூறவில்லை...

அதிகாலை எழுந்து, கிளம்பிவிட்டாள்... காலை முதலே, அவளை இரண்டு பேர் தொடர்ந்து கொண்டிருந்தனர்... சரியாக சொல்லவேண்டுமென்றால் மூன்று...

மூன்றாமவன் தனியாக இருந்தான்...

இதோ அவள் உட்கார்ந்திருக்கும் வரிசைக்கு மூன்றாவது வரிசையில் உட்கார்ந்து... மொபைலை நோண்டிக் கொண்டிருக்கிறான்... மற்ற இருவர் காரிலேயே உட்கார்ந்து விட்டனர்...

அவள் காலை உணவருந்திய போதும் அப்படித்தான், மொபைல் வாங்கிய போதும் அப்படித்தான், இப்போது இந்த ரெஸ்டாரெண்ட்டில் காத்திருந்த போதும் அப்படித்தான்...

அவள் காத்திருந்தது வீண்போகவில்லை...

நிரஞ்சனாவும், அவள் தோழியும் நேராக வந்து, அவளைத் தாண்டி, அவர்கள் வழக்கமாக உட்காரும் டேபிளைத் தேடி உட்கார்ந்தனர்... எப்படித்தான் ஓட்டலில் கூட ப்ரிஃபர்ட் ப்ளேஸ், என்று ஒன்று வைத்திருக்கிறார்களோ? என்று யோசித்தாள்... அவள் பார்க்கும்தோறும் அதே டேபிள்தான்...

இருவரும் அமர்ந்து, உணவு ஆர்டர் செய்ததும்...

டாலி, எழுந்து சென்று நிரஞ்சனா முன் உட்கார்ந்தாள்...

'ஹாய்...'

நிரஞ்சனா, அப்பட்டமாகவே முகத்தை திருப்பிக்கொண்டாள்...

ப்ரியங்கா மட்டும் 'ஹாய்...' என்றாள்.

அவள், ப்ரியங்காவிடம் புன்னகைத்துவிட்டு, திரும்பி, 'நிரஞ்சனாதானே?' என்றாள்...

'பரவாயில்லையே... என் பெயரைக்கூட சொல்லியிருக்கிறானா?'

'எல்லாவற்றையும் சொல்லியிருக்கிறார்.... ஏன்... பெரும்பாலும் உங்களைப்பற்றி மட்டும்தான் என்னிடம் பேசியிருக்கிறார்...'

அவள் ஒரு நிமிடம் திணறினாள்...

'அப்படியென்ன பேச்சு வேண்டியிருக்கிறது... காதலர்களுக்குள் ஆயிரம் இருக்க... புறம்பேசுவானேன்?'

'நாங்கள் காதலர்கள் என்று யார் சொன்னது?'

'இல்லாமலா அந்த வழிசல் வழிகிறான்...'

'நீங்கள் நினைப்பது தவறு, அவன் உங்களைத்தான் காதலிக்கிறான்... நான் ஒரு ஆர்ட்டிஸ்ட்... ஸ்டேஜ் பர்ஃபார்மர்...'

'இருந்துவிட்டுப் போங்கள்...'

'அவன் என்னை நாளைக்கு ஐம்பதாயிரம் கொடுத்து நியமித்திருக்கிறான்...'

'ஏன்?'

'உங்களைக் காதலிக்க வைக்க... உங்கள் பொறாமையைத் தூண்ட...'

நிரஞ்சனாவுக்கு எதுவும் பேசத்தோன்றவில்லை... சட்டென்று, 'இப்படியெல்லாம் பேச சொல்லி அனுப்பினானா?' இதற்கு எவ்வளவு கொடுத்தான்?'

'எதுவுமில்லை... நான் அதை சொல்லவும் வரவில்லை... எனக்கு அவன் எண் வேண்டும், அதைக் கேட்கத்தான் வந்தேன்...'

'என்னது?'

'ஆம், என் மொபைல் திருட்டுப் போய்விட்டது, நான் சித்துவை உடனே தொடர்பு கொள்ள வேண்டும்... அவனுக்குத் தெரிந்தவர்கள் யாராவது வந்தால் எண்ணைக் கேட்டுப் பெறலாம் என்றுதான் இங்கே காலையிலிருந்து காத்திருக்கிறேன்... நல்லவேளையாக நீங்களே வந்தீர்கள்...'

'என்னிடம் இல்லை... நீ வேறு யாரிடமாவது வாங்கிக் கொள்... கண்டவர்கள் எண்ணையெல்லாம் நான் சேமிக்கவேண்டிய அவசியமில்லை...'

'உங்கள் சண்டையை பிறகு வைத்துக் கொள்ளுங்கள், அவன் உயிருக்கு ஆபத்து... நான் உடனே பேசியாக வேண்டும்...'

ப்ரியங்கா அதிர்ந்தாள்... 'உயிருக்கு ஆபத்தா?'

'ஆமாம்... விவரம் கேட்காதீர்கள்... நேற்று நான் உயிர் தப்பியதே பெரிய விஷயம்...'

'இதை எப்படி நம்புவது? இதுவும் உங்கள் நாடகத்தில் ஒரு அங்கமாயிருந்தால்... அவனை ஒரு ஹீரோ போல கட்டமைத்து என்னை மயக்கப் பார்க்கிறீர்களா? நடிகையல்லவா? நடிகை மட்டுமா? கதை. திரைக்கதை, வசனம் எல்லாம் செய்வாயா?'

'சரி... சட்டென்று திரும்பாதீர்கள்... எதிர் வரிசையில் இங்கிருந்து ஏழாவது டேபிளில் உட்கார்ந்திருக்கிறாரே... அவர் நேற்றிலிருந்து என்னைத் தொடர்கிறார்... வெளியே மேலும் இரண்டு பேர் காரில் உட்கார்ந்திருக்கிறார்கள்...'

ப்ரியங்கா சட்டென்று எழுந்து பேரர் என்று அழைத்தாள்... அப்படியே டாலி சுட்டிய இடத்தைப் பார்த்தாள்...

அவள் உடல் அதிர்ந்தது... நேற்றுதானே அவரைப் பார்த்தோம்... நம் எதிரே உட்கார்ந்தாரே?

அதற்குள் நிரஞ்சனாவும் பார்த்துவிட்டாள்...

'அவரா? அவர் எதற்கு உங்களைத் தொடர்கிறார்?'

'தெரியவில்லை... சமீபகாலமாக சித்துவின் வாழ்க்கையில் நிறைய திருப்பங்கள்... நீங்கள் கடைசியாக பேசியதற்கு மறுநாள் என்று நினைக்கிறேன்... அன்றுதான் நான் சித்துவைப் பார்த்தேன்... பிறகு வினோதமான சம்பவங்கள் நடக்கின்றன... தயவு செய்து எண்ணைத் தருகிறாயா?'

அவள் அமைதியாக இருக்க... ப்ரியங்கா... தன் மொபைலை எடுத்து சித்துவின் எண்ணை ஒவ்வொன்றாக சொன்னாள்...

டாலி, அவன் எண்ணை சேவ் செய்து கொண்டு...

'நீங்கள் யாராவது அவனை அழையுங்களேன்... புது எண் என்றால் எடுக்க மாட்டான்...'

நிரஞ்சனா தயங்க... ப்ரியங்காவே அவனை அழைத்தாள்...

'ஹலோ? என்ன மேடம் நீங்க...' என்றதும், டாலி மொபைலைப் பிடுங்கினாள்...

'சித்து... நான்தான் டாலி...' என்றான்.

உடன், 'துரோகி... என்ன காரியம் செய்து வைத்திருக்கிறாய்... உன்னைப் போய் நம்பினேனே...' என்று சித்து கத்த...

'அவசரப்படாதே சித்து... நான் சொல்வதைக் கேள்...'

அதற்குள்... அவன். 'உன்னை நம்புவதா? இனிமேலா... இன்னும் என்ன பாக்கியிருக்கிறது... ப்ரியங்கா மேடம்... அவளை நம்பாதீர்கள்... அவளோடு எந்த தொடர்பும் வைத்துக் கொள்ளாதீர்கள்...' என்று கத்தினான்...

அவள் சட்டென்று தொடர்பை துண்டித்தாள்...

அவள் வாட்சப்பிலேயே... 'முட்டாள்... அவசரப்பட்டு எதையும் உளறாதே... நான் என் எண்ணைத் தருகிறேன்... அதில் அழைத்து என்னவேண்டுமானாலும் பேசு...ஏன்? நேரில் வந்து என்னை கொன்றாலும் சரி...'

என்று டைப் செய்து அனுப்பினாள்...

இரண்டு பெண்களும் பேயறைந்தது போல உட்காரந்திருக்க, 'பயப்படாதீர்கள்? சொன்னேன் அல்லவா? என் மொபைலைக் காணவில்லையென்று? அதிலிருந்து அவனுக்கு ஏதாவது தவறான செய்தி சென்றிருக்கலாம்...'

உடன். தன் எண்ணை அவனுக்கு அனுப்பினாள்... அத்தோடு நில்லாமல், அவனை தன் மொபைலில் அழைத்தாள்... எடுத்த எடுப்பில், 'சித்து, என் மொபைல் திருட்டுப் போய்விட்டது...' என்று சொன்னாள்.

'நான் உடனே உன்னைப் பார்க்கவேண்டும்...' என்று சித்து சொல்ல... அவள் அவனை நேராக, ஹில்ட்டன் ஓட்டலுக்கு வரச்சொன்னாள்...

சட்டென்று, எழுந்து சரசரவென்று வெளியேறினாள்.

அவள் எழுந்து வெளியேறியதும், அவள் சுட்டிக்காட்டிய மனிதன் நேராக அவர்களை நோக்கி வந்தான்...

'ஹாய் கர்ல்ஸ்... என்ன, இரண்டு பேரும் ஒன்று சேர்ந்துவிட்டீர்களா? சித்து யாருக்கு என்று முடிவு செய்துவிட்டீர்களா? இல்லை இருவரும் கழற்றி விடப்போகிறீர்களா?' என்றார்.

'ஹூ ஆர் யூ மிஸ்டர்? இப்படி பப்ளிக்கில் நாகரிகமின்றி நடந்து கொள்கிறீர்கள்... உங்களுக்கு எப்படி இதெல்லாம் தெரியும்?'

'இதற்கு மேலும் தெரியும்... ஆனால் ஒன்று, சித்து இப்போது இருக்கும் சிக்கலில் இருந்து காப்பாற்ற என்னால் மட்டும்தான் முடியும்...'

'நம்பச் சொல்கிறீர்களா?

'வேறு வழி... இன்னொன்று சொல்லட்டுமா? சித்து மீது ஒரு கொலைப்பழி விழ இருக்கிறது...'

ப்ரியங்கா வாய்பிளந்து நிற்க...

அந்த மூன்றாம் மனிதர் ... அவர்களிடம் ஒரு செல்ஃபோனை நீட்டினார், அதில் ஒரு வீடியோ காட்சி ஓடியது... 'சித்துவும், இன்னொரு முட்டைக்கண்ணனும் ஒரு உள்ளாடையுடன் இருக்கும் ஆளை தூக்கிச் சென்று தண்டவாளத்தில் போட்டுவிட்டு... தலையை தண்டவாளத்தின் மேல் வைத்துவிட்டு...ஓடி வருகிறார்கள்... சட்டென்று வீடியோ நிற்கிறது...

இருவரும் அதிர்ந்து பேச்சின்றி நிற்க...

'நேற்று பேப்பரில் பார்க்கவில்லையா?' என்றார்...

இருவருக்குமே பேப்பர் படிக்கும் பழக்கமில்லை... டிவியில் செய்தி பார்க்கும் பழக்கமும் இல்லை..,

'யூட்யூபில் செய்திகளைப் பாருங்கள்...' என்று கிளம்பஇருந்தவரை...

'சித்துவா? கொலையா?' என்ற நிரஞ்சனாவின் கேள்வி நிறுத்தியது...

'ஆமாம்.... எல்லாம் உனக்காகத்தான்?' அவர் வெளியேறி விட்டார்...

நிரஞ்சனாவுக்கு, தலை சுழன்றது...

எனக்காகவா?

சித்துவுக்குத்தான் அந்த வீடியோ முதலில் வந்தது...

பார்த்ததுமே கொதித்தான்... அந்த கோணம், உயரம் எல்லாவற்றையும் பார்த்ததுமே தெரிந்து விட்டது. வீடியோவை எடுத்தது டாலிதான்...

அதை ஏன் இப்போது நமக்கு அனுப்பினாள் என்று சந்தேகம் வந்தது...

வீடியோவைப் பார்த்து முடித்ததும்...

'ஐ நோ வாட் யூ டிட்...'

'ஐ வான்ட் டு ஸ்பீக்...'

'கம் டு ம்யூசியம் பை 4 பிஎம்.'

தன்னிடம் பணம் கறக்க டாலிதான் ஏதோ சூழ்ச்சி செய்கிறாள் என்று நினைத்தான்...

காலைமுதல் கொதித்துக் கொண்டிருந்தான்... அவன் அழைப்புக்கள் அனைத்தும் ஏற்கப்படவேயில்லை... முழு ரிங் முடிந்தும் எடுக்கப்படவில்லை...

அப்போதுதான் அவனுக்கு பிரியங்காவின் எண்ணிலிருந்து அழைப்பு வந்தது...

அவன் உடனே கிளம்பி வந்து ஹில்ட்டனில் உட்கார்ந்துவிட்டான்... காத்திருந்தான்...

டாலியை இத்தனை கோரமாக அவன் பார்த்ததேயில்லை... எந்த வித அலங்காரங்களும் இல்லாமல், தலைவிரிகோலமாக வந்து நின்றாள்... அவள் நளினமெல்லாம் காணாமல் போய், தப்தப்பென்று நடந்து வந்து நின்றாள்...

'என்னங்க ஆச்சு? ஏன் இப்படி இருக்கீங்க?'

அவள் மொபைல் தொலைந்தது முதல், தொடரப்படுவது தொட்டு, நிரஞ்சனாவை சந்தித்தது வரை கூறி முடித்தாள்...

'சொல்லிட்டீங்களா?'

'என்னால முடிஞ்ச உதவி சித்து... நடப்பதையெல்லாம் பார்த்தால் நான் உயிரோடு இருப்பதே சந்தேகம்... அதனால்தான்...'

'என்மேல இன்னமும் வெறுப்பு உண்டாகற மாதிர செஞ்சிட்டு வந்திருக்கீங்க...'

'இல்லை... சித்து... நமக்காக ஒருத்தன் இத்தனை மெனக்கெடறானேன்னு... அவ உங்க லவ்வ அக்சப்ட் பண்ணுவா...'

எனக்கு பரிதாபத்தில் வரும் காதல், அடுத்தவர் சொல்லி வரும் காதல் வேண்டாம்... ஆத்மார்த்தமாக வரவேண்டும் என்றெல்லாம் அவன் டையலாக் அடிக்கவில்லை... காரணம், அவன் நோக்கம், அவளல்ல... நிறுவனம்...

சிரித்தான்... 'தேங்க்யூ...'

'அது சரி ஏன் திட்டினாய்?'

அவனுக்கு அப்போதுதான் தன்னிலை உறைத்தது...

'நீ என்ன செய்திருக்கிறாய் பார்...'

அந்த வீடியோவைக் காட்டினான்...

'ஆம், இது நான் எடுத்ததுதான்... ஆனால், அது உனக்காக இல்லை, நான் பங்கஜ்-ஐ நம்பவில்லை... எப்போது வேண்டுமானாலும் காலை வாருவார் என்று ஒரு சேஃப்ட்டிக்கு எடுத்தது... ஆனால் என் மொபைலை ஹாக் செய்ய முடியாதே?'

'நம்பிக் கொண்டிரு... அதுதான் பல்லிளித்துவிட்டதே... இதோ ஓலை வந்துவிட்டது...'

அவளுக்கு கவலை வந்துவிட்டது... இது மட்டுமல்ல வேறு சில வீடியோக்களும் உண்டு... இதை விட சீரியசானவை...

'சரி... அதுதான், மாதவ் உயிரோடு வந்து விட்டாரே...என்ன பயம்...?'

'முட்டாள் பெண்ணே... அதே மாதிரி சம்பவம், அதே இடத்தில், அதே நேரத்தில், இரண்டு நாள் கழித்து நடந்திருக்கிறது... யாரோ இறந்திருக்கிறார்கள்... அதே போல உள்ளாடையுடன்...,'

'என்ன சொல்கிறாய்?'

அவன் பேப்பரை எடுத்து காட்டினான்...

அவள், 'தமிழ்ப் படிக்கத் தெரியாது...' என்றாள்.

'ஃபோட்டோ போட்டிருக்கிறது பார்...'

அவள் ஃபோட்டோவைப் பார்த்ததும்... அதிர்ந்தாள்... அவளுக்கு அந்த தொடை மச்சம் தெரியும் 'ஃபிலிக்ஸ்...' என்றாள்...

'அது யார்? உனக்குத் தெரியுமா?'

'சாரி... பங்க்ஜ். அது ஃபீலிக்ஸ் உனக்காக வைத்துக்கொண்ட பெயர்...'

சித்து அதிர்ந்தான்.

18

தேவ்தத்தின் மொபைலில் ஒரு வாட்சப் செய்தி வந்திருந்தது... 'ஹாய்...'

வந்தது ஃபிலிக்சின் மொபைல் எண்ணிலிருந்து.

இது எப்படி? அவனைக் காணவில்லை என்றுதானே டாலி சொன்னாள்?

காணவில்லையென்றால் ஒரே அர்த்தம்தானா? பதிலிறுப்பதா, வேண்டாமா? என்ற குழப்பத்தில் அவர் இருக்கையிலேயே, அடுத்த செய்தி வந்தது...

உங்களுக்குத் தேவையானதை நானே தரமுடியும்... அவனுக்குத் தருவதை விட குறைந்த விலையில்...

அவர் அதையும் அலட்சியப்படுத்தினார்...

மொத்தமே இரண்டு கோடியில் வேலையை முடிக்க முயன்றான் அவன்... மற்றவை அவனது சொந்த கணக்குக்கு மாற்றிவிட முயன்றான்... நான் முடித்துத் தருகிறேன்... ஐந்து கொடுங்கள்.

அவர் 'யார் நீ... சொல்வது ஒன்றும் புரியவில்லை... தவறான ஆளிடம் பேசிக் கொண்டிருக்கிறாய்...' என்று பதில் அளித்தார்...

'இல்லை... எனக்குத் தெரியும்... சந்தேகமென்றால்... எனக்கு எஸ்ஜிஎல்டி2 என்றால் என்ன என்று தெரியுமா என்று பரீட்சித்துப் பாரேன்?'

'புல்ஷிட்... எனக்கே அப்படியென்றால் ஒன்றும் தெரியாது...'

'சரி...நான் ஒரு ஆடியோ அனுப்பி வைக்கிறேன்... பிறகு பேசலாம்...'

சில நொடிகளில்... ஒரு ஆடியோ க்ளிப்பிங் வந்தது...

'நிச்சயமாய்த் தெரியுமா? சென்னைதானா?'

'ஆமாம்... ஆனால் அவர்களுக்கு ப்ரின்சிபலைத் தெரியாது... அவர்களுக்கு வேலை வழங்கும் நிறுவனம்... எஸ்ஜிஎல்டி2 டிசிஎஃப்007 என்றுதான் கோட்வர்ட் தந்திருக்கிறார்கள்...'

டக்கென்று அதை நிறுத்தினார்... பாஸ்டர்ட்... ஃபீலிக்ஸ்... என்னிடமே விளையாடுகிறாயா? உன்னை என்ன செய்கிறேன் பார்? என்று கறுவியவர்... கோபப்பட்டார்... எப்படி? எப்படி ரெக்கார்ட் செய்தான்... அவனை துப்புரவாய் ஸ்கேன் செய்தபிறகே உள்ளே அனுப்பவேண்டும் என்பதுதானே உத்தரவு... அது

பிறகு... முதலில், புதிதாய்க் கிளம்பியிருக்கும் பிரச்சினைக்கு வருவோம்...

'இதை ஏன் என்னிடம் அனுப்பினாய்? யாரோ இரண்டு பேர் பேசிக்கொண்டிருக்கிறார்கள்... புரியாத வார்த்தைகள் வருகின்றன...'

'ஃபீலிக்சையே அப்புறப்படுத்திய என்னை அத்தனை முட்டாள் என்றே நினைத்துவிட்டீர்களா? அனுப்பியது சாம்பிள்தான்... சில வீடியோக்களும் இருக்கின்றன...'

ஏற்கனவே சிகப்பான தேவ்தத்தின் முகம் ரத்தச்சிவப்பானது... முஷ்டியை இறுக்க... மூட்டுக்கள் பீட்ரூட் போல சிவந்தன...

கோபத்தினூடே... ஃபீலிக்ஸை அப்புறப்படுத்தியவன்... என்றால் என்ன அர்த்தம்? சட்டென்று புரிந்தது...

வேறுவழியில்லை...

'ஃபீலிக்ஸ் என்னாவனான்...?'

'இரவில் தூக்கத்தில நடக்கும் வியாதி இருக்கும் போலிருக்கிறது... அல்லது கள்ளக்காதல் விவகாரமா தெரியவில்லை... உள்ளாடையுடன் இரயில் பாதையை கடக்க முயன்று... இரயிலில் அடிபட்டு செத்துவிட்டான்...'

'அப்படியா?'

'உங்களுக்கு நெருக்கமானவர்களை செய்திகளை சரியாக கவனிக்கச் சொல்லுங்கள்...'

'அதற்கென்ன இப்போது?'

'நான், டாலி, ஃபீலிக்ஸ் மூவரும்தான் சேர்ந்து அந்த சித்தார்த்தை மடக்கினோம்... சித்தார்த் யாரென்று தெரியாதில்லையா? டிக்ரிப்பின் முக்கிய சொத்து... அந்நிறுவனத்தின் அனைத்து மூலை முடுக்குகள், இணைப்புகளை அறிந்தவன்... ஆனால் டாலிக்கு, சித்துவையே செலவு செய்ய வைத்தான், எனக்கு, ஐந்து லட்சம்தான் பேசினான்... அதுதான் இனி நேரடியாக நானே களத்தில் இறங்கலாம் என்று முடிவு செய்தேன்...'

'இதை நான் எப்படி நம்புவது?'

'நம்பவேண்டாம்... காரியம் முடிந்ததும் காசுகொடுங்கள்...'

'நான் யோசிக்க வேண்டும்....'

அதன் பிறகு எந்த தகவலும் இல்லை...

கேஷவாச்சாரியை அழைத்தார்...

'முட்டாள் கிழவா... நீ சார்த்தும் நாமம் உன் கண்ணை மறைத்துவிட்டதா? அல்லது அந்த நாமத்தை எனக்கு சார்த்த முயற்சிக்கிறாயா?'

'ஹைனெஸ் என்ன சொல்றாருன்னு புரியலை...'

அவர் தன் மெபைலை சாரியை நோக்கி வீசியெறிந்தார்...

பல வருட பழக்கம் போலும்... சாரி அதைத் தாவிப் பிடித்தார்... பின் படித்தார்...

'ஃபீலிக்ஸ் துப்புரவாக ஆராயப்பட்ட பிறகே உள்ளே அனுப்பப்படுகிறார்... அவர் உடலில் எந்த எல்க்ட்ரானிக் சமாச்சாரங்களும் இருந்ததில்லை... '

'அவன் இறந்தது கூடவா உங்களுக்குத் தெரியவில்லை..?'

'மேற்படி ரயில் தண்டவாளம் செய்தியை நானும் படித்தேன்... ஆனால் அது ஃபீலிக்ஸ் என்று தோன்றவில்லை.'

'எனக்குக்கூட நீங்கள் ரிட்டயர் ஆகும் வயதை எட்டிவிட்டீர்கள் என்று தெரியும்... ஆனால் புலன்கள் மழுங்கிவிட்டதாக தோன்றவில்லை... இத்தனை நாட்களாக.... இனி, நான் யோசிக்க வேண்டியதிருக்கிறது...'

'இனி தவறு நடக்காது...'

'இனி என்றால் எப்போது? இந்த நிறுவனத்தை இழுத்து மூடியபிறகா? அல்லது, நான் ஜெயிலுக்குப் போன பிறகா?'

'ஐயய்யோ... இந்த நிறுவனம் ஆல்போல தழைக்க வேண்டும்... எத்தனை குடும்பங்கள் இதை நம்பியிருக்கின்றன... நீங்கள் நன்றாயிருந்தால்தானே நிறுவனம்... நான் ஆவன செய்கிறேன்... நீங்கள் சிறை செவ்தற்குமுன் என் தலை சாயும்...'

'பேசாதே... போய் வேலையைப் பார்... இன்னும் இருபத்துநான்கு மணிநேரத்தில்... அந்த சித்து, டாலி, இதோ இந்தப் போக்கிரி.... இவர்களுக்கும் எனக்கும் எந்தத் தொடர்பும் இருக்கக் கூடாது...'

'செலவாகும்...'

'கொத்துச் சாவி உம்மிடம்தானே இருக்கிறது...'

'இருந்தாலும் அனுமதி?'

'என் அனுமதி கேட்டுத்தான்... பத்ராச்சலத்தில் நிலம் வாங்கினீரா?'

கேஷவாச்சாரி அதிர்ந்தார்...

'போம்... போய் வேலையைப் பாரும்... உங்கள் கதையை பிறகு பார்க்கலாம்...'

கேஷவாச்சாரி வெளியேறியதும், தேவ்தத் பட்டென்ற நெற்றியில் தட்டிக் கொண்டார்... அவசரப்பட்டுவிட்டோமோ? இப்போது எதற்கு பத்ராச்சலம் விஷயத்தை எடுத்தோம்... தேவா... நிதானத்தை இழக்காதே.... அதுதான் உன் நண்பன்...

கேஷவாச்சாரி... விசுவாசி, ஆனால் கை நீளம், தந்தையின் காலத்திலிருந்து இருக்கிறார்... ஆனால், தந்தை சொல்வார்...

சில்லரைத் திருட்டுக்களுக்கென்று ஒரு பத்து சதவீதம் விட்டுவிட வேண்டும் தேவா... சில விஷயங்களை கண்டும் காணாமலும் இருக்கவேண்டும்... அப்போ-

துதான் நிர்வாகம் ஒழுங்காக இருக்கும்...

ஆனால் தேவ்தத்... இளம் வயதில், நெருப்பாக இருந்தார், லஞ்சம் கொடுப்பது, திருடுவது, இதெல்லாம் அவருக்கு எரிச்சல் மூட்டின...

அப்பா அப்படியல்ல, கேஷவாச்சாரி திருடுவது தெரியும், ஆனால், கண்டு கொள்ளமாட்டார்... செக்புத்தகத்தின் கவர் கிழிந்திருந்தால், கேஷவாச்சாரியின், பரம்பரையே தூக்குப்போட்டுக்கொள்ளும் அளவுக்குத் திட்டுவார், வீட்டுப்பெண்களை அவர் ஏசுவதை, அந்தப்பெண்கள் கேட்டால், கூசியே செத்துவிடுவார்கள்... சின்ன தப்புக்கும் வானத்துக்கும், பூமிக்குமாக குதிப்பார்... சம்பளத்தில் கறாராக இருப்பார், லீவுக்கு, தாமதத்துக்கு என்று தயவுதாட்சன்யமில்லாமல், சம்பளத்தை குறைப்பார், ஏறக்குறைய பத்தாண்டுகள்... அவர் பத்தாயிரத்துக்குமேல் சம்பளம் வாங்கியதில்லை... ஆனால் திருடினார்... அது தெரிந்தும் திருட்டுக்கு திட்டுவதில்லை... காரணம், அவருடைய திருட்டுக்கள் கட்டுக்குள் இருந்தன... நெக்ளிஜிபிள்...

இதன்பின்னாலுள்ள தாத்பரியம், தேவாவுக்குப் புரியவில்லை... அவர் பொறுப்பேற்றதும்... கேஷவாச்சாரியின் கீழ் வேலை செய்த சீனிவாசமூர்த்தி என்பவர் அவர் திருட்டுக்களை அடிக்கடி தேவ்தத்தின் கவனத்துக்கு கொண்டுவந்தார்... இருவரும் தென்னாட்டவர்கள்தான் என்றாலும், ஒரே கம்யூனிட்டி என்றாலும், ச்சாரி தெலுங்கு ப்ராமின்... பதினைந்து வருடம் மூத்தவர் வேறு, எதுவோ ஒத்துப் போகவில்லை... ஒருநாள் கோபம் தலைக்கேற... தேவ்தத், சாரியை டிஸ்மிஸ் செய்தார்... அதன்பிறகு... சீனிவாசமூர்த்தி ராஜ்யம்தான்...

இந்தியாவில் கேஷ் பிசினஸ் என்பது இன்றியமையாதது... லஞ்ச லாவன்யத்துக்கும், கட்சிகளின் நிதிக்கும், சொந்த உபயோகத்துக்கும் என... அது இரண்டாவது அரசாங்கம்... பேரல்லல் கவர்ண்மென்ட்...

பத்தில் மூன்று பேட்ச் கணக்கில் வராத வியாபாரம்...

இவர்கள் நிறுவனம் பெயர் பெற்றது, ஆனால் பெரும்பாலான மருந்துகள், வேறு, வேறு நிறுவனங்களில் தயாரிக்கப்பட்டு, இவர்கள் பெயரில் விற்பனைக்கு செல்பவை...

அதிலும் பெரும்பான்மை கேஷ் ட்ரான்சாக்ஷனில் வரும், இது தவிர, எக்ஸ்பையரி ஆன மாத்திரைகளை ரீபேக் செய்து விற்கவென்றே ஒரு யூனிட் உண்டு... பேஸ் மெட்டீரியல் மீது மேலும் இரு சொட்டு கெமிக்கலை சேர்த்தும், சிலசமயம் சேர்க்காமலும் மறுபடி சுழற்சிக்கு வரும்... அது முழுவதும் பணப்பரிவர்த்தனை, முழுவதும் லாபக்கணக்கு...

இதில் ஓடிசி... எனப்படும் ஓவர்-த-கவுண்டர், ப்ரிஸ்க்ரிப்ஷன் இல்லாமலும், மருந்துக் கடைகளில் வாங்கக்கூடிய மாத்திரைகள் காமதேனுக்கள், பணப்பசுக்கள்... அப்படியே மறுபடி பேக்செய்யலாம்... ப்ளாசிபோ எஃபக்ட் தரக்கூடி-

யவை••• அதாவது, மருந்து சாப்பிட்டுவிட்டோம், சரியாகிவிடும் என்ற நினைப்பே உடம்பை சரிசெய்துவிடும்••• அவை மருந்து சாப்பிடாவிட்டாலும் சரியாகக்கூடிய சில்லறை வியாதிகள்••• சொல்லப்போனால், வியாதிகளே அல்ல.

தேவ்தத்துக்கு திருமணத்தில் சில சிக்கல்கள் வர... கவனம் சிதற••• இந்த காலகட்டத்தில்தான் சீனிவாசமூர்த்தியால், டாலி போன்ற பெண்கள் அறிமுகமாயி-னர், ஆனால் டாலி வெகு பின்னால் வந்தவள்•••

தேவ்தத் தனிப்பட்ட பிரச்சினைகளில் கவனம் செலுத்த, சீனிவாச மூர்த்தி, தனிக்காட்டு ராஜாவானார்•••

தேவ்தத் சுதாரிப்பதற்குள்••• காரியம் கைமீறிப் போய்விட்டது•••

இவர்களின் ஒரு இருமல் சிரப், போதை மருந்தாக உட்கொள்ளப்படுகிறது, என்று வதந்தி உண்டு, வதந்தி என்ன? அது உண்மைதான்••• இவர்களே, வேறு சிறிய நிறுவனத்தின் பெயரில் செய்வது••• ஒரு முறை, கணக்கில் வராத ஒரு பெரிய கன்சைன்மென்ட், கஸ்டம்சில் சிக்கிக்கொள்ள••• அந்த ஃபேக்டரி எங்களு-டையது இல்லை என்று கைகழுவிவிட வேண்டிய கட்டாயம்••• கஸ்டம்சில் ஒரு அதிகாரி எதற்கும் மசியவில்லை••• சின்சியர் ஆஃபீசராக இருந்தார்•••

அந்த ஃபார்முலாவுக்கும், ஃபேக்டரிக்கும், சல்லிசான விலை கொடுத்து••• பழியைத் தான் ஏற்றுக் கொள்வதாக ஒரு நிறுவனம் வாங்கியது••• அதன் முத-லாளி, சீனிவாசமூர்த்தியின் மனைவியும், மகனும்•••

தேவ்தத், சுதாரித்துக் கொண்டார்••• ஆடிட்டர்களை நியமித்து, கணக்கு வழக்-குகளை சரி பார்த்து••• சீனிவாசமூர்த்தியைக் கசக்கி••• முடிந்தவரை பிடுங்கிக்-கொண்டு வெளியே துரத்தினார்•••

ஆனால், ரெய்டை ஏற்பாடு செய்ததே சீனிவாசமூர்த்தி என்பதும், அந்த கஸ்-டம்சின் சின்சியர் ஆஃபீசர், அவரது நண்பர் என்பதும், பின்னால்தான் தெரிந்-தது••• அதற்குள், ஓடிசி டேப்ளட் சிலவற்றையும் சேர்த்துக் கொண்டு, அவன் நிறுவனம் தலை நிமிர்ந்துவிட்டது தனிக்கதை•••

அப்போதுதான் தேவ்தத்துக்கு, ச்சாரியின் நினைவு வந்தது••• பழைய ஆள் என்பதால், சில்லறைத் திருட்டுக்களோடு அவர் நின்றுவிட்டார், இவன் மாடர்ன் கிரிமினல் என்று புரிந்து கொண்டார்•••

ச்சாரியின் திறமைக்கு எங்கே வேண்டுமானாலும் வேலை கிடைக்கும்••• ஆனால் அவர், முக்கிய பொறுப்புகளில் இருந்தவர், அவர் வெளியேறிய கதை இண்டஸ்ட்ரி முழுக்க தெரிய••• திணறினார்••• தேவ்தத்தின் தந்தை, அதிகம் சம்பளம் தராமல் அவரை எப்போதும் தேவைகள் உள்ளவராகவே வைத்திருந்-ததால், அவர் திருடுவதே அவசரத் தேவைக்குத்தான். சேட் திட்டுவது, திருடி-யதாலா, அல்லது உண்மையாக செய்தது தவறு என்று நினைப்பதாலா? என்ற யோசித்து யோசித்து, அதற்கே பயந்து கொண்டிருப்பார்••• அதனால், அவரால்

பெரிய திருட்டுக்களுக்கு திட்டமிட முடியவில்லை, அவருக்கு சேமிப்பும் கிடையாது... அதுவே தேவ்தத் காலத்திலும் தொடர்ந்தது... அதனால், ச்சாரி வேலை செய்தே ஆகவேண்டிய கட்டாயம்... அவர் திறமைக்கு ஏற்ற வேலை கிடைக்காமல், அதற்குள் நான்கு நிறுவனங்கள் மாறியிருந்தார்...

விஷயம் கேள்விப்பட்டு... சரியாக காய் நகர்த்தி, பரிதாபமாக தேவ்தத் முன் வந்து நின்றார்... தேவ்தத், ச்சாரி இருவருக்குமே மற்றவரின் தேவை இருக்க...

மறுபடி கேஷவாச்சாரியின் ஆட்டம் ஆரம்பமானது...

ஆனால் தேவ்தத், தந்தையை மிஞ்சியவராக நடந்து கொண்டார்... எல்லா தகிடுதத்தத்திலும் குட்டி பதினாறடி பாய்ந்தது... காரணம், தந்தை பார்த்து அறிந்து கொண்டதை, அவர் அடிபட்டு, இழப்புகளை சந்தித்து கற்றுக் கொண்டார்... குறிப்பாக, ச்சாரியை கட்டைவிரலின் கீழ் வைத்திருந்தார்...

இருந்தும் கேஷவாச்சாரிக்கு சந்தர்ப்பங்கள் கிட்டாமலில்லை...

ஆனால், அத்தனையும் தேவ்தத் தெரிந்து வைத்திருந்தார்...

சித்து எப்படி நிதானத்தில் இருந்தான் என்று அவனுக்கே குழப்பமாக இருந்தது...

பங்கஜ் என்பது உண்மைப் பெயரில்லையா?

'உன் பெயர் டாலி என்பதாவது நிஜம்தானா? அல்லது? வேறு ஏதாவதா?'

'தனுஜாதான்....'

'மாதவ்...?'

'தெரியாது... ஃபிலிக்ஸ்தான் அறிமுகப்படுத்தினார்...'

'ஃபிலிக்சை எப்படி தெரியும்?'

'இதென்ன இப்படி கேட்கிறாய்... தொழில் முறையில்தான்... நான்தான் அன்றே சொன்னேனே... மொத்தமாய்க் கொடுத்தால் மொத்தமாய்க் கிடைக்கும் என்று...'

'என்னதான் நடக்கிறது?'

டாலி ஆதியோடந்தமாக சொல்ல ஆரம்பித்தாள்...'ஃபீலிக்சுக்கு, டீக்ரிப்பிலிருந்து ஒரு ரிப்போர்ட்டை களவாட வேண்டும். அதற்கு நிறுவனத்தில் வேலை செய்யும் ஒரு ஆளின் உதவி தேவை. அந்த சந்தர்ப்பத்தில்தான், சித்து, தன் காதலியிடம், பணம் பற்றி பேசியிருக்கிறான்... சித்துவுக்கு பணத்தாசை காட்டினால்? அவன் உதவுவான் என்று ஃபிலிக்ஸ் திட்டமிட்டிருக்கிறார். ஆனால் பணத்தாசை போதாது... திடீரென்று விசுவாசம் தலை காட்டினால்? பயம் போன்ற ஒரு சிறந்த கருவி கிடையாது... எதிர்காலமே இருண்டு போவது போல ஒரு பயத்தைக் காட்டினால்? சித்து கைக்குள் இருப்பான். ஆகவே, சித்துவை பயமுறுத்த ஒரு உபாயம் தேவைப்பட... ப்ளாக்மெயில் திட்டம் உருவானது. டாலியும், மாதவ்வும் என்ட்ரி... மாதவ்வும் தியேட்டர் ஆர்ட்டிஸ்ட், ஸ்டன்ட் தெரிந்தவன்... அன்று அவர் விழு-

வது போலத்தான் நடித்தார்... டாலி அவரை மறைத்தபடி படியிறங்கும் போதுதான் ரத்தம் வரும்படி செய்துகொண்டார்... டாலியின் ஷாக், மாதவின் என்ட்ரி, தூண்டப்பட்ட சண்டை, மாதவ் இறந்தது, மறுநாள் உயிரோடு வந்தது எல்லாமே ஸ்க்ரிப்ட்டட்... கதை, திரைக்கதை, வசனம் ஃபிலிக்ஸ். அவர், கூடவே இருந்து சித்துவை கண்காணிக்க வேண்டும் என்பதற்காக, மாதவ் ப்ளாக்மெயிலராக நியமிக்கப்பட்டார். அவருக்கு திட்டம் முழுவதும் தெரியாது.

எல்லாவற்றையும் நம்பி, சித்து ரகசியங்களை எடுத்துக் கொடுக்க சம்மதித்துவிட்ட பின், எல்லாம் சுபம் என்கிற வேளையில்... திடீரென்று ஃபீலிக்ஸ் மரணம்... அது இன்னமும் உறுதியாக தெரியவில்லை... ஆனால் நம்பவேண்டியிருக்கிறது... காரணம் அவள் மீது நடந்த தாக்குதல்... இதை விளக்கிவிட்டு, தொடர்ச்சியாக...

'இப்போது கூட நம்மை இரண்டு பேர், இல்லையில்லை, மூன்று பேர் தொடர்கிறார்கள்...' என்றாள்.

அவன் சட்டென்று திரும்பிப் பார்க்க...

அவள் 'திரும்பிப் பார்க்காதே... நானே காட்டுகிறேன்...' என்றாள்.

'எப்படி?'

'நாம் அடுத்து செல்லப்போவது தனிமையான சாலை... நம்மையும், தொடர்பவர்களையும் தவிர்த்து யாரும் வரப் போவதில்லை...'

சித்துவுக்கு நடுங்கியது, 'யார் அவர்கள்?'

'தெரியவில்லை... நம்முடைய திட்டம் யாருக்கோ தெரிந்திருக்கிறது... உங்கள் நிறுவன ஆட்களாகக் கூட இருக்கலாம்... அல்லது அதைவிட பெரிய ஆட்களாக இருக்கலாம்... யாராயிருந்தாலும் நம்மை உயிரோடு விடப் போவதில்லை...'

சித்துவுக்கு இப்போது நிலைமையின் தீவிரம் புரிந்தது... சட்டென்று அவனுக்கு, மித்ரா சொன்ன நிருபர் நினைவு வந்தது...

'இதில் ஃபீலிக்ஸ் மட்டும் இறக்கவில்லை... இன்னொரு மரணமும் நிகழ்ந்திருக்கிறது...'

இப்போது டாலி திடுக்கிட்டாள்... ' என்ன சொல்கிறாய்?'

'ஆம்... பத்மநாபன் என்கிற ரிப்போர்ட்டர்... லாரி விபத்தில் இறந்துவிட்டார்... அது விபத்தில்லை... திட்டமிட்ட சதி...'

'அவ்வளவுதான்... நீ, நான், மாதவ் மூவரும் சாகப் போகிறோம்...'

'இல்லை... என்னைக் கொல்வதாக இருந்தால் இந்நேரம் முடிந்திருக்கும்... ஆனால், என்னை அங்கிருந்து நீக்கியிருக்கிறார்கள்... நான் சாகப் போவதில்லை... ஏதோ, காரணம் இருக்கிறது...'

'ஒரு வேளை... என்னையும், மாதவையும் பிடிப்பதற்காகவும், எங்களை நியமித்தது யார் என்று கண்டுபிடிக்கவும்தான் உன்னை எதுவும் செய்யாமல் விட்டுவைத்திருக்கிறார்களோ? அதனால்தான் ஒருவாரம் உனக்கு நேரம் தந்திருக்கிறார்களோ?

சித்துவின் வயிற்றில் சிலீர் என்று ஐஸ்கத்தி இறங்கியது... இருக்கலாம்... அது ஒரு சாத்தியக் கூறுதான்...

'ஆனால்... எனக்கும் ஃபீலிக்சை நியமித்தது யாரென்று தெரியாதே? சமீபத்தில், என்னுடைய பழைய வாடிக்கையாளர் ஒருவர் என்னை சந்திக்கவேண்டும் என்று சொன்னதாக ஃபீலிக்ஸ் சொன்னார்... அவரையும் தொடர்பு கொண்டு கேட்டுவிட்டேன்... அவர் ஃபீலிக்ஸை சந்திக்கவேயில்லையென்கிறார்...'

'அவர்...'

அதற்குள்...

டாலி சொன்ன தனிமையான சாலை வந்தது...

டாலியின் கார் முன்னே செல்ல, பின்னால் வந்த கார் அவர்களை முந்தப் பார்த்தது...

மடக்கி நிறுத்தி, கொல்லத்தான் திட்டமோ?

அவர்களை ஓவர்டேக் செய்து முன்னே மடக்கினாற் போல நிற்க...

பின்னால் ஒரு போலீஸ் ஜீப் வந்தது...

உடன் அந்தக் கார் ஒதுங்கி வழிவிட... டாலி முன்னேறினாள்... பின்னால் அந்த ஜீப் மெல்ல தொடர... அதற்குப் பின்னால் கார் தொடர்ந்தது...

அவர்கள் மறுபடி ட்ராஃபிக்கில் கலக்க... பின்னால் வந்த போலீஸ் ஜீப்பைக் காணவில்லை... ஒருவழியாக மியூசியத்தை அடைந்ததும்...

பின்பக்கம் சிறுவர் விளையாடும் பகுதிக்கு வரும் படி செய்தி வர...

இருவரும் சென்றனர்...

அங்கே ஒலி அலைகளைப்பற்றி விளக்கும் பேரபோலா கிண்ணங்கள் அருகே அவன் நின்றிருந்தான்...

இருபதடி தூரத்தில் அவர்கள் நிற்க... அவன் திரும்பி நின்று பேசியது அவர்களுக்கு துல்லியமாய்க் கேட்டது...

'வாங்க மேடம்... ஜாக்பாட் குடுத்திருக்கீங்க... சும்மா மொபைலை அடிச்சேன்னு நெனைச்சேன்... ஐசா கேடிங்களா இருக்கீங்க... மேட்டரு இன்னா... மர்டரு இன்னா... ஐயா செட்டிலாயிடுவேன்...'

'சார் நீங்க எதிர்பாக்கறா மாதிரி நான் ஒன்னும் பெரிய ஆள் இல்லை சார்...'

எது? ஒரு ஆள முழுசா கொன்னிருக்கீங்க... நீங்க பெரியாளில்லையா?'

'அது கொலையில்லை... விபத்து... பயந்து போய் பாடிய டிஸ்போஸ் பண்ணப் பாத்தோம்... ஆனா அவன் சாகலை... உயிரோடத்தான் இருக்கான்...'

‘கதை உடறியே? நாந்தான் பேப்பர்ல பாத்தேனே?‘

‘ஐயோ... அது ரெண்டு நாளைக்கு அப்பறம் நடந்தது... சேவ் பண்ண தேதிய பாரு... யாரு கிட்ட குடுத்தாலும் ஈசியா கண்டுபிடிச்சிடுவாங்க...‘

‘சரி... அப்ப நான் வீடியோவ மட்டும் போலீசுக்கு அனுப்பறேன்... அவங்க நம்புவாங்களா? உன்னை உட்டுடுவாங்களா?‘

சித்து அமைதியானான்...

இப்போது டாலி ஆரம்பித்தாள்.... ‘அண்ணா... அதுல இருக்கறதெல்லாம் என் சேஃப்டிக்கு எடுத்து வெச்சது... எல்லாம் பெரியாளுங்க... பின்னால என்ன எந்த சிக்கல்லையும் மாட்டிவிடாம இருக்க செஞ்சது... அதவெச்சி நான் பணமெல்லாம சம்பாதிக்க முடியாது... போட்டுட்டுத்தான் மறுவேல பாப்பாங்க...‘

‘அதான் போட்டுட்டாங்களே? அதத்தான புடிச்சி வெச்சிருக்க?‘

‘நான் சொன்னது என்ன கொன்னுட்டுத்தான் மறுவேல பாப்பாங்கன்னு...‘

‘அதெல்லாம் எனக்குத் தெரியாது... டேய்... தம்பி... நீ என்ன பண்ற... ஒரு கோடி ரூபாய்... கொண்டாந்து குடுத்துடற... நீ பொம்பள பாவம்... அம்பது லட்சம் குடு... ஃபோன குடுத்துடறேன்...‘

‘ஐயோ ஒரு கோடியா? நான் எங்க போவேன்?

‘எங்கனா போ, திருடு, கொலை செய், அப்பாம்மா கால்ல உளு... எனக்குத் தேவை ஒரு கோடி...‘

‘அவ்ளோல்லாம் என்னால முடியாதுண்ணா...‘

‘உந்தலையெழுத்த யாரால மாத்த முடியும்... நீ கவர்மென்ட் விருந்தாளியா போக வேண்டியதுதான்... இந்த வீடியோல இருக்கற ஆளும், செத்தவனும் வேற-வேறன்னு கண்டுபிடிக்கறதுக்குள்ள பத்து வருசமாயிரும்... ஆமா, கண்டுபிடிப்-பாங்களா, அக்யூஸ்ட் கெடச்சா, கேச மாத்தி எளுதிடுவாங்களா?‘

‘சார்...‘

‘போடா... போய் காசு அரேஞ் பண்ணு... மத்த கதை அப்பறம்...‘

‘என்னால முடியாது...‘

‘அப்டியா சார்... உங்க நண்பர் யாருகிட்டையோ கோடி கணக்குல பேரம் பேசின விவரம் இதுல இருக்கு சார்... போயி அந்த வேலைய முடிங்க சார்... காச வாங்குங்க சார்... இங்க கொண்டாங்க சார்... ஃபோன வாங்கிக்கங்க சார்...‘

‘அது முடியாது...‘

‘ஏன்?‘

‘பேரம் பேசினவரு செத்துட்டாரு... இனி, பணம் கிடைக்க வாய்ப்பில்லை...‘

‘இல்லை... பேரம் பேசினது வேற ஒரு டோமரு... அவங்கிட்ட வாங்கிக் குடு...‘

'அது எப்படி உங்களுக்குத் தெரியும்...'

'ஃபோன் எப்ப தொலைஞ்சது?'

'நேத்து...'

'நீங்க இந்த வேலையை முடிக்கறதா பேசிகிட்டது என்னிக்கி?

'நேத்து... '

'அப்போ.... முந்தா நேத்து ராத்திரி காசு குடுக்கறவன் செத்துட்டான்... நீங்க யாருக்காக வேலைய முடிக்கப் போறீங்க?'

'மாதவ்க்காக?'

'ஓ... மாதவா அவன் பேரு...'

''இப்பத்தான் தெரியுமா?'

'மாதவ்... உங்களுக்காகத்தான் மாதவ்... நீங்கதான் அந்த ஸ்பெஷல் பர்சன்...' அவன் வளைந்து நெளிந்து நின்று, டாலி போலவே பேசிக் காட்டினான்...

சித்து அவளை முறைக்க...

'சும்மா உல்லலாகாட்டிக்கு... எல்லா வீடியோவும் சிக்கிருச்சிமா... உங்களுக்கு எனக்கு பணம் கொடுக்கறத தவிர வேற வழியில்லை...'

'மாதவ்க்கு, ஃபீலிக்சோட சோர்ஸ் தெரியுமா? தெரியாதான்னே எனக்குத் தெரியாது...'

'முட்டாளா நீ? அந்த மாதவ், உங்ககிட்ட என்ன சொல்லியிருக்கான்? செத்தவன பத்தி கவலைப்படாதே? வேலைய முடிங்கன்னு சொல்லியிருக்கான்லே? அப்ப அவனுக்கு எங்கருந்தோ அதுக்கு பணம் வருதுன்னு புரியலையா?'

'ஆனா... பங்கஜோட... ஐ மீன் ஃபீலிக்சோட சோர்ஸ்... மாதவ்க்கு தெரிய வாய்ப்பில்லையே?'

'சரி... உன் மொபைல் எங்க?'

உங்க கிட்ட இருக்கு?'

அப்ப... செத்தவனோட மொபைல்?'

'ஓஓஓஓ... இப்ப புரியுது...'

'போயி அந்த மாதவ்வா? அவங்கிட்ட கேட்டு, நாங்கேட்டத கொண்டாங்க... இல்லன்னா எல்லாரும் ஜெயிலுக்குத்தான் போகணும்...'

'அதுக்குள்ள எங்கள கொன்னுடுவாங்க...'

'யாரு...?'

'தெரியலை... எங்க பின்னாடியே வராங்க...'

'எதுவும் நடக்காது... போய் வேலையைப் பாருங்க...'

அப்போது... காரில் வந்தவர்கள்... இடப்பக்கம் ஒருவரும், வலப்பக்கம் ஒருவருமாக சுற்றிக் கொண்டு பின்னால் வந்தனர்...

சுற்றிலும் இவர்களைத் தவிர ஒரு ஈ, காக்கை இல்லை...

இருவரும் சிரித்தனர்... ஒருவன் சைலன்சர் பொறுத்திய துப்பாக்கியைத் தூக்க... மற்றொருவன்... நீண்ட கத்தி ஒன்றை எடுத்தான்...

இருவரும் மெல்ல நெருங்கி வர...

சட்டென்று இருவர் பின்னாலும், மேலும் இருவர் நெருங்க... அவர்கள் என்ன நடக்கிறது என்று உணருமுன்... ஒருவன் மற்றவனை எச்சரிக்கு முன்... மடேர், மடேர் என்று இருவர் தலையிலும் அடிவிழுந்தது...

அப்போதுதான் அந்த மர்ம மனிதன் ஏன் அந்த இடத்தை தேர்ந்தெடுத்தான் என்றுதெரிந்தது.. சுவர்களின் இடையே மறைந்து கொள்ள இடம் இருந்தது...

'என்ன பாக்கறீங்க? பணம் சம்பாதிக்கறது சுலபமில்ல... எல்லாம் எங்கூட்டா-ளிங்கதான் ப்ரதர்... நீங்க போங்க... இவனுங்கள நாங்க பாத்துக்கறோம், இரு-வத்தி நாலு மணிநேரம்... ஒரு கோடி நீ... ஐம்பது லட்சம் நீ...'

இருவரும் மௌனமாக பிரதான வாயிலுக்கு வந்து, காரை எடுத்துக் கொண்டு வெளியேற... பின்னாலேயே, மாதவ், ஒரு ப்ரைவேட் டாக்சியில் அவர்களைத் தொடர்ந்தார்...

மரங்களின் மறைவிலிருந்து, அதை ஒருவன் ஃபோட்டோ பிடித்தான்... அது உடனே பின்னால் இருந்த மர்ம மனிதனுக்கு வாட்சப்பில் சென்றது... உடன் அவன் மற்ற இருவரையும் எச்சரித்துவிட்டு... வாயிலை நோக்கி ஓடினான்...

கேஷவாச்சாரிக்கு எந்த தகவலும் வரவில்லை... அவர் இரண்டு மூன்று முறை, சென்னை நபர்களை அழைத்துப் பார்த்தார். பதிலில்லை... உடனே, தன் டைரியை எடுத்து... எதையோ தேடி... ஒரு எண்ணை அழைத்தார்...

'நாயகம்... நான் ச்சாரி... நம்ம பசங்க கிட்ட ஒரு வேலையை குடுத்தேன்... என்னது உன்னை மறந்துட்டேனா? மறந்தா கூப்பிடுவேனா? பூப்பறிக்க கோடாலி எதுக்குன்னு உங்க சூப்பர் ஸ்டாரே பாடியிருக்கார்... அதானே... ஆமாமா... சின்ன வேலை... ஆனா சொதப்பிட்டாங்க... அதான்... இனி உன்னாலதான் முடிக்க முடியும்.... ' விவரம் சொல்ல ஆரம்பித்தார்... அவங்க ரெண்டு பேர் ஃபோட்டோவும் நெட்ல இருக்கும்... ஒன்னு இன்ஸ்டால போய்... டால்லி1998 பாரு... அப்பறம் ஒரு ஆங்காலஜி மெடிகேர் சம்மிட் 2021 பாரு... ஆர்எஸ்வி-பின்னு அவன் ஃபோட்டோ இருக்கும்... ஆமா... முடிச்சா பெட்டர்...'

தேவ்தத்... தீவிர யோசனையில் இருந்தார்... யார் முடித்தால் என்ன? வேலை வேலைதான்? நமக்குத் தேவை டேடா? அதுவும் பாதி விலையில்... நாம் தலையிடாமல் வேறு ஆளை அனுப்பலாம்...

யார்? கேஷவாச்சாரி?

உடனே அவரை அழைத்தார்...

'நீ என்ன செய்கிறாய்... வேலை முடிந்ததும் எனக்கு ஆதாரம் அனுப்பு... பணத்துடன் வந்து சந்திக்கிறேன்... என்று ஃபீலிக்ஸ் எண்ணுக்கு ஒரு செய்தி அனுப்பு... உண்மையில் ஆதாரம் வந்தால், நீ சென்னை போ, ஆனால், அவனை சந்திக்கப் போகாதே... உன் சென்னை கான்டாக்ட் எதையாவது உபயோகப்படுத்திக்கொள்... பணம், தகவல் அனைத்தும் அவர்கள் மூலமாகவே... அடித்தாலும், உதைத்தாலும், செத்தாலும் நம் பெயர் வெளியே வரக்கூடாது...'

'செய்கிறேன்...' வெளியேறினார்...

இந்தியாவிலிருந்து அமெரிக்கா போய் அங்கே நம்பர் ஒன்னாக ஒரு மாத்திரை விற்பது பெரிய சாதனை... காரணம் இந்தியாவில் பத்து மாத்திரை விற்பதும் ஒன்று, அங்கே ஒரு மாத்திரை விற்பதும் ஒன்று... ஏராள லாபம்...

நிதானமான திட்டமிடல்கள் மூலம்தான் அதை சாதிக்க முடிந்தது...

இவரது மாத்திரைக்கும் பக்கவிளைவுகள் உண்டென்றாலும், அது மார்ஜினல் லெவல் என்று எப்படியோ சமாளித்து, பகீரதப்பிரயத்தனப்பட்டு, அனுமதி வாங்கி விற்பனையைத் துவக்கியிருந்தார் ... காரணம் இது இந்தியா.

இப்போது அமெரிக்க நிறுவனமே சந்தையில் இறங்கினால்... இவர் கோவிந்-தாதான்... காரணம்... இந்தியத் தயாரிப்புகளை விட, அமெரிக்கத் தயாரிப்புகள் தரமானவை என்று ஆணித்தரமாக நம்புபவர்கள் அமெரிக்கர்கள்... அதுதான் நடக்க இருக்கிறது... அங்கேயே ஒரு நிறுவனம், அவருக்குப் போட்டியாக சந்-தையில் இறக்கியிருக்கிறது... கிட்டத்தட்ட இவர்கள் தயாரிப்பு மாதிரியே வேலை செய்யும்... ஆனால், அதற்கும் பக்கவிளைவுகள் உண்டு... இப்போதைக்கு குறைந்த பேட்ச்கள்தான் தயாரிக்கிறார்கள்...

அதைவிட முக்கியம், அவர்கள் இந்திய மார்க்கெட்டுக்கு வரவேகூடாது, அந்-நிய மருந்துதயாரிப்பாளர்களுக்கு... இந்தியா ஒரு அக்ஷயபாத்திரம்... அதன் மக்கள் தொகை மிகப்பெரிய சொத்து... ஆனால் கட்டுப்பாடுகள் சற்று அதிகம்... நினைத்தபடியெல்லாம் விலை வைக்க முடியாது... இப்போது ஒவ்வொன்றாக உடைந்துவருகின்றன... ஏகபோக முதலாளிகளுக்கு சாதகமாக நிறைய நடக்கி-றது... அவர்கள் நுழையுமுன், அமெரிக்காவிலேயே நசுக்க வேண்டும்...

அவர்கள் குறையை ஊதிப் பெரிதாக்கினால், நம் மார்க்கெட்டை தக்கவைத்துக் கொள்ளலாம், என்று முயற்சி செய்து வரும் போதுதான்... அவருக்கு டி-க்ரிப்தான் அவர்களுக்கு ஆய்வு சமயங்களிலும், தற்போதும் டயக்னாசிஸ் அசோசியேட்டாக இருப்பது தெரிந்தது...

அமெரிக்காவை விட இந்தியாவிலே சில காரியங்களை சாதிப்பது சுலபம் மட்-டுமல்ல, குறைவாக செலவாகும் சமாச்சாரம்...

அதனால்தான், டீக்ரிப்பை குறிவைத்து, ஃபீலிக்சை இறக்கி விட்டார்... கடை-சியில் கத்தி தன்பக்கமே திரும்புவது போல தோன்றுகிறதே என்று குழப்பத்தில்

ஆழ்ந்தார்•••

19

மாதவ்... தன் அறையில் காத்திருந்தார்... டாலியும், சித்தார்த்தும் உள்ளே நுழைந்தனர்...

சித்தார்த் எதையும் யோசிக்கும் நிலையில் இல்லை... 'மாதவ்... நீதான் ஃபீலிக்சை கொன்றாயா? நீதான் ஃபீலிக்ஸ் போல பேரம் பேசினாயா? '

'இல்லை... நீ என்ன சொல்கிறாய் என்றே புரியவில்லை...'

'என்னை முட்டாள் என்று நினைக்காதே? அதே ட்ராக், அதே இடம், அதே நேரம்... அதே போல உள்ளாடையில்...'

'ஹோட்டல்காரர்களே சந்தேகப்பட்டு, அறையை உடைத்து, போலிசில் சொல்லி பிரச்சினை ஆகுமுன், ஃபீலிக்சின் அறையை காலி செய்ததை ஏன் விட்டுவிட்டாய்... நீ முட்டாள்தான்... இல்லையென்றால், அந்த ஃபிலிக்ஸ்-ஐ நம்பியிருப்பாயா? அவன் என்ன செய்தான் தெரியுமா?

'என்ன செய்தார்?'

'உன்னை ஓசியில் வேலை வாங்குவது மட்டுமன்றி... அவனே, டாலியை ஏற்பாடு செய்துவிட்டு, செலவையும் உன்தலையில் கட்டினான்... நாளைக்கு ஐம்பதாயிரம்... ஆனால் எனக்கு? மொத்தமே ஐம்பதாயிரம்தான் பேசினான்... ஆனால் அவன் பத்துகோடிக்கு பேரம் பேசியிருக்கிறான்...'

'அதற்கு?'

'நான் அவனிடம் அதிக பணம் கேட்டேன்... அவன், 'திட்டம் என்னுடையது, க்ளையன்ட் என்னுடையது, நீ வெறும் நடிகன்தான்... அதற்குறிய பணம் தந்துவிட்டேன்.' என்று சொன்னான்...'

'நான் பொறுமினேன்... ஃபிலிக்ஸ் யாரையும் நம்பமாட்டான் என்பது எனக்குத் தெரியும்... அன்று அவனுக்கு மயக்க மருந்து கொடுத்து தூங்கச் செய்துவிட்டு... பெட்டியை நோண்டினேன்... உள்ளே ட்ரோன் கேமரா இருந்தது... ரெக்கார்டிங் டிவைசும், ரிமோட் ஆபரேட்டரும் இருந்தது... நான் அதை ஆராய்ந்தேன்... அவன் பத்து கோடிக்கு பேரம் பேசியிருந்தான்... எனக்கு கண்மூடித்தனமான கோபம் வந்தது... காத்திருந்தேன்... எழுந்தான்... பத்துகோடி விஷயம் எனக்குத்

தெரியும்... அதனால் கூலி வேண்டாம்... பங்கு வேண்டும் என்று கேட்டேன்... கோபப்பட்டான்...'

'அன்று உனக்கும், எனக்கும் நடந்தது, மறுபடி எனக்கும், அவனுக்கும் நடந்தது... அதாவது என்னை சுட்டுவிடுவதாக கூறி துப்பாக்கியை எடுத்தான், நான் அவனைத் தாக்கினேன்... இறந்துவிட்டான்... மற்றவை உனக்கே தெரியும்...'

'பணத்துக்காக கொலை செய்வாயா? அதுவும் கைக்கு வராத பணம்...' டாலி கண்ணீருடன் கேட்டாள்...

'யார் சென்னது? நான் கொல்லவில்லை... தற்காப்பு... விட்டால் சுட்டிருப்பான்...'

'இப்போது யாருக்கும் பணம் கிடைக்காதே...'

'இல்லை... நான் ஃபீலிக்ஸ் பேசியிருந்த நம்பருக்குப் பேசி... ஐந்து கோடிக்கு வேலையை முடிப்பதாக சொல்லியிருக்கிறேன்... நான் ஃபீலிக்ஸ் அளவுக்கு மோசமானவன் இல்லை... நீங்கள் எவ்வளவு பெரிய ரிஸ்க் எடுக்கிறீர்கள் என்று எனக்குத் தெரியும்... அதனால், வருவதை நாம் சமமாக பிரித்துக் கொள்ளலாம்...'

'அதனால் எங்களுக்கு எந்த பயனுமில்லை...'

'என்ன? கிட்டத்தட்ட ஆளுக்கு ஒன்றரைக் கோடி... அது உனக்கு போதாதா?'

டாலி, தன் மொபைல் தொலைந்ததையும், அது திருடனிடம் மாட்டியிருப்பதையும் சொன்னாள்...

'பயப்படாதீர்கள்...நான் ஐந்து கோடி பேசியிருக்கிறேன்... முதலில் நமக்கு அது வரட்டும்... பிறகு அந்த திருடனைப் பார்த்துக் கொள்ளலாம்...'

'என்ன? மறுபடி கொலையா?...'

'சேச்சே... பேரம் பேசிப்பார்ப்போம்... இல்லையென்றாலும் ஆளுக்கு ஒரு கோடி தேறும்... யார் கண்டது... சித்து கொண்டுவரும் தகவல் முக்கியமானதாயிருந்தால்... நாம் பத்தே கூட கேட்கலாம்... அவர்கள்தான் தரத் தயாராயிருக்கிறார்களே...'

மறுநாள் மூன்று மணிக்கு மேல் முகூர்த்தம் குறித்தார்கள்...

அதற்கு அடுத்த இரண்டு நாட்கள் விடுமுறை... பெரிய தலைகள் வராது... சர்வர் ஹாக் செய்யப்பட்ட சம்பவம் உடனே தெரியாது... அதற்குள் நாம் பணத்தோடு பதுங்கி விடலாம்... என்று முடிவெடுத்தார்கள்... மருத்துவ நிறுவனம் என்பதால் சுழற்சி முறையில்தான் விடுமுறை... அதனால் டாக்டர்கள் வருவார்கள்... நிர்வாகத்தரப்பில் யாரும் வரமாட்டார்கள்...

சித்தார்த் வீட்டிலிருக்கப் பிடிக்காமல் சீக்கிரமே கிளம்பிவிட்டான், சமீபமாக அப்பா எதுவும் பேசுவதில்லை... கோபத்தில் இருக்கிறார் என்று புரிந்தது... சிக்-

கல்கள் தீரட்டும்... அனைத்தையும் சொல்லிவிடலாம்... என்று தீரமானம் செய்து கொண்டான்.

மதிய உணவுக்காக அதே ஓட்டலில் சென்று அமர்ந்தான்...

நிரஞ்சனா, தான் உண்மையிலேயே சித்துவைக் காதலிக்கிறோமோ என்று தோன்றிவிட்டது, ஆளும் சற்று மெலிந்து விட்டாள், அடிக்கடி அவன் நினைவாகவே இருந்தது... இது காதல்தான் என்று நம்ப ஆரம்பித்தாள்...

தனக்காக சித்து எத்தனை காரியங்கள் செய்திருக்கிறான்? இது காதலில்லாமல் வேறு என்ன? அவனும் என்னை தீவிரமாய் காதலிக்கிறான். நானும் அவனை காதலிக்கிறேன்... போலத்தான் தெரிகிறது... அவனை ஏன் விடவேண்டும்? என்று யோசித்தாள்.

அவனிடம் சொல்லிவிடவேண்டும் என்று காத்திருந்தாள்...

சித்து தனியாக உட்கார்ந்திருப்பதை பார்த்தாள்... அவனை நெருங்கி...

'சித்து... ஹாய்...' என்றாள். குரல் திக்கியது...

அவன் நிமிர்ந்து பார்த்தான்... அவன் கண்களில் தெரிவது என்ன? காதலா? கோபமா? வெறுப்பா? அசூயையா? என்னவென்றே தெரியாத ஒரு பார்வை பார்த்தான்...

சட்டென்று 'சனியனே உன்னாலதான்டி... என்னைக்கு உன்ன பாத்தனோ அன்னிக்கி பிடிச்சதுடி சனி... நீ என்ன பெரிய இவளா? உலகத்துல இல்லாத பேரழகின்னு உன் பின்னால நாய் மாதிரி சுத்தினேம் பாரு... எனக்கு வேணும்... இந்த மேக்கப் இல்லைன்னா உன்னையெல்லாம் நாய் சீந்துமா?... பிட்ச்... ப்ளடி பிட்ச்... உம் மூஞ்சியப் பாக்கவே பிடிக்கலை... எம் முன்னாடி நிக்காத... போடீ... போடீன்னா...' என்று பொங்கினான்... அவனால் அடக்கமுடியவில்லை... மறுபடி 'பிட்ச்...' என்றான் உட்கார்ந்தான்.

நிரஞ்சனா... உதடு துடிக்க நின்றாள்... கண்ணீர் முட்டியது... ஓட்டல் சிப்பந்திகள், சுற்றிலும் உட்கார்ந்து சாப்பிடுபவர்கள் தங்களையே பார்ப்பதை அவள் உணர்ந்தாள்... சுட்டு விரலை உயர்த்தி... அவனை எச்சரிப்பது போல ஆட்டிவிட்டு... கிடுகிடுவென்று வெளியேறினாள்.

ப்ரியங்கா அதிர்ந்தாள்... சித்துவா? அவனா பேசினான்?

சித்து... 'மைகாட்.. என்ன செய்துவிட்டேன்... யாருக்காக இத்தனை சிரமமோ, அவளையே திட்டிவிட்டேன்... அவ்வளவுதான், டூம்ட். ஐயம் ஃபினிஷ்ட்... அதுசரி... இனிமேல் அவள் என்னைக் காதலித்தால் என்ன? இல்லாவிட்டால்தான் என்ன?' என்று தோன்றியது...

பின்னாலேயே... 'உன் காதல் அவள் மேல் இல்லை முட்டாளே... நிறுவனத்தின் மேல்... சிஎம்டி போஸ்டின் மேல்... நீயே அதற்கு வேட்டு வைத்துவிட்டாய்... மறந்துவிடு...' என்று சொல்லிக்கொண்டான், பின்னாலேயே 'அதுதான்

நடக்கப் போவதில்லையே? ப்பச்ச்.' என்று சலித்துக்கொண்டான்.

அப்படியே உட்கார்ந்திருந்தான்...

நல்லவேளையாக அந்த ரெஸ்டாரென்ட்டில் அவனை நன்கு தெரியுமாத-லால்... யாரும் அவனை தொந்தரவு செய்யவில்லை...

ப்ரியங்கா மெல்ல அவனை நெருங்கி வந்தாள்... 'சித்து... சித்து... கெட் அப்... வீ வில் கோ அவுட்...' என்றாள்.

அவன் பொம்மை போல எழுந்தான்... பிரியங்காவைத் தொடர்ந்தான்...

பாலா அவர்கள் செல்வதைப் பார்த்தான்...

அந்த மர்ம மனிதன் தூர இருந்து அவர்களை கண்காணித்துக் கொண்டிருந்-தான்... லேசாக புன்னகை புரிந்தான்...

அவர்கள் இருவரும் வெளியேறுவதை வினோதமாக பார்த்தபடி மித்ரா உள்ளே வந்தாள்... அவளுக்கு நடந்தது எதுவும் தெரியாது...

மித்ரா நேராக வந்து அந்த மர்ம மனிதனின் எதிரே உட்கார்ந்தாள்...

ரெஸ்டாரென்ட் அமைதியாயிருந்தது அவளுக்கு ஆச்சரியமாக இருந்தது...

அவள் உட்காரந்ததும், வெய்ட்டர் வர... 'ஒரு பன்னீர் ஃப்ரைட் ரைஸ்...' என்றாள்.

எதிரே இருந்தவர் சட்டென்று பெரு மூச்சு விட்டார்... 'பாவம்...' என்ற மெல்ல சொல்லிவிட்டு அவர் தட்டிலிருந்ததை சாப்பிட ஆரம்பித்தார்...

அவள், கேள்வியாய் அவளைப் பார்ததாள்...

'பாவம்... லவர்ஸ் ஃபைட்...' என்றார்.

அவள் 'வ்வாட்...' என்றாள்...

'சற்று முன்... உங்கள் நிறுவனத்தை சேர்ந்தவர்கள் என்றுதான் தோன்றுகி-றது... அதோ, அந்த டேபிளில் ஒரு இளைஞன் உட்கார்ந்திருந்தான்... இங்கி-ருந்து ஒரு அழகிய பெண் அவனருகே போய் சும்மா 'ஹாய் என்றுதான் சொன்-னாள்... அவ்வளவுதான்... அந்தப் பையன் பொறிந்து தள்ளிவிட்டான்... பிட்ச், சனியன், இன்னும் என்னென்னமோ சொல்லிவிட்டான்...'

'அப்படியா?...'

'ஆமாம்... அந்தப் பெண் அழுதுகொண்டே ஓடிவிட்டது...'

வெய்ட்டர் தண்ணீர் கொண்டுவந்து வைத்தான்...

'பிறகு, அவள் தோழிதான் எழுந்து சென்று அந்தப் பையனை அழைத்துச் சென்றாள்... அவனும் திட்டிவிட்டு வருத்தப்பட்டுக் கொண்டுதான் உட்கார்ந்திருந்-தான்...'

'சித்துவா?'

'ஓ அதுதான் அவன் பெயரா?'

சட்டென்று அவள் அமைதியானாள்... முகம் தெரியாதவரிடம் பேசிவிட்ட சங்கடம் அவள் முகத்தில் தெரிந்தது.

'நான் கூட அவன் உங்கள் காதலன் என்று நினைத்துவிட்டேன்...'

'மிஸ்டர்...'

'கோபப்படாதீர்கள்... நான் இங்கு அடிக்கடி வருபவன்... அன்று உங்களிடம் தான் உட்கார்ந்து பேசிக் கொண்டிருந்தான்... அன்று, அப்படி நினைத்தேன்.'

'நீங்கள் சாப்பிடுவதற்கு மட்டும் இங்கே வருவதில்லை என்று நினைக்கி-றேன்...'

'வேறெதற்கு ?'

'வம்பு பேசுவதற்கு... '

'அந்த அதிருஷ்டம் எல்லாம் எனக்கேது? தினமுமா, உன்னைப் போன்ற அழகிகள் என் எதிரே வந்து உட்காருகிறார்கள்?'

இதற்கு அவள் கோபப்படுவதா? இல்லையா என்று யோசிப்பதற்குள் அவர் அடுத்த பந்தை வீசினார்...

'பாருங்கள், அந்தப் பையன் ஒரு நாள் உங்களோடு பேசிக் கொண்டிருந்ததைப் பார்த்தேன், அடுத்த நாள், ஒரு சினிமா நடிகை போன்ற பெண் பேசிக்கொண்டி-ருந்தாள், பிறகு இன்று சண்டை போட்ட பெண்... இன்னொரு நாள், அவனை இப்போது சமாதானம் செய்தாளே அந்தப் பெண்... ம்ம்ஹூம்... நானும்தான் தினமும் வருகிறேன்...'

அவளுக்கு சிரிப்பு வந்தது... 'எல்லாவற்றையும் குதர்க்கமாக பார்த்தால் எப்-படி... அவர் எங்கள் நிறுவனத்தில் வேலை செய்பவர்... நாங்கள் நண்பர்கள்-தான்... ப்ரியங்காவும் அப்படித்தான், மற்றவர்களைப் பற்றி எனக்குத் தெரியாது...'

'ஓ அழைத்துப் போனவள்தான் பிரியங்காவா? நல்ல பெயர்...'

'தேங்க்ஸ்...'

'என் பெயர் சரவணன்...'

அவள் சாப்பிட ஆரம்பித்தாள்...

'பார்த்தீர்களா? நான் என் பெயரை சொல்லியும் நீங்கள் சொல்லவில்லை...'

'சொல்லியே ஆகவேண்டும் என்று கட்டாயமா என்ன?'

'ஒன்றாக வேலை செய்தால்தான் பெயரைத் தெரிந்து கொள்ளவேண்டுமா என்ன? ஒன்றாக சாப்பிட்டால் தெரிந்துகொள்ளக் கூடாதா?'

'மறுபடி பார்க்கத்தானே போகிறோம்... தோன்றினால் சொல்கிறேன்...'

'ம்ம்.. சரி... எனக்கு அதிர்ஷ்டம் அவ்வளவுதான்... ஒரு அழகிய பெண்-ணின் நட்பு கிடைத்தது என்று நினைத்தேன்... அதற்கெல்லாம் நல்ல ராசியில் பிறந்திருக்க வேண்டும்.'

அவர் சாப்பிட ஆரம்பிக்க... அவளும் சாப்பிட ஆரம்பித்தாள்...

அவர் நாகரிகமாகத்தான் இருந்தார்... ரிம் லெஸ் க்ளாஸ்.. லூசான டி ஷர்ட்... கையில் புசுபுசுவென்று முடி... அந்தக் கால ஜெய்ஷங்கர் போல.... அவள் நினைவு கிருஷ் நோக்கி திரும்பியது... ப்ப்பா இத்தனை நாட்கள் அவன் நினைவு கூட வரவில்லை.... இவர் என்ன சொன்னார்? நல்ல ராசி... ராசியால்-தான் இந்தப் பாழாய்ப் போன காதலில் விழுந்தேன்...

அவன் அவளிடம் 'ஆர் யூ ஸ்கார்ப்பியோ?' என்றவன், எப்படி கண்டுபிடித்தான் என்று சொல்லாமல் தள்ளிப்போட்டுக் கொண்டே இருந்தான், அவள் ஆவல் பெர்க்குலேட் ஆகிக்கொண்டே இருந்தது... அவன் கொடுத்த பில்டப்பில் அவளால் அதை மறக்கவும் முடியவில்லை...

ஒரு நாள் வசமாய் மாட்டிக் கொண்டான்... தனியாக... யாருமில்லாத கான்ஃப்ரன்ஸ் அறையில்...

'கிருஷ்ணா சொல்லுங்க... எப்படி கண்டுபிடிச்சீங்க...'

'வேண்டாம் விட்டுடுங்க...'

'இட்'ஸ் ஈட்டிங் மீ அலைவ் கிருஷ்ணா... க்யூரியாசிட்டிய அடக்க முடியலை... எப்படி கண்டுபிடிச்சீங்க?'

'கத்த மாட்டேன், சண்டைக்கு வரமாட்டேன், அடிக்கமாட்டேன், யாரிடமும் கம்ப்ளெயின்ட் பண்ணமாட்டேன்... அப்டின்னு ப்ராமிஸ் பண்ணுங்க...'

'சரி கத்த மாட்டேன்...'

கை நீட்டினான்... அவள் பட்டென்று அடித்தாள்...

ப்ராமிஸ் சொல்லுங்க...

ப்ராமிஸ்...

சண்டைக்கு

'வரமாட்டேன் ப்ராமிஸ்

அடிக்க

'ப்ராமிஸ்...

கம்ப்ளை...

'ப்ராமிஸ்...ப்ப்பா சொல்லுங்க...'

அவள் பட்டென்று அடிக்க, அவன் சட்டென்று கையைப் பிடித்தான்... கான்ஃப்ரன்ஸ் ஹாலின் பென் ஸ்டான்டிலிருந்து ஒரு பென்சிலை எடுத்தான்...

அவள் முழங்கையில் அந்த பென்சிலை ஓட்டினான்... ஏற்கனவே, அவன் கையைப் பிடித்ததில், வாழ்க்கையிலேயே முதன்முறையாக, ஒரு மாதிரியான கிறக்கத்தில்தான் இருந்தாள்... மென்மையான பென்சில் பட்டும், படாமலும் அவள் மென்மையான ப்ளீச் செய்த தேன் நிற பூனைரோமங்களுக்கிடையே கீழிருந்து மேலாய்ப் பயணம் செய்ய, சிறுசிறு முடிகளின் மயிர்க்கால்கள் சிலிர்த்தன... உள்ளே எங்கேயோ கூசியது... கையைப் பிடுங்கிக்கொள்ள உள்மனம் சொன்னா-

லும்... அவள் அப்படியே இருந்தாள்... கண்கள் தழைந்தன...

'இது என்ன?'

'முடி...' மெல்ல சொன்னாள்...

'நல்லா கவனிங்க... இங்க இந்த முடி மற்ற பெண்களை விட அதிகமா இருக்கா... அப்படியே உங்க தொப்புளுக்கு நெருக்கமா பாருங்க... சுத்தி முடியிருக்கா... அது அப்படியே அடர்த்தியா, கோடு மாதிரி கீழ இறங்கும்... அப்படியே...'

'சட்டென்று கையை உருவிக் கொண்டாள்...'

'யூ... யூ... யூ ஸ்கவுன்ட்ரல்... யூ ஆர் பேட்... கிருஷ்...' கோபமாக திரும்பினாள்...

'நோ... ஐ'ம் நாட் பேட்... ஸ்கார்ப்பியோல பொறந்தவங்களுக்கு உடம்புல முடி அதிகமிருக்கும்... அவங்களுக்கு செக்ஸ்ல ஆர்வம் அதிகம் இருக்கும்...'

'கிருஷ்... யூ ஆர் டிக்ரேடிங் மீ?'

'ஹௌ? நான் அஸ்ட்ராலஜி சொன்னேன்...'

'எனக்கு... எனக்கு ஆர்வம் அதிகம்னு சொல்றீங்க?'

'நான் சொல்லலைங்க... அஸ்ட்ரலஜி...'

'மை மிஸ்டேக்... இனிமே நான் உங்ககிட்ட எதுக்கும் வரமாட்டேன்... டோன்ட் டாக் டூ மீ... இனிமே எங்கிட்ட பேசவே பேசாதீங்க...'

'அதுக்குத்தான் நான் முன்னாடியே ப்ராமிஸ் கேட்டேன்...'

'வாபஸ் வாங்கிகிக்கறேன்... நீங்க இப்படி பேசுவீங்கன்னு எனக்குத் தெரியாது...'

அதன் பிறகு அவள் அவனோடு பேசுவதை நிறுத்தினாள்... ஆனால், அவன் அவளைத் தாண்டும் போதெல்லாம், குறும்பாக சிரிப்பதை நிறுத்தவில்லை... அதன்பிறகு, அவள் தன்னைப் பார்த்துக் கொள்வதை நிறுத்தவில்லை... கண்ணாடி முன், குளிக்கும் போது... என்று தன் மெல்லிய ரோமங்களினூடே நீர் வழிவதை... காற்று சிலுசிலுப்பதை கவனித்து கிளுகிளுத்திருக்கிறாள்... அந்த கிளுகிளுப்பினூடாக கிருஷ்ஷுடைய குறும்புச் சிரிப்பு வந்துபோக...

சில நாட்களிலேயே... அவன் குறும்பாக சிரிக்கையில்... பட்டென்று அடித்து விட்டு செல்லத் துவங்கினாள்... பிறகு, அடித்துவிட்டு பதிலுக்கு சிரிக்கத் தொடங்கினாள், அதன் பிறகு... அவன் முதல் பரிசைக் கொடுத்தான்...

அவ்வளவுதான், பற்றிக் கொண்டது... அதை அலுவலகமே பற்றிக் கொண்டது...

அவள் லேசாக சிரிக்க...

'ஹூ ஈஸ் தட் லக்கி பாய்...' என்று சரவணன் கேட்டார்.

அவள் அதிர்ந்தாள்... 'யார்... என்ன? யாருமில்லையே?' என்றாள்.

அவர் சிரித்தார்... 'என்னங்க? சாப்பிட்டுக்கிட்டே இருந்தீங்க... என் கண்ணாடிய பாத்தீங்க... அப்பறம் என் முழங்கையப் பாத்தீங்க... ட்ரீமுக்குப் போயிட்டீங்க... ஸ்பூன் பாட்டுக்கு பனிர் ரைஸ்-அ கௌறிகிட்டிருக்கு...'

'...'

'ப்ப்பா... எத்தனை எக்ஸ்ப்ரஷன்ஸ்... இந்த இரண்டு நிமிஷத்துல இருநூறு உணர்ச்சிகள்... நீங்க சினிமாவுக்குப் போங்க... நல்ல ஃப்யூச்சர் இருக்கு...'

'தேங்க்யூ....' என்று கோபமாக சொல்லிவிட்டு சாப்பிட ஆரம்பித்தாள்...

சரவணன் குறு நகையோடு, தொடர்ந்து சாப்பிட...

அவளால் சிரிப்பை அடக்கமுடியவில்லை...

'ஐயம் சோ ஸ்டுப்பிட்... அவ்ளோ ஓப்பனாவா தெரிஞ்சது...'

'ஆமாம்... சோ எக்ஸ்ப்ரசிவ் அன் எண்டர்டெய்னிங்... நீங்க ஸ்கார்ப்பியோவா? அவங்கதான்... ' அவர் வாக்கியத்தை முடிக்கு முன்... அவள் சட்டென்று அதிர்ந்து எழுந்தாள்...

என்ன இது? மந்திரவாதி போல எல்லாவற்றையும் சொல்கிறார்?

'ஹலோ மேடம்... சாப்பிடாம போறீங்க...' என்று சரவணன் சொல்ல, அவள் திரும்பி ஒரு எட்டு வைக்க...

'மித்ரா?' என்று கேட்டபடி எதிரே ஒரு முரட்டுத்தனமான ஆள் நின்றான்...

'எஸ்...'

'போலிஸ்... கொஞ்சம் ஸ்டேஷன் வரைக்கும் வரமுடியுமா? பத்மநாபன் பத்தி விசாரிக்கணும்...'

பத்மநாபன் என்றதும் அவள் திகிலடைந்தாள், உதடு துடித்தது...

'ஆஃபீஸ் இருக்கு... அட்ரஸ் குடுங்க சாயந்திரம் வரேன்...'

'என் நெத்தியில இளிச்சவாயன்னு பச்சை குத்தியிருக்கா? இல்ல... சினிமால வர காமடி போலீஸ்னு நெனைச்சியா? வாடி...'

அவளுக்கு சட்டென்று கண்ணீர் வந்தது...

சரவணன் எழுந்தார்... 'சார்... ஒரு நிமிஷம்...'

'நீ யாருடா?'

'ஃப்ரெண்ட்... அரெஸ்ட் வாரன்ட் இருக்கா?'

'வாரன்ட் இல்லை... கொலைக் கேசு, அதனால தேவையில்லை... விசாரணைக்குத்தான கூப்பிடறோம் ...'

'விசாரணைக்குத்தான்னாலும்... பெண்ணை அழைத்துச் செல்ல ஒரு பெண் கான்ஸ்டபிள்தானே வரணும்... நீங்க வந்ததே தப்பு, அதுல அவங்கள தப்பா வேற பேசறீங்க?'

'அதெல்லாம் எங்களுக்குத் தெரியும்... நீ வேலையப் பாரு....'

'அதெத்தான் பாக்கறேன்... ஒரு ஃப்ரெண்ட காப்பாத்தறதும் வேலைதான்...'

'உங்கிட்ட என்ன பேச்சு? த... வாம்மா...'

'மேடம் நீங்க போகாதீங்க...'

அவள் திணற... அவன் அவள் கையைப் பிடித்தான்...

சரவணன் யாரும் எதிர்பார்க்காத வகையில் அவனைப் 'பளீர்...' என்று அறைந்தார்...

'போலீசையே அடிக்கறியா நீ... ரெண்டு பேரும் ஸ்டேஷனுக்கு வாங்க...' சட்டென்று ஒரு விலங்கை தன் பேண்ட் பாக்கட்டிலிருந்து எடுத்தான்...

மித்ரா அழுதபடி, 'நீங்க போங்க சார்... உங்களுக்கு எதுக்கு சிரமம்... நான் என் ஆஃபீசுக்கு பேசறேன்...' செல்லை எடுத்தாள்... அவன் அதைப் பிடுங்கி தன் பாக்கட்டில் போட்டான்.

சரவணன் மறுபடி அவனை அடிக்கப் போக...

'சார்... சார்... நீங்க போங்க... இங்க யாராச்சும் எங்க ஆஃபீசுல இன்ஃ-பார்ம் பண்ணிடுவாங்க... அவங்க யாராவது வருவாங்க... நீங்க போங்க...'

'என்னது? போறதா? போலீச அடிச்சா விட்டுடுவாங்களா?'

அவன் இருவரையும் சேர்த்து விலங்கிட்டான்...

விலங்கைப் பிடித்தபடி இழுத்துச் சென்றான்...

வெளியே ஒரு போலீஸ் ஜீப் நிற்க... அதில் இருவரையும் ஏற்றினான்... ஜீப் கிளம்பியது... சற்று தள்ளி இன்னொரு ஜீப் அதைத் தொடர்ந்தது...

20

ப்ரியங்காவின் இழுப்புக்கு சென்று கொண்டிருந்த சித்து சட்டென்று நின்றான்...

ப்ரியங்காவும் நின்றாள்... 'என்ன சித்து இப்படி பண்ணிட்டீங்க? எல்லாம் கூடி வர்ற நேரத்துல? நிஞ்சு உங்ககிட்ட லவ்வ சொல்லத்தான் வந்தா...'

'விட்டுடுங்க ப்ரியா... எல்லாம் முடிஞ்சிடுச்சி... '

'எதுவும் முடியலைங்க... இப்பத்தான் ஆரம்பிக்கிது... அதுக்குள்ள கோபப்பட்டுட்டிங்க... அதுவும் ஒரு விதத்துல நல்லதுக்குத்தான்... அவ உங்கள பொம்மை மாதிரி நெனைச்சிகிட்டிருந்தா... அவ பின்னாடி பசங்க லோலோன்னு சுத்துவாங்கன்னு தப்புக்கணக்குப் போட்டுட்டா, இப்ப அதுல அடி விழுந்திருக்கும்... ரியலைஸ் பண்ணி வருவா... எல்லா கோபங்களும் இப்பவே தீந்துட்டா நல்லதுதானே... வாழ்க்கை நல்லாருக்கும்...'

'இல்லங்க... உங்களுக்குப் புரியாது... எல்லாம் தலைக்கு மேல போயிருச்சி... எனிவே .... தேங்க்ஸ்... யூ ஆர் ஏன் ஏஞ்சல்... கஷ்டத்துல கூட இருக்கீங்க... சரியான ஆலோசனை தரீங்க... பட் லீவ் மீ அலோன்... நான்... நான்... விடுங்களேன்...' வேகவேகமாக மறுபடி ஓட்டலுக்குப் போய் தன் பைக்கை எடுத்துக் கொண்டு விரைந்தான்...

ப்ரியங்கா அப்படியே நின்றாள்... அவன் முதுகையே பார்த்துக் கொண்டிருந்தாள்...

சித்து... அந்த ஃப்ளாட்டைத் தேடி சென்றான்... டாலி, விஷாலை அழைத்து வருவதாக கூறி, அவனைத் தேடி சென்றிருந்தாள்...

ஃப்ளாட் காலியாக இருந்தது... டேபிள், சேர், எதுவுமில்லை... சாப்பிடும் பொருட்கள், தண்ணீர் எதுவும் இல்லை...

அவனுக்கு தாகமாக இருந்தது... கீழே இறங்கிச் சென்று தண்ணீர் பாட்டில் வாங்கி வரவும் மூட் இல்லை.... நேராக சமையல் அறை சென்று சிங்கில் குழாயைத் திறந்து அப்படியே வாய் வைத்து குடித்தான்... இனி என்னவானால் என்ன?

பின், கட்டிடத்தின் வாயிலைப் பார்த்தவாறு, ஒரு படுக்கையறை ஜன்னல் அருகே நின்று மொபைலை எடுத்தான்... தடவித் தடவி ஒரு எண்ணை அழைத்தான்...

மறபக்கம் இதற்காக காத்திருந்தது போல உடனே தொடர்பு கிடைத்தது...

'சார்... நான் சித்தார்த்... உங்களிடம் பேசவேண்டும்...'

'எங்கே நீ கூப்பிடாமல் போய்விடுவாயோ என்று நான் பயந்து போனேன்... ஆனால் என் கணிப்பு தவறுவதேயில்லை... சொல்லு சித்தார்த்...'

'முதலில் நான் உங்களிடம் மன்னிப்புக் கேட்டுக்கொள்கிறேன்... நான் முழுவதும் சொல்லி முடித்ததும்... என்னை என்ன செய்வது என்று நீங்களே முடிவு செய்து கொள்ளுங்கள்...'

அந்தப் பக்கம் மௌனம்...

'சார்... என்னாச்சுன்னா?...' என்று தொடங்கினான்...

'போலீஸ் ஜீப் வளைந்து வளைந்து சென்று... ஐஐடி அருகில் நுழைந்து பெரிய கிரிக்கெட் மைதானத்தைக் கடந்து... சற்று தூரம் சென்றதும் வளைந்து மறுபடி மைதானம் நோக்கி வருவது போல வந்து... ஒரு பழைய பங்களாவின் முன் நின்றது...

ஜீப்பில் இருந்த நால்வரும்... இறங்கி சரவணனையும்... மித்ராவையும் இறக்கினர்...

அவர்களை கைது செய்தவன்... சரவணனை பிடறியில் கைவைத்துத் தள்ளி... 'போடா டேய்... ' என்றான்...

சரவணன் சற்று வேகமாக முன்னே ஓட... மித்ரா தடுமாறி கூடவே ஓடினாள்...

'இதுவா ஸ்டேஷன்... எந்த சரகத்துல வருது...'

'உங்க மாமனார் சரகத்துல... இங்க விருந்து, விசாரணைல்லாம் முடிஞ்சதும்தான் டேசன், ஜெயிலு எல்ல்லாம்...'

'நான் என் வக்கீல் கிட்ட பேசணும்...'

'ங்கொக்கீல்... ங்கொக்காகீல், ஆயாகீல் எல்லாம் அப்பறம்... போடான்னா...'

சரவணன் மெல்ல சுற்றிலும் பார்த்தவாறு முன்னேறினார்... சிகப்பாக ஒரு ஜெனரேட்டர்... பெரிய திறந்தவெளியில் அமுங்கின ஒலியில் 'பஃப்... பஃப்... பஃப்...' என்று இருமியபடி நீலமாக புகையைக் கக்கிக்கொண்டிருந்தது... அதிலிருந்து கொத்தாக ஒயர்கள் வீட்டுக்குள்ளே சென்றன...

வீடு உள்ளே... மிகவும் சிதிலமடைந்திருந்தது... ஒரு அறையை தற்காலிகமாக சுத்தம் செய்து... இரண்டு பக்கமும் விளக்குகள் வைத்து, ஒரு ட்ரைபாடில் கேமரா வைத்திருந்தது...

உள்ளே மேலும் நான்கு தடியர்கள் இருந்தனர்...

மித்ரா உள்ளே நுழைந்ததும்... ஒரு தடியன் தலையசைக்க... ஒரு ஒல்லி-யான ஆள் முன்னேறி ஒரு கள்ளிப் பெட்டியை நிமிர்த்தி...அதன் மேல் ஒரு அழுக்கான பெட்ஷீட்டைப் போட்டு மூடினான்...

'ந்தா பொண்ணு... அதுல போய் உக்காரு...'

அவள் நடக்க... சரவணன் உடன் போனார்...

'ந்தா... உன்ன மட்டும் தான் போச்சொன்னேன்... இவன் யார்ரா ஊடால?'

'நீங்க பொண்ண தூக்கச் சொன்னீங்க... மாப்ளியும் கூட வருவேன்னாரு... அதான் இட்டாந்தோம்...'

'த்தா... லூசாடா நீ... டேய் குமாரு.. அவன் விலங்க கழட்டுடா?'

'தம்பி ஓரமா நில்லு... சத்தம் போடாத... வேல முடிஞ்சதும்... தூசு படாம ஊட்டுக்குப் போயிடலாம்...'

அவள் கையிலிருந்து விலங்கு கழற்றப்பட்டு... இரண்டும் சரவணன் கைக்கு வந்தது... அவசரத்தில் முன்னால் வைத்தே கட்டினர்... அவரை சுற்றி மூவர் நிற்க...

மித்ரா முன்னால் நடந்து, அந்த கள்ளிப்பெட்டி சிம்மாசனத்தில் அமர்ந்தாள்...

மறுபடி தடியன் தலையாட்ட... ஒல்லிபிச்சான்... ஒரு லேபல் மைக்கை அவளிடம் கொண்டு சென்று நீட்ட அவள், அவன் சொன்னது போல தன் டாப்-பில் மாட்டிக் கொண்டாள்...

'பாப்பா... நாங் கேக்கற கேள்விக்கு பதில சொல்லிட்டு போய்க்கிட்டே இரு...' என்று தன் பாக்கட்டில் இருந்து, பளப்பளவென்று இருந்த ஒரு பட்டன் கத்தியை எடுத்து 'ச்சள்க்...' என்று ஓப்பன் செய்தான்...

மித்ரா நடுங்கினாள்... தலையசைத்தாள்...

'பத்மநாபன் யாரு?'

'யாருன்னு தெரியாது... நிருபர்னு சொல்லிகிட்டு வந்தார்... டிசிஎஃப்007 பத்தி தெரியும்... நாளைக்கு பேப்பர்ல வரும்னார்... ஆதாரம் இருக்குன்னார்... அப்பறம் செத்துட்டார்....'

'அது என்ன டபிள் ஜீரோ செவன்..?'

'அது ஒரு மாத்திரை...'

'அது பத்தி என்னா தெரியுமாம்?...'

'அது உங்களுக்கு எப்படி புரியவெக்கறதுன்னு தெரியலை...'

'என்னாடா இது?... ஒன் நிமிட் இரு...'

யாருக்கோ ஃபோன் செய்தான்...

'தம்பி... பாப்பவ புட்சாந்துட்டோம்... அது சொலற்து புரியலப்பா... இன்-னாமோ நம்பர்லாம் சொல்லுது...'

'ன்னாது? சொல்லித்தான் அம்ப்சியா? இன்னோரு வாட்டி சொல்லு? என்னது? கேமராமேனா? இரு... இரு... தம்பி இந்தா பேசு...' என்று கேமரா மேனிடம் கொடுத்தான்...

அவன் 'சரி, சரி, சரி சார்...' என்று விட்டு... ஃபோனை அவனிடம் தந்து-விட்டு மித்ராவைப் பார்த்தான்...

'மேடம்... நீங்க உங்க ஆஃபீசுல செய்யற வேலை... சமீபத்துல ஒரு மாத்-திரைல ஏதோ பிரச்சினை வந்ததாமே... அது என்ன பிரச்சினை.. அதைப்பத்தி-யெல்லாம், கோர்வையா ஒரு அஞ்சி நிமிஷம் பேசுவீங்களாம்... அப்பறம் அந்த பத்ம... நிருபர் பத்தி பேசுவீங்களாம்... அவருக்கு என்னாச்சு... யாருமேல சந்-தேகம்னு சொல்வீங்களாம்...'

அவள் தலையசைத்தாள்... பின்...

'என் பெயர் மித்ரா... நான் டிக்ரிப் நிறுவனத்தில் வேலை செய்கிறேன்...என் வேலை...' என்று ஆரம்பித்து பேசிக் கொண்டுசென்றாள்...

எல்லார் கவனமும் மித்ரா மேல் இருக்க... சரவணன், தன் பையிலிருந்து சாவி எடுத்து, தன் விலங்கை கழற்றினார்... கைகளை சுற்றி ஆசுவாசப்படுத்திக் கொண்டார்... பின், பாக்கட்டில் கை விட்டு, தன் மொபைலில் ஒன்றாம் எண்ணை அழுத்தினார்... அவரிடம் எப்போதும் ஒரு பட்டன் ஃபோன் இருக்கும்... நம்பக-மானது... பேட்டரி லைஃப் உள்ளது...

சித்தார்த்... 'இப்ப நான் அந்த ஃப்ளாட்லதான் இருக்கேன் சார்... இன்னும் கொஞ்ச நேரத்துல நான் நம்ம சர்வரை ஆக்சஸ் பண்ணி... டேட்டாவைத் திருடப் போறேன்... அதுக்குள்ள நீங்க ஏதாவது செய்ங்க... நான் அவங்க கண்முன்னால இந்த மிஷன்ல தோத்தாத்தான்... என்னை நம்புவாங்க... தயவு செஞ்சி சர்வரை நெருங்கும் வரை எதுவும் செய்யாதீங்க... அதுக்கப்புறமும் அவங்க என்னை நம்-பலைன்னா ஆண்டவன் விட்ட வழி... பட், நம்ம கம்பெனிக்கு நான் துரோகம் செய்யமாட்டேன்...'

'எனக்குத் தெரியும் சித்து... அதனாலதான் நான் உன்னை டெர்மினேட் பண்ணல...'

'அப்பறம் மித்ரா மேடம் பாவம் சார்... அவங்க மேல எந்தத் தப்பும் இல்லை.... ஆனா, அவங்களையும் யாரோ டார்கெட் பண்றாங்க...'

'எனக்குத் தெரியும் சித்து... நான் அவளைப் பார்த்துக் கொள்கிறேன்...'

தேவ்தத்துக்கு... ஒரு மெசேஜ் வந்தது... நீங்கள் கேட்டது இன்று கிடைத்து-விடும்...'

'என்னிடம் பேசாதே... உனக்கு செய்தி வரும்' என்று அனுப்பிவிட்டு...

கேஷவாச்சாரியை அழைத்தார்... 'முட்டாள்... அவன் இன்னமும் என்னைப் பிடித்துக்கொண்டிருக்கிறான்... என்ன செய்கிறாய்...'

'நான்... நாயகத்தை நியமித்துவிட்டேன் அவன் பார்த்துக்கொள்வான்... நானும் கிளம்பி விட்டேன்... ஏர்போர்ட்டில்தான் இருக்கிறேன்...'

'முட்டாளே... என்னிடம் பெயரைச் சொல்லாதே... ஐ டோன்ட் வான்ட் டு நோ...'

'எஸ் சார்...'

'அவ்ளோதானா...'

'அவ்ளோதான் சார்...'

'அதாவது யாரோ தயாரிக்கற மாத்திரைய சாப்பிட்ட நோயாளிங்க செத்துப் போறாங்க... அத நீ கண்டுபிடிச்சிட்ட... அதனால உன் உசிருக்கு ஆபத்து... இதெ தெரிஞ்சிகிட்டு வந்த யாரோ ரிப்போர்ட்டரையும் அவங்க போட்டுத்தள்ளிட்டாங்க... அதாவது உன் உசிருக்கு வேட்டு வெக்கப் போறவங்க... அதானே?'

'ஆமா...'

'கேட்டுச்சா ப்ரதர்...' அப்போதுதான், அவன் மொபைலில் இத்தனை நேரம் அவள் பேசியதை லைவ் ரிலே செய்திருக்கிறான் என்று புரிந்தது...

'ம்ம்...' என்ற பதில் மட்டும் அந்தப் பக்கம் கேட்டது...

'அவ்ளோதானே?'

மறுபடி 'ம்ம்...'

'அவ்ளோதானான்டா... போட்டுத் தள்ளுங்கடா...' என்று அவன் நகர...

மித்ரா... 'விட்டுடுவேன்னீங்க?'

'சும்மா சொன்னேன்... அந்த பத்மநாபன் செத்தது சதின்னு நீயே சொல்லிட்ட, நீயும் செத்துட்டா... பழி கம்பெனி மேல... அதுக்குத்தானே இவ்ளோ வேல... இது நாளைக்கு டீவிலல்லாம் வரும்... ஆனா நீ பாக்கமுடியாது...'

சரவணனை சுற்றியிருந்த, மூவர் 'படீர்... படீர்...' என்று அடி வாங்கி சுருண்டு விழந்து, மறுபடி எழ முயற்சித்தனர்...

சரவணன் அவர்களை அடித்து வீழ்ததியிருந்தார்...

நெருங்கிய மற்றவர்களுக்கும் சரமாரியாக அடிவிழ அவரை நெருங்க பயந்தனர்...

'டேய்... எப்பிட்ரா விலங்க அவுத்த?'

'ம்ம்ம்... விலங்குக்கு சாவி யாருகிட்ட இருக்கும்?'

'போலீசுகிட்ட?'

'அப்ப நாங்கழட்டனதுல என்ன தப்பு?' என்று மறுபடி அடித்தார்...

அதற்குள் வெளியே 'உய்உய்ய்...' என்று விசில் சப்தம் கேட்டது...

'போலீஸ்டா... டேய்.... ஓடுங்கடா...'

என்று அவர்கள் சிதற... சரவணன் பம்பரமாய் சுழன்றார்... அதற்குள் ஜீப்பில் அவரது ஆட்கள் வந்துவிட... அனைவரும் சூழப்பட்டனர்...

அதே நேரம்,

சித்தார்த், டாலியுடனும், விஷாலுடனும் தீவிரமாக வேலை செய்து கொண்டிருந்தான்.

மாதவ்... இடுப்பில் கை வைத்து நின்றிருக்க... இங்கிருந்து இவர்கள் மித்ராவுடைய ஈமெயில் மூலம் உள்ளே நுழைய முற்பட... மித்ராவின் பாஸ்வேர்ட் மாற்றப்பட்டிருந்தது... அதனால் முடியவில்லை...

சித்து கொஞ்சம் நேரம் கடத்தினான். முடியாது என்றான்... மாதவ் பிடிவாதமாக நின்றார்... முயற்சிக்கிறேன் என்று தன் கடைசி அஸ்திரத்தை எடுத்தான்... இன்னேரம்... பாதுகாப்பு ஏற்பாடுகள் முடிந்திருக்குமா?

சித்து அட்மின்123 என்று ஒரு மெயில் ஐடி அடித்து... கைகூப்பி கும்பிட்டுவிட்டு, ஒவ்வொரு கீயாக ஏதோ பாஸ்வேர்ட் போட... உடனே அது அவனை அனுமதித்தது... அங்கிருந்து ஃபயர்வால்களை விஷால் சுலபமாக உடைத்து... சர்வரின் உள்ளே நுழைந்தான்...

சித்தார்த்திடம்... 'ஃபைல் எண்?' என்று கேட்க...

அவன் திரும்பி... மாதவ்விடம்...

'அந்த செல்ஃபோன்... வீடியோ எல்லாம் கொண்டுவந்திருக்கிறீர்களா?'

'ஏன்?'

'அதைக் கொடுத்தால்தான்... நான் அடுத்த எண்ணைத் தருவேன்...'

'என் மேல் நம்பிக்கையில்லையா?'

'இல்லை...'

'ஐந்து கோடி நான்தான் பெறப்போகிறேன்...'

'அதை நீங்களே வைத்துக் கொள்ளுங்கள்... செய்யாத குற்றத்துக்கு சாட்சியாயிருக்கும் அந்த வீடியோக்கள்தான் வேண்டும்...'

ஹாக்கரிடம் திரும்பி, 'தம்பி... நீ கம்ப்யூட்டர் ஆளுதான... நீயே தேடு... டயபெடிக் டேப்ளட்... டிசிஎஃப்007' என்றார்

'அதில் அப்படியெல்லாம் தேட முடியாது... அது எங்க டம்மி நம்பர்... ரிப்போர்ட் லெவல்ல வேற நம்பர் இருக்கும்...' துணிந்து பொய்சொன்னான்..

விஷால் விழிக்க...

'என்ன விஷால்... உனக்குமா புரியலை... எக்சாம் ஆன்சர்ஷீட்டுக்கு டம்மி நம்பர் தருவாங்களே... அதுமாதிரிதான்... புரியவை... இங்கே, என்னைத் தவிர வேற யாரலையும் டேட்டா கம்பைல் பண்ணமுடியாது...'

அவர் மெதுவாக... ஃபீலிக்சின் மொபைலை எடுத்து அவனிடம் கொடுத்தார்...

அவன் திரும்பி... சட்டென்று லேப்டாப்பை மிதித்தான்... பிடுங்கி வீசி எறிந்தான்...

‘முட்டாள்... வேறு காப்பியே இருக்காது என்று நினைத்தாயா?‘

‘வெச்சிக்கோ... போலிஸ்ல குடு... என்ன வேணா செஞ்சிக்கோ... ஐ டோன்ட் கேர்... ஆனா, இனி, நீ இல்ல, யாராலயும் டேட்டாவ திருட முடியாது?‘

‘இத்தனை நாள் வேலையை வீணாக்கிவிட்டாயே.... உன்னை என்ன செய்கிறேன் பார்...‘ என்று துப்பாக்கியை எடுத்தார்.

சித்து டக்கென்று சிலையானான்.

‘அஞ்சு கோடி... அஞ்சு கோடி ரூபா... உன்னால சம்பாதிக்க முடியுமா? எத்தனை வருஷம் உழைக்கணும் தெரியுமா? உன்னை விடமாட்டேன்...‘

அவர் ட்ரிக்கரை அழுத்தப் போக டாலி பாய்ந்தாள்... அவர் துப்பாக்கியைத் தட்டிவிட்டாள்...

அது சுவரில் மோதி விழ... அவன் அதை நோக்கி பாய, சித்து பாய்ந்து அவனை இரும்புப்பிடியாய்ப் பிடிக்க... மாதவ் விடுவித்துக் கொள்ள முயன்றபடி... டாலி, துப்பாக்கியை எடுக்காமல் இருக்க, அவளையே பார்த்துக் கொண்டு, பேசியபடியே, கொஞ்சம் கொஞ்சமாக துப்பாக்கி நோக்கி நகர முயன்றான்...

‘பைத்தியக்காரி... என்ன காரியம் செய்தாய்... அவன்தான் முட்டாள் மாதிரி நடந்து கொள்கிறான் என்றால் நீயுமா? அவன் எனக்கு மட்டுமல்ல... உனக்கும் சேர்த்துத்தான் ஆப்பு வைத்திருக்கிறான்...‘

விஷால் நடப்பது எதுவும் புரியாமல் திருதிருவென்று விழித்தான்...

‘இல்லை... சித்து செய்வதுதான் சரி... அவனுடைய நிர்வாகத்துக்கு அவன் நியாயமாய் நடக்கிறான்...‘

‘இதன் விளைவு உனக்குத் தெரிகிறதா? உன் பங்கே ஒரு கோடி... பேரம் பேசினால்... இரண்டு கோடிகூட கிடைக்கும்... இதை சம்பாதிக்க நீ எத்தனை பேருடன் படுத்து எழ வேண்டும் தெரியுமா?‘

‘ச்ச்சீ... வாய மூடு... யூ லோ க்ளாஸ் ப்ரிக்... சன் ஆஃப் ய பிட்ச்... யூ ஸ்டின்க்...‘

‘ஹா... பெரிய கண்ணகி மாதிரி பேசற? சித்து, அவள நம்பாத... என்னைப் பேசிப்பேசியே மயக்கி ரெண்டு கோடி ரூபா வாங்கிட்டா...‘

‘நீ? எனக்கு பணம் குடுத்தே? ஆமா எதுக்கு?

‘அதான் சொன்னேனே... காஸ்மெடிக் சர்ஜரிக்காக...‘

‘சர்ஜரியெல்லாம் பண்ணா நான் ராம்ப் ஏறவே முடியாதுடா முட்டாள்... சித்துக்காக, ஃபீலிக்ஸ் எழுதுன வசனத்த எனக்கே படிச்சி காட்டறியா? மொதல்ல உனக்கு ஏது பணம்? அஞ்சிக்கும் பத்துக்கும் வேஷம் போடற எக்ஸ்ட்ரா? எச்சத் தட்டு தூக்கற சர்வர்... என்ன பாக்கற? ஃபீலிக்ஸ், உன்ன எப்படி புடிச்சேன்னு சொல்லிட்டாரு... இப்பத்தான் தெரியுது... ஹோட்டல்ல, ஐயாயிரம் ரூபாயோட பர்ச எடுத்து குடுத்து, நீ நல்லவன் மாதிரி நடிச்சிருக்கே... ஆனா பணத்துக்காக

கொலையே பண்ணியிருக்க...'

'ஹ....? டீபாட் சேஸ் கெட்டில் ஈஸ் ப்ளாக்... நீ மட்டும் நடிப்ப மட்டும் காட்டித்தான் ஃபீலிக்ஸ் கிட்ட சேந்தியா?'

'ஆமா, ஐ யூஸ்ட் மை பாடி... ஆனா பணத்துக்காக இல்லை... ஐ வாஸ் ச்சேசிங் ஃபேம்... அதுக்காகத்தான் பணம்... என் குறி லைம்லைட்... நீங்கல்லாம் தூக்கி வச்சி ஆடறீங்களே... உலக அழகி, லேடி சூப்பர்ஸ்டார், பிரபஞ்ச அழகின்னு... அது மாதிரி ஒரு எடத்தைத்தான் நான் குறிவெச்சேன்... பட் ஐ ஃபெயில்ட்... ஆனா, அது என் தப்பில்லை... உன்னை மாதிரி, ஃபீலிக்ஸ் மாதிர் ஃப்ரெண்ட்ஸ்தான் கெடைச்சீங்க... அப்பறம் எப்படி ஜெயிக்கறது...'

'இப்படி நியாயம் பேசினா நீ எந்தக் காலத்துலையும் ஜெயிக்கமுடியாது...'

அதற்குள்... அவர்கள் துப்பாக்கியை நெருங்கியிருக்க... மாதவ் காலை நீட்டி அதை இன்னமும் அருகே இழுக்க முயன்றான்...

சித்து, 'டாலி... பேசிக்கொண்டே இருக்காதே... துப்பாக்கி... துப்பாக்கியை எடு...'

மாதவ்... 'டேய் தம்பி... விஷால்... விடாதே... அந்த துப்பாக்கியை எடு...' என்றான்.

அவள் சட்டென்று, துப்பாக்கியை காலால் தூரத் தள்ளிவிட்டு, விஷால் பக்கம் திரும்ப, அவனுக்கு அது போன்ற எண்ணமேயில்லாதவன் போல, சிலையாய் நின்நிருந்தான்... 'ச்சே...' என்று தலையில் அடித்துக் கொண்டாள்.

மாதவ் சிரித்தார்... சட்டென்று உதறி... கையை விடுவித்துக் கொண்டு... சித்துவை அப்படியே அலேக்காக... முன்பக்கமாக தூக்கி வீசிவிட்டு... துப்பாக்கியை நோக்கி ஓட...

'டமார்' என்று கதவு திறந்தது, கிருஷ் உள்ளே வந்தான்... கூடவே இரண்டுபேர்... 'ஓ... உங்களுக்குள்ளேயே சண்டையா?' கேட்டபடி நெருங்கி, துப்பாக்கியை எடுத்துக் கொண்டு, அவர்களை நோக்கி பிடித்தான்... மாதவ்வை, துப்பாக்கியாலேயே, டாலியோடு சேரச்சொன்னான்...

'பப்பரப்பா...' என்று மல்லாக்க விழுந்திருந்த சித்து, மெல்ல, எழுந்து, இடுப்பில் கை வைத்து நடந்து அவர்களோடு சேர்ந்துக்கொள்ள, இப்போது மாதவ், சித்து, டாலி மூவரும் ஒரே வரிசையில் நின்றார்கள்...

'என்ன சித்து மாட்டிகிட்டியா? இந்த நிமிஷத்துக்காகத்தான் காத்து கிட்டிருந்தேன்... பத்து வருஷம் உனக்கு சோறு போட்ட கம்பெனிக்கு எப்படி துரோகம் செய்ய நெனைச்ச சித்து...'

'யார் துரோகம் செஞ்சது... அங்க பார்...' டாலி உறுமினாள்...

அப்போதுதான் கிருஷ் உடைந்த லேப்டாப்பை பார்த்தான்...

'என்ன மாதவ்? ஃபைல் கெடைக்கலையா?"

‘இல்லை... கடைசி நிமிடத்தில் சித்து காலை வாரிவிட்டான்...‘

‘அடடா...‘

‘என்ன மாதவ்வை உனக்குத் தெரியுமா?‘ சித்து ஆவேசமாக கேட்டான்.

‘தெரியு...மாவா? மாதவ்... ஆவோ மேரா தோஸ்த்...‘ கிருஷ் அவரை அழைக்க, மாதவ் பிரிந்து, சிரித்தபடி, அவனை நோக்கி சென்றார்... இருவரும் நெருங்கி ஒரு ஹைஃபை செய்து கொண்டனர்...

21

சரவணன், மித்ராவுடனே பாலாவைக் கைது செய்யச் சென்றார்... பாலாவின் ஆள் போலீஸ் வேன் வைத்துத்தான் மித்ராவைக் கடத்தப்போகிறோம் என்று சொல்லியிருந்ததால்... பாலா போலீஸ் வேனைப் பார்த்தும், அலட்சியமாய் வந்து, 'மாது, கேசட்...' என்று கை நீட்ட...

சரவணன்... 'ஹலோ... நைஸ் டு மீட் யூ...' என்று அவன் கையைப் பிடித்-தார்... பக்கத்தில் மித்ராவைப் பார்த்துதும், பாலா திருதிருவென்று விழித்தான்...

அவனை சக காவலர்களிடம் ஒப்படைத்து, மற்ற தடியன்களுடன் அவனையும் லாக்கப்பில் போடுமாறு சொல்லிவிட்டு, மித்ராவோடு, பின்னால் தொடர்ந்த டிபார்ட்மெண்ட் ஜீப்பில் ஏறினார்...

மித்ரா, பேந்தபேந்த விழித்தபடி வந்துக் கொண்டிருந்தாள்... வண்டி டிஎல்எஃப் நோக்கி பறந்தது...

'அப்ப நீங்க நிஜமாவே போலீசா?'

'ஆமா?

'எப்படி கரெக்ட்டா, அந்தாள் வரும் போது நீங்க அங்க இருந்தீங்க...?'

'நான் கிட்டத்தட்ட ஒரு வாரமாவே... அங்கதான் சுத்திகிட்டிருக்கேன்...'

'இல்ல... சினிமாவுலல்லாம் கடைசிலதான போலீஸ் வரும்... நீங்க எப்படி முன்னாடியே வந்தீங்கன்னு கேட்டேன்...'

'மை காட்... யூ ஆர் அவுட் ஆஃப் ஷாக்... ஜோக் எல்லாம் அடிக்க-றீங்க...'

'சீரியசா கேக்கறேன்... எப்படி வந்தீங்க...?'

'அத சொல்லக்கூடாது... ரகசியம்...'

'கமான் சரவணன்... ப்ளீஸ்...'

'என்னோட அப்பாவோட நண்பர் ஒருத்தர், தன் மகனை சுத்தி வினோதமான சம்பவங்கள் நடக்கறதாவும், அவனைக் காப்பாத்த என் உதவி வேணும்னும் கேட்-டார்... நான் வந்த முதல் நாளே நிரஞ்சனா, ப்ரியங்கா ரெண்டுபேரையும் பாத்-தேன், அப்பறமா சித்து, டாலி...'

‘அவங்கள ஃபாலோ பண்ணிப்போகும்போது, என்னோட பழைய ஃப்ரெண்டு மாதவ்வை பார்த்தேன்... ரெண்டுபேரும் ஒன்னா க்ரிமினாலஜி படிச்சவங்க... ஐபிஎஸ் ட்ரை பண்ணவங்க... அவனுக்கு கண்ணுல கோளாறு, அதனால ப்ரை-வேட் டிடெக்டிவ் ஆயிட்டான், நான் போலீசாயிட்டேன்... அவங்கிட்ட பேசும் போதுதான்... உங்க கம்பெனிய சுத்தி நடக்கற சதியையும், அவனை உங்க சிஎம்டி நியமிச்சிருக்கறதை சொன்னாரு...‘

‘உங்களுக்கு எங்க டீம்ல எல்லார் பேரும் தெரியுது?‘

‘ஆமா, கேஸ் முன்னேற, முன்னேற தெரிஞ்சிகிட்டேன்... இந்த கேஸ்ல முக்-கிய குற்றவாளி ஃபீலிக்ஸ், ஏற்கனவே தேடப்படற குற்றவாளி... என்னை நல்-லாத் தெரியும்... மாதவ் ஃபோட்டோ காட்டினதும் தெரிஞ்சிடுச்சி, மாதவ் மூலமா அவனை தனியா தள்ளிகிட்டு வந்து, போட்டுத் தள்ளிட்டோம்... ஏன்னா, அவன் டேஞ்சரான ஆளு... அவன் மேல நிருபிக்க முடியாத குற்றங்கள் நெறைய இருக்கு... நாலஞ்சு ஸ்டேட் போலிஸ் அவன் மேல கொலைவெறியா இருக்-காங்க... ஆனா, தண்டனை வாங்கிக் கொடுக்கறது கஷ்டம்...‘

மித்ராவுக்கு சிலிர்த்தது...

‘அப்பறம் ஃபீலிக்ச ஏவி விட்டவங்களால, சித்துவுக்கும், டாலிக்கும் ஆபத்து இருந்தது, அவங்களை பின்தொடர்ந்துகிட்டே இருந்தேன்... அப்பத்தான் மாதவ் இன்னொரு கத சொன்னாரு, உங்கள வெச்சி வேற யாரோ கேம் ஆடறாங்-கன்னு... அதுக்குக் காரணம் பத்மநாபன் உங்கள மீட் பண்ணது.‘

‘பாவம், அவரைக் கொன்னுட்டாங்க...‘

‘யாரு?‘

‘எனக்கு கிருஷ் மேலத்தான் சந்தேகம்... நான் அவங்கிட்ட மட்டும்தான் சொன்னேன்...‘

‘நீங்க சொன்னது பாதி சரி... மீதி தப்பு?‘

‘பத்மநாபன் உங்கள மீட் பண்ணதும், மாதவ் எங்கிட்ட சொன்னாரு... ரெண்டு தட்டுத்தட்டி, அவர அடக்கி, ஏவிவிட்டது யாருன்னு கண்டுபிடிக்கச் சொன்-னாரு...‘

‘அப்ப... ஃபீலிக்சை மாதிரி... ... மை காட்!! நீங்க என்ன போலீசா? அடி-யாளா?‘

‘அவசரப் படறிங்களே... நான் பத்மநாபனைத் தேடிப் போனேன்... ஆனா, அவரு அதுக்குள்ள ஆக்சிடென்ட்ல மாட்டிகிட்டாரு... கொஞ்சம் முன்னால போயிருந்தா... அவர அனுப்பினது யாருன்னு தெரிஞ்சிருக்கும்... ப்ச்ச்... அதுக்குள்ள எல்லாம் முடிஞ்சிடுச்சி... அவருடைய பைய மட்டும்தான் என்னால கைப்பற்ற முடிஞ்சது...‘

‘அப்ப...‘

'நம்புங்க மித்ரா... அந்த லாரி ட்ரைவரைக் கூட அரெஸ்ட் பண்ணியாச்சு... லாரி ப்ரேக் ஃபெய்லியர்... இன்சூரன்ஸ் க்ளெய்ம்... கேஸ் எல்லாம் ஆன் ட்ராக்... இந்தக் கேசையும் எப்பவோ முடிச்சிருப்போம்...'

'ஆனா, பத்மநாபன எங்கேஜ் பண்ணது யாருன்னு கண்டுபிடிக்கற வேலையும் முடியாததால... சித்துவையும், டாலியையும் அவங்க போக்குல விட்டுட்டோம்... நாங்க சித்துவை கைது பண்ணா, போலீஸ் இருக்கறது தெரிஞ்சி, உங்களை வெச்சி விளையாடற கும்பல் உஷாராயிடும், எல்லாம் அடங்கினதும், மறுபடி ஆட ஆரம்பிக்கும்... அதனால சித்துவையும், டாலியையும் அவங்க போக்குல விட்டுட்டு... நாங்க தொடர்ந்துகிட்டிருந்தோம்...'

'இப்போ, ரெண்டு க்ரூப்பும் மாட்டிகிச்சி...'

'சித்துவுமா?'

'அவன் நல்ல பையன்... உங்க சிஎம்டி அவன்மேல அபார நம்பிக்கை வெச்சிருந்தார், அத காப்பாத்திட்டான்... இப்பத்தான் தகவல் வந்தது...'

'அப்படின்னா...?'

'உங்க கம்பெனி சீக்ரெட் வெளிய போகலை... காப்பாற்றப் பட்டுவிட்டது, நீங்க உங்க ப்ரின்சிபலுக்கு எதிரா செயல்படலை, அதனால, பிசினஸ் பாதிக்காது... ஆனா குற்றவாளிங்க மாட்டிட்டாங்க...'

'ப்ச்ச்...'

'என்ன?'

'ஆனா, மக்களுக்கு உண்மை தெரியாமலே போயிடும்... இந்த மருந்து இந்தியாவுக்கு வந்து... அதனால இருவது சதவீதம் பேர் செத்தா? எத்தனை லட்சம் பேர் இறப்பாங்க தெரியுமா? உதாரணத்துக்கு... பத்து சதவீதம் பேருக்கு டயபடிஸ் இருக்குன்னு வெய்ங்க... பதிமூனு கோடி... அதுல இருவது பர்சன்ட் இருபத்தாறு லட்சம்... ஆனால இந்தியாவில டயபடிக் பேஷன்ட் எண்ணிக்கை அதிகம்...'

'நம்ம கன்ட்ரோல்ல இருக்கறத பத்தி மட்டும் கவலைப் படுங்க மித்ரா...'

அதன் பிறகு, நீண்ட நேரம் அமைதியாக வந்த மித்ரா, வண்டி ட்ரேட் சென்ட்டரை நெருங்கியதும், திடீரென்று கேட்டாள்...

'அப்ப கிருஷ்?'

'சித்துவும், டாலியும் ஒருவரை ஒருவர் பார்த்துக் கொண்டனர்...

'டபுள் ஏஜென்ட் என்று கேள்விப்பட்டிருக்கிறேன்...இப்போது இருவரில் யார், யாரை வைத்து கேம் ஆடுகிறீர்கள் என்று தெரியவில்லை...' டாலி சொன்னாள்.

'நிச்சயமாக மாதவ்தான்... ஐ ஜஸ்ட் ஹெல்ப் ஹிம்...'

சித்துவும், டாலியும் விழித்தனர்...

'அப்ப மித்ரா மேடம் சொன்னது சரிதான்... சார்தான் என் ட்ரான்ஸ்ஃபருக்கும், பத்மநாபன் கொலைக்கும் காரணம் டாலி... ஆனா, கிருஷ், நீ மித்ரா

மேடத்தை இனிமே ஒன்னும் பண்ணமுடியாது... நான் சொல்லவேண்டிய எடத்துல சொல்லிட்டேன்...'

டமார் என்று மறுபடி கதவு திறந்தது... மித்ராவும், சரவணனும் உள்ளே நுழைந்தனர்... கிருஷ் கையில் துப்பாக்கியைப் பார்த்ததும் மித்ரா மிரண்டாள்...

'கிருஷ்... என்ன இது? துப்பாக்கியெல்லாம் வெச்சிருக்க? சித்து நிரபராதி... சார் சொல்லுங்கள்...' என்று சரவணனிடம் திரும்பி அவரை உலுக்கினாள்...

அவர், 'ஈசி... ஈசி...' என்று அவளை சமாதானப்படுத்தி...

'ஒரு மாதத்துக்கு முன்பு ஃபீலிக்ஸ், இந்தப்பக்கம் நடமாடும் போதே, உங்கள் சிஎம்டிக்கு தகவல் போய்விட்டது... அப்போதே மாதவ்வை நியமித்துவிட்டார்... அவர் தேர்ந்த நடிகர் மட்டுமல்ல, ஒரு இண்டஸ்ட்ரியல் எஸ்பியனேஜ் ஸ்பெஷ-லிஸ்ட்... ஃபிலிக்ஸ், சித்துவை சந்தித்த நிமிடத்தில் இருந்து, மாதவ் அவனை கண்காணித்துக் கொண்டுதான் இருந்தார்...'

சித்து, 'அப்போதே என்னிடம் சொல்லியிருந்தால், நான் ஃபீலிக்சை சந்தித்தி-ருக்கவே மாட்டேன்... அட்லீஸ்ட் ஃபிலிக்ஸ் இறந்த பிறகாவது சொல்லியிருக்க-லாம்...' என்றான்.

'...எங்களுக்கு ஃபீலிக்ஸ் மாட்டுவதை விட அவன் முதலாளி மாட்டவேண்-டும்... யார் அவனை நியமித்தது என்று தெரிய வேண்டும்... அதனால்தான் கொஞ்சம் விளையாட விட்டோம்...'

'தெரிந்துவிட்டதா?'

'தெரிந்து விட்டது... விரைவில் மாட்டுவான்...'

'யார் அது?...'

அதற்குள் விஷால்... 'சார்... இதுக்கும் எனக்கும் எந்த சம்பந்தமும் இல்லை... நான் போலாமா?' என்றான்.

'என்னது? சிஸ்டத்த ஹாக் பண்ணி டேட்டா திருடத்தானே வந்த? நல்லவன் போல பேசறே? நீ எங்கயும் போகமுடியாது... சார் அவனை கவனியுங்கள்.' என்று மாதவ் சொன்னதும், கிருஷ்ஷூடன் வந்த இருவரும், விஷாலை நெருங்கி நின்-றார்கள்... அவன் பயந்து, நடுங்க ஆரம்பித்தான்... கிட்டத்தட்ட அழும் நிலைக்-குத் தள்ளப்பட்டான்.

சித்து... ஆயாசமாய் உட்கார்ந்தான்...

'என்ன உக்காந்துட்டே... போகலாமா?' என்று மாதவ் கேட்க...

அவன் எழுந்து நேராக சரவணனிடம் சென்று நின்றான், 'வாங்க சார்...'

அவர் விழிக்க... கிருஷ் திரும்பிப் பார்த்தான்.

'சார்... விலங்குல்லாம் வேணாம் சார், நானே வரேன்... தயவு செஞ்சி ஆஃபீஸ் வழியா வேண்டாம்... என்னை, உங்க ஆளுங்க கூட டைரக்ட்டா ஸ்டேஷன் அனுப்பிடுங்க...' என்று கெஞ்ச, கண்களில் நீர் கோர்த்தது...

மித்ரா... 'சித்து கூடவே கிருஷ்ஷையும் அரஸ்ட் பண்ணுங்க சார்... துப்பாக்கி வெச்சி மெரட்டிகிட்டிருக்கான், பத்மநாபன மாட்டிவிட்டிருக்கான்...'

கிருஷ், 'ஆமா சார்... அரெஸ்ட் பண்ணுங்க...' என்று துப்பாக்கியோடு கை நீட்டினான்.

'மிஸ் மித்ரா... கிருஷ், உங்க சிஎம்டியோட தங்கை மகன், மாதவ்க்கு உள்ளருந்து சப்போர்ட் பண்ணது அவந்தான்... மாதவ்க்கு சர்வர் வேலை வாங்கிக் கொடுத்தது கிருஷ்தான், அதானாலதான், மாதவ், ஃபீலிக்சோட பர்ச அவரே திருடி, அவரே திருப்பிக்கொடுத்து, அவனோட நம்பிக்கைய சம்பாதிக்க முடிஞ்சது, அதுமட்டும் இல்ல சித்து, மித்ரா, டாலி, ப்ரியங்கா, நிரஞ்சனா, இப்படி நெறைய பேரு ஹோட்டல்ல பேசறத ஒட்டுக் கேக்க ஏற்பாடு பண்ணதும் அவருதான்...'

கிருஷ்... நாடகத்தனமாக இடது கையை வீசி, வலது கையை இடுப்பருகே கொண்டுவந்து, அப்படியே குனிந்து நிமிர்ந்தான்...

பின் 'சார் போலாமா... ச்சாரி வில் பி வெய்ட்டிங்...' என்றான்.

சித்து இன்னமும் கைகளை நீட்டியபடியே இருக்க...

'கமான் சித்து... நோபடி ஈஸ் கோயிங் டு ஜெய்ல்... சிஎம்டி எங்கிட்ட நீ பேசினதை சொல்லிட்டார்... வீ ஆர் நாட் ப்ரஸ்சிங் எனி சார்ஜஸ் ஆன் யூ... யூ ஆர் ஃப்ரீ...' கிருஷ் சொன்னான்.

'அது இல்லை... இவர் கிட்ட ஒரு செல் இருக்கு... அதுல இருக்க ஆதாரங்கள வெச்சி எங்களை கைது பண்ண காத்திருக்கார்...' என்று சரவணனைக் காட்டினான்.

'அவரு காசுதானே கேட்டார்...' டாலி கேட்டாள்...

'இல்லை டாலி... ம்யூசியத்துலருந்து நாம திரும்பும் போதே, இவரு கூட்டாளிங்க, அடிச்சிப் போட்டவங்க கைல விலங்கு மாட்டறத பாத்துட்டேன்... அப்பவே எல்லாம் கைமீறி போயிடுச்சின்னு புரிஞ்சிடுச்சி... எப்படியும் மாட்டப்போறோம், ஆனா, கம்பெனிய காட்டிக் கொடுக்கக்கூடாதுன்னு முடிவு பண்ணிட்டேன்...'

'ஓ... உனக்கு முன்னாடியே தெரியுமா? ப்ரேவ்...' என்று சரவணன் சொன்னார்.

'நாங்கூட, மாதவ் செல்ல மட்டும் வாங்கினா போதுமா? என் செல்லு ம்யூசியம்ல பாத்தவர் கிட்ட இருக்கே? அவருக்கு காசு கொடுக்கலைன்னா மாட்டுவோமேன்னு நெனைச்சேன்? ஆனா, நீ துணிஞ்சி லேப்டாப்ப ஒடைச்ச பாத்தியா? அப்பத்தான், எத்தன பேருக்கு பயப்படறது? என்ன வேணா நடக்கட்டும்னு எனக்கும் தைரியம் வந்துடுச்சி... அதான் நானும் உங்கட்சிக்கு வந்துட்டேன்...' டாலி சொன்னாள்.

'நானாவது தப்பிக்க வழியிருக்கு, நீங்க ரெக்கார்ட் பண்ணி வெச்சிருக்க வீடியோக்களால, உங்களுக்கு ஆபத்து வரும்னு தெரிஞ்சுமா? என்ன சப்போர்ட் பண்-

ணிங்க?' சித்து வியந்தான்...

சரவணன், டாலியின் மொபைலை அவளிடமே கொடுத்தார்... 'எல்லாமே திட்டத்தோட ஒரு பகுதி மிஸ் தனுஜா. சித்து... ஃபைலை காப்பி பண்ணி கொடுப்பான் அதை மாதவ், ச்சாரிகிட்ட குடுக்கும் போது கையும் களவுமா பிடிக்கப் போறோம்னு, நெனைச்சோம்... ஆனா, சித்து எங்கள எல்லாம் ஏமாத்திட்டான்?'

'இப்ப என்ன செய்யப் போறோம்...'

'வேறென்ன... ச்சாரிய ஏமாத்தப் போறோம்...'

'ஆமா? அது யாரு?'

'படியளக்கும் பெருமாள்... ஐந்து கோடியோட நாயகத்த பாக்க வந்துகிட்டிருக்காரு... உள்ள வெச்சி கசக்கினா? அவனோட மொள்ளாளி யாருன்னு தெரிஞ்சிடும்... சரவணன் போலாமா?' மாதவ் கேட்டார்.

'எனக்கொரு சந்தேகம், எல்லாரும் ஓரே சைட்தான்... லேப்டாப் ஓடைஞ்சி, ஃபைல் எடுக்க முடியாதுன்னு கன்ஃபார்ம் ஆனப்பறமும்... எதுக்கு என்ன துப்பாக்கி காட்டி மெரட்டினீங்க மாதவ்?' என்று சித்து கேட்டான்.

'அது... அது டாலிக்கான டெஸ்ட்... டாலியை ஃபீலிக்சோட சேந்து சதி பண்ணான்னு கைது பண்றதா? வேண்டாமான்னு ஒரு சந்தேகம்...'

'சரவணன்... எனக்கும் ஒரு சந்தேகம்.. நீங்க எப்படி இந்த கேசுக்குள்ள வந்தீங்க? மாதவ் உங்க ஃப்ரெண்டுதான்... ஆனா அவர் சொல்லலைலைங்கறாரு?' கிருஷ் கேட்டான்.

'அது எனக்குத் தெரியும்... ஆனா சொல்லமாட்டேன்... என்னை எப்படி அலையவெச்சே? இப்ப நீ அனுபவி... பாரு சித்து... அப்பாஸ் மாதிரி இருந்து கிட்டு... பண்றதெல்லாம் அர்பாஸ் வேல... ஃப்ராட்... ச்சீட்... ஃபோர் ட்வென்ட்டி... நவ் இட்'ஸ் அவர் டர்ன்... ' என்று மித்ரா செல்லமாக கோபப்பட்டாள்...

'ஆல் க்ரெடிட் கோஸ் டு யூ டார்லிங்... உன்ன பாத்ததுமே நான் ஹெட் ஓவர் ஹீல் விழுந்துட்டனா? டெய்லி கோமாளி மாதிரி ஏதாவது செஞ்சிகிட்டே இருந்தனா? தட் கெப்ட் அவர் டீம் பிஸி... அவங்க எல்லாரும் நம்ம ரொமான்ஸ் பத்தியே பேசிகிட்டிருக்கும் போது, நான் என் ஷெர்லாக் வேலையை சுலபமா செய்ய முடிஞ்சுது... நீ இல்லன்னா நான் மாட்டியிருப்பேன்... சோ, குடோஸ் டு யூ...'

'தேங்க்யூ... பட் ஐ வோன்ட் டெல் யூ...' என்று சிரித்தவள்...

'இரு... இரு... அப்போ... யூ யூஸ்ட் மீ ஆஸ் ய கவர்-அப்... யூ... யூ... யூ ஸ்கவுன்ட்ரல்... வீ ஆர் டன் கிருஷ்...' என்று சட்டென்று வெளியேறி, லிஃப்ட்டுக்குக் கூட காத்திராமல்... கிடுகிடுவென்று படியிறங்கினாள்.

சரவணனும், மாதவ்வும் இல்லை, இல்லை என்பது போல தலையாட்டினர்...

'வ்வ்வாட்...? நான் அவள ப்ரைஸ் பண்ணத்தானே சொன்னேன்?'

'நோ கிருஷ்... யூ ஆர் ராங்... நீங்க சொன்னது எனக்கே கோபம் வர்ற மாதிரிதான் இருந்தது...' சரவணன் சொன்னார்...

சட்டென்று, உறைத்து... 'மித்ரா... மித்து... மித்து டார்லிங்... வெய்ட்... ஐ கேன் எக்ஸ்ப்ளெய்ன்...' என்று அவனும் வெளியேறி... லிஃப்ட் பட்டனை அழுத்த...

சரவணன், 'கிருஷ்... அவங்கள அப்பறம் பாத்துக்கலாம்... நாம போகணும்...' என்றார்...

'நீங்க போங்க சார்... இனிமே நான் எதுக்கு... ஐ ஹேவ் மோஸ்ட் இம்பார்ட்டன்ட் ஒர்க்... மித்ரா...' என்று படிகளின் இடையே கீழே பார்த்து கத்தினான்...

'கிருஷ்... தி டேமேஜ் இஸ் டன்... பட்... ஷீ ஈஸ் இன்டெலிஜன்ட்... வி கேன் மேனேஜ்.. பட் நவ் யூ நீட் டு கம்..'

கிருஷ்ஷைத் தள்ளிக்கொண்டுதான் போகவேண்டியிருந்தது...

22

ஆனந்தன், தன்னால்தான் சரவணன் இந்த கேசுக்குள் வந்தார் என்பது எக்காலத்திலும் மகனுக்குத் தெரியக் கூடாது என்று கேட்டுக்கொண்டார்.

சரவணன் மூலமாகவே அவருக்கு எல்லா விவரங்களும் தெரியவந்துவிட்டன. அதனால் அவர் சித்தார்த்திடம் எதுவும் கேட்கவில்லை.

அவன் தனது பதவி உயர்வைக் கொண்டாட, அந்த மாத சம்பளம் வந்தவுடன், ஆனந்தனையும், மல்லிகாவையும் ரெய்ன்ட்ரி ஓட்டலுக்கு பஃபே-க்கு அழைத்துச் சென்றான்...

அங்கே 'எதிர்பாராமல்' வந்த டாலியை அவர்களுக்கு அறிமுகம் செய்து வைத்தான். நான் போகவேண்டும் என்று 'பிகு' செய்தவளை, 'ஓய் டோன்ட் யூ ஜாய்ன் அஸ்...' என்று ஆனந்தனே வற்புறுத்தி, சேர்த்துக்கொண்டார். தான் இப்படித்தான் செய்வோம், என்று மகன் யூகித்தே காய் நகர்த்தியிருக்கிறான் என்றும் புரிந்து கொண்டார்.

அப்போதே, அவள்தான் தன் மருமகள் என்று ஆனந்தனுக்குப் புரிந்துவிட்டது. ஆனால், பொதுவான விஷயங்களைப் பேசிக் கொண்டிருந்துவிட்டு, சாப்பிட்டுவிட்டு வந்துவிட்டனர்...

மகன், அடுத்தகட்டமாக எப்படி காய் நகர்த்தப் போகிறான், என்பதைத்தான் யோசித்துக் கொண்டிருந்தார்.

'ஆடலுடன் பாடலைக் கேட்டு...' என்று எம்ஜீயார் பாட, அவரும் கூட பாட...

'பாரு... பிள்ளைய பத்தி ஏதாவது கவலையிருக்கா.. எப்பப்பாரு... டிவி...' என்று விட்டு... 'ஏங்க.... அன்னிக்கு ஓட்டலுக்கு வந்தாளே அவளுக்கும், இவனுக்கும் ஏதாவது அபிப்ராயம் இருக்குமா?' என்று மல்லிகா கேட்டாள்.

'எனக்கென்னடி தெரியும்,... ஏதோ சாப்பிட வந்தவள அறிமுகப்படுத்தினான்... அதையெல்லமா கேக்க முடியும்...'

'உங்களுக்கு ஒன்னும் புரியாது... ஏதாவது இருக்கும்... இல்லாமலா அக்கறையா வந்து அறிமுகப்படுத்தி வெக்கறான்?'

'சும்மா பொலம்பாத.... வந்தா நீயே கேளு...'

'ஏன் நீங்க கேக்கக் கூடாதா... புள்ளகிட்ட பேசக்கூட பயம், ஆனா மீசையப்பாரு...'

'அது சரி... நாளைலருந்து நான் மீசையை எடுத்துடறேன்... நீ அதுமேலயே கண்ணா இருக்க...'

'ஊர்ல இல்லாத ஓட்டலுக்கு கூட்டிகிட்டு போனானாம்... வேற ஓட்டலே இல்லாத மாதிரி, அவ பதுவிசா... அங்கேயே வந்தாளாம்... யாருகிட்ட கதை... வரட்டும் இருங்க... ரெண்டுல ஒன்னு ஒடச்சி கேட்டுடறேன்...'

'அதெல்லாம் வேணாம்... நான் அவன் ரூம்ல அவ ஃபோட்டோவ வெச்சிட்டு வந்திருக்கேன்... இந்தப் பொண்ணாவது புடிச்சிருக்கான்னு கேக்கறேன்... சரின்னா முடிச்சிடலாம்...'

'ஃபோட்டோவா? உங்களுக்கு எப்படி கெடைச்சிது... கடவுளே? எனக்குத் தெரியாம என்னன்ன வேலையெல்லாம் செய்யறீங்ளோ?...' என்று முறைக்க...

டாலியின் பின்னணியை எப்படி இவளுக்குப் புரியவைப்பது, ஏற்றுக்கொள்வாளா? என்று அவருக்குத் திகைப்பாகத்தான் இருந்தது...

ஹோட்டலில் அவளைப் பார்த்ததுமே, அவளது ஆன்லைன் ப்ரொஃபைல், அழகிப் போட்டிக்கான பயிற்சி, கலந்துகொண்ட போட்டிகள், ராம்ப் வாக் ஹிஸ்டரி, என்டார்ஸ் செய்த வியாபாரங்கள் என எல்லாவற்றையும் படித்து, விசாரித்து அறிந்து கொண்டார்... அவள் இன்ஸ்டாவிலிருந்துதான் ஒரு ஃபோட்டோவை ப்ரின்ட் செய்து வைத்திருக்கிறார்...

'வந்திருக்கும் மனதை எடை போடு... வேண்டியதை பெறலாம் துணிவோடு...' என்று டிவி பாட

'உன் பாதையிலே நான் ஊர்வலம் வருவேன்... புதுமையை நீ பாடு...' என்று ஆனந்தன் தொடர...

மல்லிகா...'இந்த மனுஷனுக்கு பாட்டுப் பைத்தியம் எப்பதான் தெளியுமோ... நான் பேசிகிட்டே இருக்கேன்... எங்கனா மதிச்சி பதில் சொல்றாரா?' என்று தலையில் அடித்துக்கொண்டே உள்ளே சென்றாள்...

ஆனந்தன்... 'ஹப்பா... இப்போதைக்கு தப்பிச்சாச்சு....' என்று பெருமூச்சு விட்டார்.

சம்பவத்தன்று கோபித்துக் கொண்டு போன மித்ரா, இரண்டு நாள் கழித்துத்தான் அலுவலகம் வந்தாள்.

அதன் பிறகு, அவள் கிருஷ் இடம் பேசுவதில்லை... அவன் தினமும் அவளுக்கு மலர்களால் ஆன பொக்கேக்கள், சாக்லேட் பொக்கே, கேக், ஐஸ்க்ரீம் கேக், நகைகள், உடைகள் என்று சாரி கார்டுடன் அனுப்பி வைக்கிறான்...

அவன் பேச முற்படும் போதெல்லாம் அவள் முகத்தைத் திருப்பிக் கொண்டு போகிறாள்...

ஒரு முறை கோபமாக, 'நீ ரொம்ப தொந்தரவு செய்தால் நான் ரிசைன் பண்ணிட்டு போய்க்கிட்டே இருப்பேன்...' என்று மிரட்டி வைத்திருக்கிறாள்...

அதிலிருந்து, கிருஷ் சற்று விலகியே இருக்கிறான்...

23

சோளா க்ராண்ட்... அதன் ராஜராஜன் ஹால் விழாக்கோலம் பூண்டிருந்தது...

சிம்டி வந்ததும் திறப்பதற்காக, ஹால் பூட்டியிருந்ததால், டிக்ரிப் சென்னை டீம் முழுதும் லாபியில் இருந்தது.

மித்ரா, காஃபிக்கான வரிசையில் இருந்தாள்... பின்னால் குரல் கேட்டது... 'ஹாய்... ஆர் யு சிங்கிள்?'

'நோ ஐ ஹாவ் ய பாய் ஃப்ரெண்ட்...'

'அப்படியா? சரி... லெட் மீ பீ யூர் பாய் பெஸ்ட்டி...'

'ந்நோ வே...'

'வாட் அபவுட் லவர்பாய்... கள்ளக்காதலன்...'

'கிருஷ்... ஐ அல்ரெடி வார்ன்ட் யூ... சும்மாவே இருக்க மாட்டியா?' என்று திரும்பியவள் அதிர்ந்தாள், 'நீங்களா?'

சரவணன் சிரித்தார், 'சாரி... நாட் மீ... ' என்று நகர்ந்தார்...

கிருஷ் பின்னாலிருந்து சிரித்தான்...

'அதானே? நா பயந்துட்டேன்... மிமிக்ரியோ என்றுகூட நினைத்தேன்... பட், நீங்கள் அப்படி பேசுபவரில்லையே? யூ ஆர் ய நைஸ் மேன்... மத்தவங்க மாதிரி இல்லை'

கிருஷ் மறுபடி சிரித்தான்...

'பட் ஐ அக்சப்ட், ஃப்ரெண்ட்ஸ்?' என்று சரவணனிடம் கையை நீட்டினாள்...

'ஐ'ம் சரவணன், எஸ்.பி. ஓசிஐயு...' சரவணன் மென்மையாக அவள் விரல் நுனிகளைப் பற்றி குலுக்கினார்...

'ஐ'ம் மித்ரா... டாக்டர் மித்ரா... நீங்கள் ஹோட்டலுக்கு அடிக்கடி வருவீர்களா?'

இருவரும் சிரித்தனர்... கிருஷ் காரணம் தெரியாமல் விழித்தான்...

'அப்படி வந்துவிடுங்கள்... இங்கே தொந்தரவு செய்பவர்கள் நிறைய இருக்கிறார்கள்...' என்றுவிட்டு... கிருஷ்ஷைப் பார்த்து... 'ம்ஹூம்' என்று முகத்தை திருப்பிக்கொண்டாள்... அது பொய்க்கோபம் என்று மூவருக்குமே தெரிந்திருந்-

தது...

சட்டென்று ஹால் பரபரப்பானது....

சிஎம்டி உள்ளே நுழைய... லாபி அமைதியானது... அவர் நெடுக நடந்து, ஹாலுக்குள் நுழைந்ததும், மீண்டும் சலசலவென்று பேச்சொலி கேட்க...

ஹால் திறக்கப்பட்டது... ஒவ்வொருவராக நுழைய, ஹால் நிறைந்தது...

ஒளி மங்கி, மங்கி, ஹால் இருளில் மூழ்க, சிஎம்டி மேடையேற, ஒளிவட்டம் அவரைத் தொடர்ந்தது... பலத்த கரகோஷத்துக் கிடையே... எல்லா பக்கமும் கையசைத்து விட்டு, இறங்கி முன்னால் இருந்த சோஃபாவில் அமர்ந்தார்.

நிகழ்ச்சியை ஒருங்கிணைக்க, நகரும் ஒளிவட்டத்தின் உள்ளேயே நடந்து, கிருஷ்ணா மேடை ஏறினான்... டயாசில் நின்று, ஒல்லியான மைக் ஸ்டாண்டை சரியாக பொறுத்திக் கொண்டு... 'பாயியோ... பெஹனோ...அவுர்...' என்று அவன் நிறுத்த...

'மித்ரா... மித்ரா...' என்று கூச்சல் கிளம்பியது... மித்ரா வெட்கத்தில் தலை-குனிய... சரவணன் அதை ரசித்தார்.

அவன் 'மித்ரோன்...' என்று முடித்ததும்... உடனே கரகோஷம் எழுந்தது...

'இப்படி பண்ணா... இந்த ஃபங்ஷன் முடியறதுக்கு முன்னாடி என்னை வீட்-டுக்கு அனுப்பிடுவாங்க.... ப்ளீஸ்....' என்று அவன் கையமர்த்த... கூட்டத்துக்கு உற்சாகம் ஏற்படுத்தவே அவன் அப்படி ஆரம்பித்தான் என்பது அனைவருக்கும் தெரிந்திருந்தது...

ஒருவழியாக அனைவரும் அமைதியாக... 'லேடிஸ், ஜெண்டில்மென் அன் ஹானரபிள் சி.எம்டி...மிஸ்டர்...' என்று தொடர்ந்து... சில நிமிடங்க பேசி, பின், அவன் 'விகே'யை மேடைக்கு அழைக்க...

அந்த வருடத்தின் ஃபைனான்சியல் ஸ்டேட்மென்ட், திட்டங்கள் என்று உரை-யாற்ற... விகே மேடை யேறினார்...

அவர் சில நிமிடங்கள் பேசும்வரை எந்த சப்தமும் இல்லை... இருளில், சட்-டென்று பின்னால் ஒரு சிப்ஸ் பாக்கெட் டப்பென்று உடைக்கப்பட்டது... அதன் பிறகு யாரையும் கட்டுப்படுத்த இயலவில்லை... அடுத்தடுத்து, வினோதமான பறவை கூக்குரல்கள், டைனாசர்கள், மிருகங்கள் என்று சப்தம் கிளம்ப, விகே தன் உரையை பாதியிலேயே நிறுத்திக் கொண்டு, முகம் சிவக்க, 'ஐ தேங்க்...' என்று துவங்கியதும்... பலத்த கைதட்டல் கேட்டது... அவர் அதையும் முடிக்-காமல் இறங்கினார்...

மறுபடி, மறுபடி கிருஷ் மேடையேறி... அறிமுகப்படுத்த, அறிமுகப்படுத்த வேறு சிலர் பேசினர்... அனைவரும் சூழ்நிலையுணர்ந்து மூன்றிலிருந்து ஐந்து நிமிடங்களுக்குள் பேச்சை நிறுத்த... கடைசியாய் பலத்த கைதட்டல்களுடன் சிஎம்டி மேடை ஏறினார்... சில சம்பிரதாய பேச்சுக்களிடையே... முக்கியமான

அறிவிப்புகளை செய்தார்...

முதலாவதாக... நமது நிறுவனம் பணத்தை விட நோயாளிகளின் பாதுகாப்பே முக்கியம் என்ற அடிப்படையில் இயங்குவதால்... டிசிஎஃப்007 தயாரிக்கும் நிறு-வனத்துக்கு அதை நிறுத்தும்படி வலியுறுத்தி கடிதம் அனுப்பியிருப்பதாகவும்... ஏற்கனவே கன்ட்ரோல் பாடிஸ் தங்களிடம் அந்த ரிப்போர்ட்டை கேட்டிருப்பதால்... தாங்கள் அதை, அவர்களுக்குத் தருவது விதிமீறலாகாது என்று எச்சரித்திருப்ப-தாகவும் கூறினார். தயாரிப்பு நிறுவனம், டிசிஎஃப்007 காம்பினேஷனை மாற்றி, ஓபிசிட்டி மாத்திரையாக மாற்ற ஆய்வுகள் மேற்கொள்ளப்போவதாகவும், அதற்கும் டிக்ரிப் உறுதுணையாக இருக்கும் என்றும் குறிப்பிட்டார்.

அவர் குறிப்பிடாதது, தேவ்தத் நிறுவனத்தின் மருந்து பற்றிய ஆய்வு முடிவுகள், அமெரிக்காவின் குறிப்பிட்ட, தரக்கட்டுப்பாட்டு எஜென்சிகளுக்கும், எஃப்டிஏவுக்கும் லீக் ஆகியிருப்பது... அதனால், அந்நிறுவனத்தின் மருந்து, எப்போது வேண்டு-மானாலும் நிறுத்தப்படலாம் என்பது...

அந்த தரவுகளின் நகல்களை கேஷவாச்சாரி மறைத்து வைத்திருந்து, தன் விடுதலைக்கு விலையாகவும், ஐந்து கோடியில் நான்கில் ஒரு பங்குக்காகவும், தீர்க்கவேண்டிய ஒரு பழைய பகைக்காகவும், அவற்றை பகிர்ந்து கொண்டார். அதை ஃபீலிக்சின் உடைமைகளில் இருந்து எடுத்ததாக அறிவிக்கவேண்டும் என்று கேட்டுக் கொண்டார்... காரணம், அவருக்கு, மறுபடி அதே நிறுவனத்தில் வேலைசெய்ய வேண்டியிருந்தது...

எங்கோ கண்காணாத இடத்தில் இருப்பவர்கள் என்றாலும், பேஷண்ட் கேர்-தான் முக்கியம் என்று செயல்பட்ட மித்ராவுக்கு, பாராட்டுப் பத்திரமும்... ஐந்து லட்ச ரூபாய் போனசும் அறிவித்தார்.

பல்வேறு துயரங்களை அனுபவித்தும், நிறுவனத்தை விட்டுக் கொடுக்காத தீரத்துக்காக, சித்துவுக்கு பாராட்டுப் பத்திரமும், ஐந்து லட்சம் போனசும் அறிவித்-தார். அவன் மாற்றல் ஏற்கனவே ரத்து செய்யப்பட்டுவிட்டது.

கிருஷ், தன் வேலைகளோடு மற்ற வேலைகளையும் இழுத்துப் போட்டு செய்-பவன் என்பதால் அவனை சென்னையின் சிஈஓவாக பதவி உயர்வு கொடுத்து கௌரவிப்பதாக தெரிவித்தார்.

மகிழ்ச்சியான இந்த சந்தர்ப்பத்தில், துயர செய்தியாக, தன்னுடைய நீண்டநாள் நண்பரும், எக்சிக்யூட்டிவ் டைரக்டருமாகிய ஆதித்யா நிறுவனத்திலிருந்து ஓய்வு பெறுவதாகவும், அந்த பதவியை தன் மகளுக்கு அளிக்கப்போவதாகவும் கூறி... மகளை மேடைக்கு அழைக்க... பலத்த கரகோஷங்களுக்கிடையே...

ப்ரியங்கா மேடை ஏறினாள்... தப்பு... ஏறினார்.

ஆதித்யா, கட்டாய ஓய்வுக்கு நிர்ப்பந்திக்கப்பட்டார் என்பதும், அவருக்கான ரிடையர்மெண்ட் பெனிஃபிட்கள் கிடைக்காது என்பதையும், அவர் பகிர்ந்து கொள்-

ளவில்லை...

ப்ரியங்கா கண்களில் சித்து பார்க்கத் தவறிய காதலை, ஃபோட்டோக்களைப் பாரத்தே, ஒரு தந்தையாக ப்ரேம் கண்டுபிடித்திருந்தார். ஆனால், அது நடக்காது என்பதை ப்ரியங்கா அவருக்கு உணர்த்தியதையும், இருவரும் அந்தத் தோல்வியை ஜீரணித்துக் கொண்டதையும் அவர் யாரிடமும் பகிர்ந்து கொள்ள முடியாது... பகிர்ந்து கொள்ள இருந்த ஒரே நட்பும் தோற்ற ஆற்றாமையில் ப்ரேம் இருந்தார்...

சித்துவுக்கு பிரியங்கா மேடையேறியது ஆச்சரியத்தை அளித்தது... எனில், நிரஞ்சனா? என்று யோசித்தான்.

சித்து, அவளைத் திட்டியவுடன், இன்றுவரை அவள் அலுவலகம் வரவில்லை... இன்றாவது பார்க்க முடியும் என்று நினைத்தான். பார்த்த பிறகு, தன் வேலையின் கதி என்னவாகும் என்றும் குழம்பிக்கொண்டிருந்தான்... இப்போது, சற்று ஆசுவசமானான்...

ஆனால்... நிரஞ்சனா எங்கே? என்னவானாள்? என்ற கேள்வி மட்டும் தொக்கி நின்றது...

www.ingramcontent.com/pod-product-compliance
Lightning Source LLC
LaVergne TN
LVHW040435051026
849517LV00002B/611
* 9 7 9 8 8 8 7 3 3 2 5 0 5 *